తెలుగు విశ్వవిద్యాలయం వారి పురస్కారం పొందిన కథా సంపుటి

అధూరె

ముస్లిం కథలు

స్కైబాబ

నవచేతన పబ్లిషింగ్ హౌస్

ADHOORE Muslim Stories - *Skybaaba*

ప్రచురణ నెం. : 2015/198

ప్రతులు : 500

ఎన్.పి.హెచ్. ప్రథమ ముద్రణ : డిసెంబర్, 2016

© రచయిత

వెల : ₹ 100/-

కవర్ డిజైన్: రమణ జీవి

ప్రతులకు : **నవచేతన పబ్లిషింగ్ హౌస్**
గిరిప్రసాద్ భవన్, జి.యస్.ఐ పోస్టు, బండ్లగూడ(నాగోల్),
హైదరాబాద్-500068. తెలంగాణ. ఫోన్: 24224453/54
E-mail: navachethanaph@gmail.com.

నవచేతన బుక్ హౌస్
అబిడ్స్ & సుల్తాన్‌బజార్, యూసఫ్‌గూడ, కూకట్‌పల్లి,
బండ్లగూడ - హైదరాబాద్, హన్మకొండ, కరీంనగర్,
నల్లగొండ, ఖమ్మం.

ముద్రణ: **నవచేతన ప్రింటింగ్ ప్రెస్,** హైదరాబాద్- 68.

ముస్లింల జీవితాలు ఇలా ఎందుకున్నాయి?

'అధూరె' కథలకు ఇంతమంచి స్పందనకు కారణమేంటి?

నేను రాసిన కథల్లోంచి 12 ముస్లిం కథలు ఏరి పుస్తకం వేయాలనుకొన్నప్పుడుగాని, వేశాక గానీ ఇంతగా రెస్పాన్స్ వస్తుందని, ఈ కథలకు ఇంతటి ప్రాముఖ్యం ఉందని ఊహించలేదు. 'అధూరె' కథలు బాగున్నాయని ఒక్కసారిగా హైదరాబాద్ నుంచి, రాష్ట్రమంతా, బయటి దేశాల మిత్రులు కూడా స్పందించడంతో కొంచెం ఆశ్చర్యపోయాను.

'అధూరె' మొదటి ప్రచురణకు అఫ్సర్, కె.శ్రీనివాస్, కనీజ్ ఫాతిమా రాసిన ముందు మాటలు, వాటిపై జిలుకర శ్రీనివాస్ రాసిన వ్యాసం తీవ్ర చర్చనీయాంశమయ్యాయి. 'అధూరె' కథల్లోని పాత్రలు ఇలా ఎందుకున్నాయి? అని కె.శ్రీనివాస్ చేసిన లోతైన చర్చ, అదే విషయంపై మరో కోణంలో కనీజ్ ఫాతిమా రాసిన విషయాలు విస్తృత చర్చకు తావిచ్చాయి. ఈ కథలపై రంగనాయకమ్మ 7 ఉత్తరాలు రాశారు. ఎస్.జగన్‌రెడ్డి వ్యాసం, ఇంకా అన్ని పత్రికల్లో వచ్చిన సమీక్షలు, రెండవ ముద్రణలో ఆయా సభల్లో మాట్లాడిన వక్తల అభిప్రాయాలు అన్ని ఈ గ్రంథం చివరలో అనుబంధంగా చేర్చాము.

దాంతో ఈ కథలను, వీటిద్వారా ముస్లింల స్థితిగతులను ప్రచారం చేయడానికి పూనుకుంటూ అప్పటి రాష్ట్రమంతా సభలు ఏర్పాటు చేయిస్తూ తిరిగాను. అలా 23 చోట్ల జరిగిన 'అధూరె' సభల్లో వక్తల ఉపన్యాసాల ద్వారా ఎన్నో విషయాలు చర్చకు వచ్చాయి. నాతో సహా చాలామంది కొన్ని విషయాల పట్ల కొంత ఆశ్చర్యానికి, కొంత షాక్‌కి గురయ్యాము. మొత్తంగా 'అధూరె' కథలు వాహికగా లోతైన, విలువైన చర్చ జరిగింది. ఇంకా జరుగుతున్న చర్చ ద్వారా ఎన్నో కొత్త విషయాలు తెలుస్తున్నాయి.. ఆ మధ్యకాలంలోనే రీప్రింట్ చేయడం, ఆ కాపీలు కూడా అయిపోవడం జరిగింది. 2015లో ఈ కథలు ఎ.సునీత, ఉమ భృగుబండ ప్రోద్బలంతో ఇంగ్లీషులోకి అనువాదమై 'Vegetarians Only' Stories of Telugu Muslims పేరుతో Orient Blackswan ముద్రణగా వెలువడింది. ప్రస్తుతం ఈ పుస్తకం amazon.in లభిస్తున్నది. అయితే ఈ ఇంగ్లీషు పుస్తకం రావడంతో దీని తెలుగు ప్రతి చదవాలని కోరుకుంటున్నవారు ఎందరో సంప్రదించారు. ఆ క్రమంలో **'అధూరె' కథాసంపుటిని ముద్రించడానికి అంగీకరించిన 'నవచేతన పబ్లిషింగ్ హౌస్' సంపాదకవర్గానికి, ముఖ్యంగా జనరల్ మేనేజర్ ఎన్. మధుకర్ గారికి బహుత్ షుక్రియా.**

"ఈ కథల నిండా ముస్లింల జీవితాల్లో పేరుకుపోయిన దు:ఖం, కడు పేదరికం, మత మౌఢ్యం గురించిన సంఘర్షణ ఉన్నాయని, ఈ కథలు చదివి ఏడ్చామని ఎందరో చెబుతుండడంతో నేను ఆలోచనలో పడ్డాను. నిజంగానే ఈ కథలన్నీ ఇలా ఎందు కున్నాయి? నాకు తెలియకుండానే ఈ కథల్లో చిత్రించబడ్డ ముస్లింల జీవితాలు ఇంత దుర్భరంగా ఎందుకున్నాయి? అని నన్ను నేను ప్రశ్నించుకొని వెనక్కి.. ఇంకా వెనక్కి.. లోతుకి.. ఇంకా లోతుల్లోకి వెళ్లి తరచి చూసుకున్నాను- ఇంతకాలం నేను చదివిన, తెలుసుకున్న, అనుభవించిన; ముస్లిం రిజర్వేషన్ ఉద్యమం, ముస్లిం సాహిత్య ఉద్యమం ద్వారా రాష్ట్రమంతా తిరగడం ద్వారా అనుభవానికొచ్చిన- అర్థం చేసుకున్న విషయాలను క్రోడీకరిస్తే- ముస్లింల జీవితాలు ఇలా ఉండడానికి నాకు కొన్ని విషయాలు స్పష్టంగా కనిపిస్తున్నాయి. వాటిల్లోంచి కొన్ని:

ఈ పుస్తకం ముందుమాటల్లో దేశ విభజన గురించిన చర్చ బలంగా ముందు కొచ్చింది. పుస్తకం వస్తున్న క్రమం నుంచి, వచ్చాక తనొక వ్యాసం రాసేదాక డా.జిలుకర శ్రీనివాస్ ఈ విషయంపై బలమైన వాదన చేస్తూ వచ్చాడు. ముస్లింల పరిస్థితి ఈ దేశంలో ఇంత దారుణంగా ఉండడానికి దేశ విభజనే కారణం అనేది ఆ వాదన. దాంతో నేను ఏకీభవిస్తున్నాను. ఆ విషయాన్ని ఇప్పటంత స్పష్టంగా కాకపోయినా, రకరకాలుగా వందలాది సభల్లో చెబుతూ వస్తున్నాను..

'వాళ్లూ వాళ్లూ కలిసి పంచుకున్న ఊళ్ల మధ్య / నా రక్తం ఏరులై పారింది' అని 'పుట్టుమచ్చ'లో ఖాదర్ మొహియుద్దీన్ ఎప్పుడో చెప్పారు. నిజం. దేశ విభజనతో ఈ దేశంలోని వెనుకబడిన ముస్లింలకు ఏం సంబంధం? బ్రాహ్మణులు - ఆ అగ్ర వర్ణాల నుంచే ముస్లింలుగా మారినవాళ్లు రాజ్యాధికారం కావాలని కొట్లాడుకొని దేశ విభజనను ఆమోదించారు. దానికి ముస్లింలంతా బలయ్యారు (పాకిస్తాన్, బంగ్లాదేశ్ ప్రాంతాల్లోని 'హిందువులూ' బలయ్యారు). ప్రస్తుతం ఈ దేశంలోని ముస్లింల కన్నా పాకిస్తాన్‌లోని ముస్లింలు ఏ మాత్రం మెరుగ్గా (ఆధునిక చైతన్యం పరంగా) ఉండే అవకాశం లేదు. అది వేరే చర్చ. ఈ దేశంలోని ముస్లింలు మరింత తీవ్రంగా నష్టపోయారు. నిజానికి ప్రస్తుత పాకిస్తాన్ జనాభా కన్నా మన దేశంలోని ముస్లిం జనాభే ఎక్కువ. ఈ దేశంలోనే ఉండిపోయిన- ఈ మట్టి మీది ప్రేమతోనే- ఉన్న ఊరిని వొదిలి, కన్న దేశాన్ని వొదిలి, తల్లిదండ్రులను వొదిలి, సోబతిగాళ్లను వొదిలి వెళ్లలేక- ఉండిపోయిన ముస్లింలు రెండవ తరగతి పౌరులుగా అణచబడ్డారు. అప్పటికి వారికున్న రిజర్వేషన్లు తీసివేయబడ్డాయి. హక్కులు అడిగితే ఎన్నో ఎత్తిపొడుపుల్ని ఎదుర్కొన్నారు. మొత్తంగా అతి వేగంగా వెనుకబాటుకి గురిచేయబడుతూ వచ్చారు. ఈ విషయాల ప్రస్తావన లేకుండానే ఇవాళ కమిషన్లు వేసి ముస్లింలు వారికి వారే వెనకబడ్డట్టుగా తేల్చడం హాస్యాస్పదం!

ఇదిలా వుంటే- దేశ విభజన సమయంలో ఆస్తుల్ని జీవనాధారాల్ని వొదిలి ఎందరో వెళ్లిపోయారు. వెళ్లలేక మిగిలిపోయిన వారిలో పైన చెప్పుకున్నవారే కాక కడు పేదలు, ఇస్లాం స్వీకరించినా తరతరాల నుంచి ఈ మట్టికి తమకు సంబంధం ఉన్న నిష్కల్మష ప్రేమ ఉన్న మంచి మనుషులే కదా ఉండిపోయింది. వాళ్లలో అధికంగా దళిత,

బహుజన, ఆదివాసీ కులాల నుంచి ఇస్లాం స్వీకరించినవాళ్లే అధికం. అగ్రవర్ణాల నుంచి, ముఖ్యంగా బ్రాహ్మణ, వైశ్య, కరణాది అగ్రహార కులాలవారెవరైతే మతం మారి ఇస్లాం స్వీకరించారో.. వాళ్లంతా అధికభాగం పాకిస్తాన్ వెళ్లిపోయారు. వాళ్లు సహజంగానే చాలా తెలివిగా ఉంటారు కాబట్టి ప్రత్యేక దేశంలోనూ తమకు ప్రత్యేకంగా లభించే లబ్దిని వెతుక్కుంటూ వెళ్లిపోయారు. అలా అని అందులోనూ వెనకబడ్డవాళ్లు లేరా అంటే- హైదరాబాద్ నుంచి పాకిస్తాన్ పయనం కట్టే అంత శక్తి ఎవరికుంటుంది? ఈ కోణం నుంచి కొంత లోతైన అధ్యయనం జరగాల్సి ఉంది. స్పష్టమయ్యే ఒక విషయం మాత్రం- ఈ దేశంలో ఉండిపోయిన ముస్లింలు తీవ్రంగా నష్టపోయారనేదే! పైగా దేశ విభజన సమయంలో మన దేశంలో ముస్లింల మీద విపరీతంగా దాడులు జరిగాయి. ఆ దాడుల్లో లక్షలాదిమంది బలయ్యారంటూ చరిత్ర చెబుతోంది. మరి అలా బలైనవారు అధిక శాతం మగవాళ్లే అయి ఉంటారు. మరి వారి తాలూకు ఆడవాళ్లు ఎంతటి దుర్భరమైన పరిస్థితికి నెట్టబడి ఉంటారు!? ఆ ఒంటరి విధవరాండ్లు- అప్పటిదాక కనీసం బయటి ప్రపంచం తెలియని ఆ అభాగ్యులు తమ పిల్లల్ని ఎలా పోషించుకుని ఉంటారు? తిండి పెట్టడమే కష్టం! ఇంక చదువులు వగైరాలు- అంతే సంగతులు! ఎందరో ముస్లింలు తమ ఆస్తులు, జీవనాధారాలను కోల్పోయారు. వాళ్లు ఒక్కసారిగా పేదలుగా మారిపోయారు కదా! మనుషుల్ని, ఆస్తుల్ని, జీవనాధారాలను కోల్పోయిన వారిని ఈ ప్రభుత్వాలు ఏనాడైనా పట్టించుకునే ప్రయత్నం, కనీసం గుర్తించే ప్రయత్నం చేశాయా? లేదు. ఎందుకంటే- ఇక ముస్లింల గురించి ఏమాత్రం పట్టించుకోకున్నా ఎవరూ అడిగేవారు లేరు అన్న ధీమా! మౌలానా ఆజాద్ లాంటి ఒకరిద్దరున్నా వారి నాలుకలు ఆటోమేటిగ్గా కత్తిరించబడ్డాయి. ఆ రకంగా ముస్లింల భవిష్యత్తు అగమ్యగోచరమైపోయి వారి బతుకులు వేగంగా ఇంకా ఇంకా అడుక్కి తొక్కబడ్డాయి.

ముస్లింల బాగు గురించి రాజ్యాంగపరంగా, నవ్య చైతన్యంతో ఆలోచించే చైతన్యమూర్తులెంతో మంది పాకిస్తాన్‌కు వెళ్లిపోవడం కూడా ఇక్కడి ముస్లింలకు పెద్ద విఘాతం. ఇప్పటికీ చట్టసభల్లో సరైన ప్రాతినిధ్యం లేక, కేవలం ఓటు బ్యాంకుగా మాత్రం వాడుకోబడుతూ.. ప్రతిక్షణం అనుమానాల, అవమానాల పాలవుతూ, రాజ్యం, సమాజం బాధితులుగా మార్చబడ్డారు ఇండియన్ ముస్లింలు.

ఇక తెలంగాణ ప్రాంతంలో- పోలీస్ యాక్షన్ పేరుతో వల్లభాయ్ పటేల్ సేనలు ముస్లింలను విచక్షణా రహితంగా చంపాయి. పండిట్ సుందర్‌లాల్-ఖాజీ మొహమ్మద్ అబ్దుల్ గఫార్ అధికారిక రిపోర్టు (చూడు: 'ముల్కి' ముస్లిం సాహిత్య ప్రత్యేక సంకలనం, హెచ్‌బిటి ప్రచురణ, 2005, సం: వేముల ఎల్లయ్య, స్కైబాబ) ప్రకారం హైదరాబాద్ రాజ్యంలో పోలీస్ యాక్షన్ సమయంలో 50 వేల నుండి 2 లక్షల దాకా ముస్లింలు హత్య చేయబడ్డారు. వారి ఆస్తులు దోచుకోబడ్డాయి. ధ్వంసం చేయబడ్డాయి. ఆడవాళ్లు రేప్‌లకు, అపహరణలకు గురయ్యారు. మిల్ట్రీ సైతం ఆడవాళ్లను తమ క్యాంపుల్లో వారాల తరబడి రేప్‌లు చేశారు. కమ్యూనిస్టు ఉద్యమకారులు తమను రజాకార్లు అనుకుంటారేమోననే భయంతో అమాయక ముస్లింలు కూడా పట్టణాలకు పారిపోయిన దాఖలాలున్నాయి. ఇలా ఒక భయోత్పాత వాతావరణం ఏర్పడింది. ప్రతి ముస్లిం రజాకారే అన్నట్లుగా ముస్లింలు టార్గెట్ చేయబడ్డారు. ఎక్కువమంది ముస్లింలు ఊళ్లలో ఆస్తులు, జీవనాధారాలు వదిలేసుకుని పట్టణాలకు పారిపోయి వచ్చారు. వారు మళ్లీ

ఎలాంటి జీవితం ప్రారంభించారు? ఎంతటి కింది స్థాయి జీవితానికి నెట్టబడ్డారు? చంపబడ్డ ముస్లింల ఆడవాళ్లు- ఆ విధవరాండ్లు ఎంతటి దుర్భర పరిస్థితుల్లోకి నెట్టబడ్డారు? అమాయకులైన ముస్లింలు ఎవరైతే చంపబడ్డారో.. వారి ప్రాణాలకు నష్టపరిహారం ఎవరు కట్టిస్తారు? అలా మొత్తంగా నష్టపోయిన ముస్లింల జిందగీలకు ఎలాంటి నష్టపరిహారం చెల్లిస్తారు? అసలా ఆలోచనే ఎందుకు ఎవరూ చేయలేదు? ఎందుకంటే ఇది ముస్లిం వ్యతిరేక రాజ్యం కాబట్టి! అలా నిర్ణయిస్తే ఊరుకుంటారా? ఇలా అడిగినవారిని తీవ్రవాదులనరూ! అలా ఎందుకంటారంటే ఈ రాజ్యం హిందూ స్వభావాన్ని సంతరించుకుంది కాబట్టి. ఇవాళ కూడా ముస్లిం హక్కుల గురించి పని చేయాలనుకున్న ప్రతి ముస్లింపై నిఘా ఉంది. వారికి ఏ సంబంధాలు లేకున్నా అనుమానించి, వెంటపడి, వేటాడి వారిని ఎందుకూ పనికిరానివారిగా, ఏ పనీ చేయకుండా ఈ రాజ్యం చేసి పారేస్తున్నది. మొన్నటికి మొన్న హైదరాబాద్ పాతబస్తీలో మక్కా మజీదు పేలుళ్ల విషయంలో దాదాపు 200 మంది ముస్లిం యువకులని అనుమానించి, పట్టుకొని, చావచితకబాది, వారిని మరెందుకూ పనికిరానివారిగా మార్చింది ఈ రాజ్యం. ఆ పేలుళ్లు హిందూ తీవ్రవాదులు స్వామి అసీమానంద్, ప్రజ్ఞా ఠాకూర్, పురోహిత్ శర్మ తదితరులు (అభినవ్ భారత్ హిందూత్వ ఉగ్రవాద సంస్థ చేశారని తెలిసినాక వొదిలిపెట్టారు. మాలేఁగావ్, అజ్మీర్ దర్గా, మక్కా మజీద్‌తోపాటు దేశంలో గత పదేళ్లుగా జరిగిన ఎన్నో బాంబు పేలుళ్లకు తామే బాధ్యులమని అసీమానంద్ నేరాంగీకార పత్రంలో పేర్కొన్నాడు. కనీసం తాము నాశనం చేసిన అంతమంది ముస్లిం యువకుల బతుకుల విషయంలో కనీస బాధ్యత వహించలేదు. పైగా వారికి ఇస్తామన్న నష్టపరిహారం కూడా చెల్లించడానికి ఎంతో జాప్యం. ఈ పేలుళ్ల విషయంలో ముస్లింలే ఉన్నారన్న విషయానికి ప్రచారం కల్పించినంతగా దొరికిపోయిన 'హిందూ టెర్రరిస్టుల' విషయం ప్రముఖంగా ప్రచురించడానికి, వివరంగా రాయడానికి 'హిందూ మీడియా' అంతగా ఆసక్తి చూపకపోవడం ఆశ్యర్యమేమీ కలిగించదు!

ఉర్దూ ఒక భారతీయ భాష. అది ఇండియాలోనే పుట్టింది. చిత్రంగా, మెల్లమెల్లగా అది ముస్లింల భాషగా మారిపోయింది. ఆ కారణంగా- ఉర్దూ వల్ల ముస్లింలకు, ముస్లింల వల్ల ఉర్దూకు చాలా నష్టం జరిగింది. హైదరాబాద్ రాజ్యంలో ఉర్దూ రాజభాష. ఆ రాజ్యాన్ని మూడు ముక్కలు చేసి (మిగతా రెండు ముక్కలూ వెనుకబడేయబడే ఉన్నాయి) తెలంగాణను ఆంధ్రప్రదేశ్‌లో కలిపాక ఉర్దూ తీసేశారు. మరి అప్పటిదాకా ఉర్దూ మీడియం చదివినవారి సంగతేమిటి? అలా ఎన్ని తరాలు నష్టపోయాయి? తెలుగు లేదా ఇంగ్లీష్ రావాల్సిందే నంటే ఉర్దూ చదువరులంతా ఏమైపోయారు? ఈ నష్టాన్ని ఎవరూ పట్టించుకోలేదు (ఉర్దూ చదువరుల్లో ముస్లిమేతరులు భారీ సంఖ్యలో ఉన్నారు). భాష కూడా ముస్లింల వెనుకబాటుకి బలమైన కారణమవుతూ వస్తున్నది. అందులో చాలా కోణాలున్నాయి. (ఇవాళ నాలాంటి వారు ఇంట్లో మాట్లాడేది ఉర్దూ. చుట్టూ తెలంగాణ తెలుగు. బడిలో, కాలేజీల్లో, ఆఫీసుల్లో కోస్తాంధ్రా తెలుగు. అలాంటప్పుడు నేను ఏ భాషలో కథలు రాయాలి? ప్రస్తుతం రాసుకున్న కథని ఎన్నిసార్లకోగాని నా భాషలోకి అనువదించుకోలేకపోతున్నాను.. పైగా 'మాండలీకం' పేరుమీద కొన్ని కథలు అచ్చుకావడం లేదు.)

ఇన్నాళ్లు బిజెపి, ఆరెస్సెస్‌వాళ్లు ముస్లింలు భారతీయులు కారంటూ ప్రచారం చేస్తూ వచ్చారు.. ముస్లింలకు బీసీ–ఇ రిజర్వేషన్ కల్పించినప్పుడు బీసీ నాయకులు కొంతమంది ముస్లింలు బీసీలు ఎట్లవుతారంటూ గోల చేశారు.. దాంతో నేను మా 'మర్ఫా' ముస్లిం రిజర్వేషన్ మూవ్‌మెంట్ తరఫున 'మరి ముస్లింలు ఎవరు?' అంటూ నేనొక కరపత్రం వేశాను. అందులో ముస్లింలు ఇలా ఉండటానికి కారణాలెన్నో వివరించాను...

శతాబ్దాల నాడు ఈ దేశానికి వలస వచ్చిన ఆర్యులు మూలవాసులైన ద్రావిడులమీద ఆధిపత్యం సంపాదించి ద్రావిడుల్నంతా నిచ్చెన మెట్ల కుల వ్యవస్థలో కింది కులస్థులుగా, కడజాతిని అంటరానివాళ్లని చేసి పారేశారు. బడికీ, గుడికీ ఆఖరికి ఊరికి కూడా అంటరానివాళ్లుగా చేయబడిన ఈ దేశ మూలవాసుల వాడల్లోకి నడిచి వచ్చారు సూఫీ 'దేవుళ్లు'! వచ్చి వాళ్లని అక్కున చేర్చుకున్నారు. బ్రాహ్మణ సంస్కృతి అసుంట అసుంట అంటే సూఫీలు వాళ్లకు అలాయిబలాయి ఇచ్చారు. గుండెకు గుండెను కలిపారు. వాళ్ల తాగిన గిలాసుల్లో నీళ్లు తాగారు. వాళ్లతో కూచొని బువ్వ తిన్నారు. అగ్రహారాల వీధుల నుంచి వాళ్ల శవాల్ని కూడా తీసుకెళ్లనివ్వని దుష్ట సంస్కృతిని బద్దలు చేస్తూ వాళ్ళ శవానికి భుజం పట్టారు. మమ్మల్ని గుళ్లోకి రానివ్వరు, మాక్కూడా దేవుడు కావాలంటే మజీదుకు తీసుకెళ్లి భుజం భుజం కలిపి నమాజు చదివించారు. ఆ అభాగ్యుల గుండెలు చెరువులయ్యాయి.. మనసులు సముద్రాలయ్యాయి.. వాళ్లు తమ దేహాలతో కాదు, గుండెలతోనే సూఫీలను అలాయిబలాయి తీసుకున్నారు. వాళ్లలో ఒకరైనారు. కష్టమొస్తే, నష్టమొస్తే మంచి మాటల్తో వారిని ఓదార్చే, ఆదరించే ప్రవక్తలయ్యారు సూఫీలు. రోగమొస్తే, రొష్టొస్తే అభయమిచ్చే దేవుళ్లయ్యారు. దాంతో వాళ్లంతా ముసల్మానులయ్యారు.. అట్లా ముస్లింలు ఈ దేశ మూలవాసులు. ద్రావిడులు. మాదిగలు. మాలలు. ఆదివాసీలు. బీసీలు!

కేవలం 2 నుంచి 3 శాతం ముస్లింలు మాత్రమే ఈ దేశంలో బైటి దేశాల నుంచి వచ్చినవారు. మిగతా 97 శాతం ఈ దేశవాసులే. అందులో 90 శాతంమంది 'అంటబడనివ్వని' కులాలనుంచీ, 'వెనకబడేయబడ్డ' కులాలనుంచీ ఇస్లాం స్వీకరించినవారే. ఈ దేశమూలవాసులే. ఈ విషయాన్ని తొక్కిపెట్టి 'హిందుత్వ'వాదులు కుట్ర చేశారు. ముస్లింలను బైటి దేశస్తులుగా దుష్ప్రచారం చేశారు. దేశద్రోహులుగా, ఐఎస్ఐ ఏజెంట్లుగా ముద్రలు వెయ్యడానికి ప్రయత్నించారు.

ఏ దేశంలోనైనా అట్టడుగు వర్గాలే తమకు ఇష్టమొచ్చిన మతాల్ని స్వీకరిస్తాయి. (వారికే మతం ఉండదు కాబట్టి) అప్పటికి ఆధిపత్యం చెలాయిస్తూ ఉన్నవాళ్లు ఇతర మతాలు స్వీకరించడానికి సిద్ధంగా ఉండరు– అవకాశాలు, అధికారం కోసం తప్ప. ఇక్కడా అదే జరిగింది. అట్టడుగు వర్గాలవారే ఎక్కువగా ఇస్లాం స్వీకరించి ముస్లింలుగా మారారు. ప్రస్తుత జనాభాను చూస్తే ఇండియాలో 15 కోట్లు, పాకిస్తాన్‌లో 15 కోట్లు, బంగ్లాదేశ్‌లో 8 కోట్లు మొత్తంగా దాదాపు 40 కోట్ల జనాభా మన ఉపఖండంలో ముస్లింలు. అంతమంది ముస్లింలుగా మారడానికి ఎంతటి విప్లవాలు జరిగివుంటాయి.. అదేమీ చరిత్రగా చెప్పబడదు. చరిత్రంతా 'హిందూ మైండ్'తో రాయబడింది. కాబట్టి చరిత్రను తిరగరాసుకోవాల్సిందే..

ఆదివాసీ-దళిత- బహుజనుల 60కి పైగా వృత్తుల్లో ముస్లింలు కొనసాగుతున్నారని కొన్ని నివేదికలు చెబుతున్నాయి. దీన్నిబట్టి ఆయా కులాలవాళ్లే ముస్లింలుగా మారారని అర్థమవుతుంది. ఇట్లాంటివాళ్లను రిజర్వేషన్లకు దూరంగా ఎలా ఉంచుతారు?

దళితవర్గాలు, బీసీల నుంచి ఎక్కువగా ముస్లింలుగా మారడంతో వాళ్లలో వెనుకబాటు, పేదరికం అలాగే కొనసాగుతున్నాయనే అస్గర్‌అలీ ఇంజనీర్ కూడా చెబుతున్న విషయాన్ని పరిగణనలోకి తీసుకోవాలి. ముస్లింలుగా మారిన తర్వాత ఆత్మగౌరవం, సాంఘిక సమానత్వతే దొరికింది గాని దేశ విభజనతో ఇక్కడి ముస్లింలు మళ్లీ అణగదొక్కబడ్డారు.

ఇస్లాం స్వీకరించకముందు ముస్లింలకు కులవృత్తులుండేవి. అక్కడా ఇక్కడా నవాబుల పాలన ఉన్న సమయంలో తమది 'నవాబుల మతం'గా ఫీలయి కొంత, ఆయా వృత్తుల్లో కొనసాగుతున్నవాళ్లను ఇతర బ్రాహ్మణ సమాజం 'నీచం'గా చూస్తుండడంవల్ల మరింత ముస్లింలంతా వృత్తులు వదిలేసుకున్నారు. చిన్నాచితక ఉద్యోగాలు సంపాదించుకున్నారు. కొంత భూముల్ని 'పట్టా చేయించు'కున్నారు. వ్యవసాయం చేయడానికి, చేయించుకోనికి వీళ్లేమీ రెడ్లూ, కమ్మలూ, వెలమల్లాంటి అగ్రకులస్థులు కాకపోవడంతో తర్వాత్తర్వాత ఆ భూములు రెడ్లు, కమ్మలు, వెలమలే సొంతం చేసుకున్నారు. ఇటు వృత్తులు లేకుండా పోయాయి, అటు భూముల్లేకుండా పోయాయి. రెంట చెడ్డ రేవడి బతుకులయ్యాయి. అదనంగా రిజర్వేషన్లు లేకుండా చెయ్యడంతో ముస్లింల బతుకులు అన్యాయమైపోయాయి. రోడ్డున పడ్డాయి. ఇటు చదువుకునే అవకాశాల్లేక, అటు ఓ.సి. కావడంతో ఉద్యోగాలు రాక 'న ఘర్‌కా న ఘాట్‌కా' బతుకులైపోయాయ్...

ఇవాళ రోడ్ల పక్కన 'చిల్లర' బేరగాళ్లంతా ముస్లింలే కావడం యాధృచ్ఛికం కాదు.. పండ్ల బండ్లవాళ్లు, మెకానిక్‌లు, పంక్చర్‌లు- గడియారాలు బాగుచేసేవాళ్లు, చాయ్ డబ్బాలవాళ్లు, చిన్నచిన్న చెప్పుల షాపులు, టెంట్‌హౌజ్‌లవాళ్లు, దర్జీలు అంతా ముస్లింలే!

వీటన్నింటికి కారణం వివక్ష. అణచివేత. రిజర్వేషన్లు లేకుండా చేయడం, వృత్తులు లేకుండా పోవడం, భూములు లేకపోవడంతోపాటు రాజ్యం ముస్లింలను రెండవ తరగతి పౌరులుగా చూడడం ముస్లింల వెనుకబాటుకి బలమైన కారణాలు. ముస్లింలలోని ఛాందసత్వం కూడా ఒక కారణం. చాలామంది ముస్లిం మగవాళ్లు ఆడవాళ్లను బైటికి రానివ్వకపోవడం మరో బలమైన కారణం. ఇది విద్య, చైతన్యంతో ముడిపడివున్న అంశం. విద్యకు కారణం పేదరికం. -ఇవన్నీ కలిసి ముస్లింల బతుకులు ఇంత దుర్భరంగా తయారయ్యాయి. ఈ పరిస్థితి మారాలంటే ముస్లింలతోపాటు ప్రభుత్వాలు, సమాజమూ తమ వంతు ప్రయత్నాలు చేయాల్సిందే. ఒక అతిపెద్ద సమూహం వెనుకబడి ఉంటే దేశ పురోగతి కుంటుబడుతుంది కదా!"

23.11.2016 - **స్కైబాబ**

అధూరా జిందగీలతో

ఈ అధూరె కహానియాఁ కు పాత్రలైన

సుల్తానా.. జానిబేగం.. సల్మా.. జరీనా.. ఫాతిమా..

షాహీన్.. రుక్సానా.. ముంతాజ్ బేగం.. మున్నీ..

పర్వీన్.. నస్రీన్.. సాజిదా.. సైదాబేగం.. లకు...

తీర్...

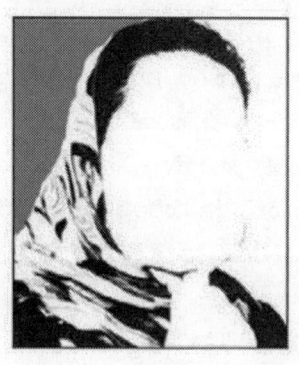

ఛోటీ బహెన్

'రోజు రోజు కూలి చేసుకొని బతికే లత్తిబ్బిని బుర్ఖా వెయ్యమని ఎవ్వరూ అడగరేంది భాయ్! షబానా ఆజ్మీనో, బెనజీర్ భుట్టోనో, కార్ల తిరిగే షమీనా ఆంటీనో గోషా పాటించమని ఎవరూ నిలదీయరెందుకు? నాలాంటోళ్లను మాత్రం అందరు ఒక్కటే ఎత్తి పొడుస్తుంటరు' అనడిగి ఒకనాడు నన్ను అతలాకుతలం చేసింది మా చిన్న చెల్లె జాని బేగం.

అప్పుడె నల్గొండ నుంచి ఒచ్చిన. బట్టలిడిచి లుంగీ కట్టుకొని ఇంటెనక మొఖం కడుక్కొని ఒచ్చిన. ఆయాల మా ఛోటే ఖాల్బా (చిన్న చిన్నాయన) ఎన్నెన్ని మాటలన్నడో ఏకరువు పెట్టుకుంట నా ఎనకనె ఇంటెనక్కు, మల్ల ఇంట్లకు వొచ్చింది జానిబేగం. తను మొదలు ఏసిన ప్రశ్నే మనసుల మెలి తిరుగుతుంటే దానికి జవాబ్‌లు సోంచాయించుకుంట మధ్య మధ్యల 'ఆయన కెందుకంట.., రివాజ్‌ల గురించి మనగ్గూడ తెలుసని చెప్పక పాయ్‌నవ్.. మునుపటి రోజులు కావని చెప్పాల్సుండె...' అంటుంటె మా జాని బేగం ఇంకా హుషార్‌గ తమ బహెజ్ గురించి చెప్పబట్టింది.

మా జాని బేగం తనకు నచ్చని దాన్ని దేన్నీ ఒప్పుకోదు. రాజీ పడదు. ఆ స్వభావంతోటే మా చుట్టాలందర్కి పడనిదయింది. యాడ గింత చాన్సు దొరికినా అందరూ ఎత్తిపొడిచెటోళ్ళే. వాళ్ళ మాటలకు మా అమ్మీ అబ్బాలు గూడ 'ఆడపిల్లంటె ఒద్దికగ ఉండాలనో, బుర్ఖా ఎయ్యకుండ బయటికెల్లొద్దనో ఊరకె అంటుండేది. మా అమ్మీ అబ్బా ఎన్నన్నా పట్టించుకోకపొయ్యేది జాని బేగం. మెల్లమెల్లగ ఆళ్ళు అనడం మానేసిన్రు. మా జాని బేగం ఇంటర్ సెకండియర్ కొచ్చింది.

ఇంకొక రోజు నల్గొండ నుంచి నేనింటికొచ్చేసరికి పెద్ద గొడవైతుంది ఇంట్ల. మా అమ్మీ పెద్దగ తిడుతుంది జాని బేగంని. జాని బేగం మద్యమద్యల ఊటగనే జవాబిస్తున్నది. దాంతో అమ్మి పెద్దగ మరింత అరుస్తున్నది. అమ్మి ఇంటి ముందల బియ్యం గాలిస్తుంటే, జాని బేగమేమో బల్లె పీట మీద పుస్తకం చేతిల పట్టుకొని కూసోనుంది.

'క్యా హువా? కైకు పుకార్లేతెహై' అన్న నేను.

'దేఖ్‌నా ఉనె.. ఎట్ల జవాబులిస్తుందో.. అరె, నేను నల్గొండ హోట్(అంగడి)కు పొయ్యొచ్చేసరికి అన్నమన్న వండి పెట్టొచ్చుగ.. అట్లనె కూసొనుంది. నేనెంతకని అన్నీ చేసి పెట్టాలె. ఏమన్న అంటె నేన్ సదువుకోవాలె అంటది. ఆగరాదు, వచ్చే సంవచ్చరం సదువు మాన్పించి ఇంట్ల కూసోబెట్టకపోతె సూడు, అప్పుడు ఇంట్ల పనంత ఎందుకు చెయ్యవో సూస్త...' అన్నది జాని బేగం దిక్కు మొహం తిప్పి, కటువుగ.

'నువ్వెవరు నా చదువు మాన్పిస్తానికి, నే నూర్కుంటనా - నాకు చదవాల నిపించిందాక చదువుతా-'

అమ్మ ఇంకేదో అనబోయింది.

'ఇగ పోనీరి. పనికి రాని విషయాల కాడ ఒకటే మొత్తుకుంటుంటరు' అమ్మితో అని లోపలికెళ్ళి 'అమ్మికి కోపమొచ్చినప్పుడు ఇంకా కోపం వచ్చేటట్లు జవాబు లిస్తవెందుకు.. ఊకోవచ్చుగ' అని చెల్లెతో అని బట్టలు మార్చుకుంటాన్కి పక్క అర్రలకు పొయ్న.

అట్ల మా అమ్మీ, మా జాని బేగం కొట్లాడుకోవడం మామూలైపొయ్యింది.

'మొండిది, అదేమనుకుంటే అదె చేస్తుంటది. నేనెంత అరిస్తె మాత్రం దాని చెవికెక్కుతదా?' అని అంటుండేది మా అమ్మి. మా తమ్మునితో గూడ ఒకటే గొడవ పడుతుండేది జాని బేగం. ఆన్తో ఏదన్న తేడా వొస్తె ఊకునేది గాదు. ఆనికి జాని బేగం వ్యవహారం అస్సలు నచ్చేది కాదు. మా ఇండ్లల్ల ఆడపిల్లలకు

తండ్రులే మొదటి విలన్లు. తర్వాత స్థానం అన్నలు-తమ్ముళ్లదే. తర్వాత చుట్టాలంతా ఆడపిల్లలకు హద్దులు చెప్పేటోల్లే...

మా జాని బేగం టెన్త్ ఫస్ట్ క్లాసుల పాసైనప్పుడు- 'ఇంక చదువుకొని ఏం చేసేదుంది. ఈ యేడు ఎటుబడి షాది చేసేదేనాయె' అని అబ్బా అమ్మీ, ముఖ్యంగ మా దగ్గరి చుట్టాలంత అనబట్టిన్రు.'లేదు, నేను చదువుకుంట' అని మా చెల్లె- మా చెల్లెకు నేనొక్కణ్ణె సపోర్టు. అమ్మికి, అబ్బకు ఎంత గనమో సమ్‌జాయించి చెప్పిన. 'మనిండ్లల్ల ఆడపిల్లలెవరూ చదువుకున్నోళ్ళే లేరు. ఏ ఒక్కరో టెన్త్ దాక వస్తె ఇట్ల మాన్పిస్తె ఎట్ల? మన జాని బేగం షానా క్లవరు. చదివిద్దాం అబ్బా.. ఇట్ల అందర్లాగ మనం గూడ మాన్పించేస్తే ఎట్ల చెప్పురి...' అని ఎంత గనమో అనంగ అనంగ ఆఖరికి 'సరె' అన్నరు. 'హమ్మయ్య' అనుకున్న. మా చెల్లె ఖుష్షయింది. ఆడికి మా అమ్మికి ఇంకొక డౌటొచ్చింది, 'మద్యల మంచి సంబందమేమన్న వొస్తే' అని - 'అయితెమాయె. అప్పుడు మాన్పిద్దాంలె' అనంటె ఊకుంది.

అట్లా ఇంటర్‌ల చేరిన మా జానిబేగం ఫస్టియరూ సెకండియరూ ఒక్క సబ్జెక్ట్ గూడ ఫెయిల్ కాకుండ పాసయ్యింది. నాకెంత సంతోషంగ ఉండెనో.. కని ఇంటర్ తర్వాతనె ఇంట్ల గొడవ షురువైంది. డిగ్రీల చేర్పిద్దామని నేనన్నప్పుడల్లా, నువ్వు సదివిస్తవా? తర్వాత షాది నువ్వే చేస్తవా? ఇప్పుడంటే దగ్గరి చుట్టాలంతా తలా కొంత సాయం చేస్తమంటున్నరు. ఇప్పుడు చెయ్యకుంటె తర్వాత మన వల్లయితదా?' అనబట్టిన్రు. ఇంకా నేనేం పని చేస్తనే లేననే ఎత్తిపొడుపు కూడ ఉందందుల. నేనేం చెయ్యలేక మజ్బూర్‌గ మిగిలిపోయిన. డిగ్రీకి అప్లై చేసే తారీఖు అయిపోవస్తూ ఉంటే ఎంతగనం తల్లడిల్లిపొయ్యిందో నా చెల్లె.. నాలో నేను అంతగనం కుమిలిపోయ్‌న.. చెల్లెతో చదువు విషయాలు మాట్లాడలేక తప్పించుకు తిరిగేటోన్ని. రోజు కాలేజుకు ఎళ్ళొచ్చె నా చెల్లె ఇంట్ల కట్టిపడేసినట్లు ఉంటె, పొద్దున నల్గొండ కొచ్చిన నేను మద్యానం అన్నానికి గూడ ఎల్లబుద్ది కాక తిరిగేది. రాత్రి ఎప్పుడో అంతా పండుకున్నంక పొయ్యేది. ఆ కొద్ది రోజులు నా మనసు పడ్డ కష్టం అంతా ఇంతా కాదు...

జాని బేగంని డిగ్రీలో చేరనివ్వక పోవడానికి కారణాలు శానానే ఉన్నయని సమజైంది నాకు. ఎదిగిన పిల్ల అట్ల ఒంటరిగ ఆరు కిలోమీటర్ల దూరంలున్న కాలేజుకు పోయి రావడమా? మరీ ముఖ్యమైంది, ఎవరెంత చెప్పినా బుర్ఖా ఎయ్యకపోవడం! ఒకపాలి ఓ మగ పోరగానితోటి మాట్లాడుకుంట మా

మామయ్యకు కన్పించిందంట.. తోటి ఆడపిల్లలతోని సినిమా హాల్లల్ల ఒకటి రెండుసార్లు కనిపించడం.. ఇట్లాంటివన్నీ మా వాళ్లకు పెద్ద అపచారాల్లా కన్పించడాన్ని వాళ్ల మాటల ద్వారా విన్నప్పుడు నాకు చికాకనిపించేది. ఐనా మౌనంగనె విని ఊరుకునేది. ఒక్కోపాలి 'అయితేంది?' అంటూ 'సిన్మాకెళ్తే తప్పేంది.. ఆడపిల్లలంటె కట్టి పడేసినట్లుండాల్నా ఇంట్ల? జమానా మారుతున్నది. మీ జమానల మీరెట్లుండెనో అట్లనె ఉండాల్నని చూస్తరేంది ఇంకా..' ఇట్లా ఏదో ఒకటి అంటుండేది. ఇగ దాంతో వాళ్లు నన్ను గూడ రెండు మాటలని.. 'అసలు నువ్వు జేబట్టే ఆ పిల్లట్లా ఖరాబైతుంది.. ఏమో మీ ఇష్టం, మాకేంది' అని పొయ్యేది.

ఎవరెన్నన్నా ఇంటర్ దాంక జాని బేగంకి నా సపోర్ట్ ఉండేది. దాంతో మరింత ధైర్యంగ తను అనుకున్నవి చేసేది. అప్పుడప్పుడు కాలేజు, ట్యుటోరియల్స్ తరఫున ఎక్స్‌కర్షన్‌కు ఎళ్లదానికైనా, మా చుట్టాలిండ్లకు పొయ్ రావాలనిపించినా నాతో చెప్పి, మా అమ్మీ అబ్బాకు చెప్పించి పొయ్యొచ్చేది. దోస్తుల పెళ్ళిళ్ళ కెళ్ళేది.

ఇంట్ల వంటపని ఎంతకూ చేసేది కాదు. అంట్ల గిన్నెలు మాత్రం తోమి, బోరింగు దగ్గర్నుంచి నీళ్ళు తెచ్చేది. అంతే.. ఇంకేమన్న అంటె 'నేను చదువుకోవాలె' అంటు మొండికేసేది.

'ఇప్పుడు వంట సరిగ్గా నేర్చుకోకపోతే రేపు అత్తగారింట్ల ఎట్ల వండుతవే?' అని మొత్తుకునేది మా అమ్మీ.

'అప్పుడు అదే వస్తది. దానికి ఇప్పట్నించే నేర్చుకోవాల్నా?' అనేది మా చెల్లె.

'చేసుకున్నోడు నాలుగు తన్ని ఎలగొడ్తడే!' అనేది అమ్మీ మళ్ళొకప్పుడు.

'ఆడు ఎల్లగొట్టడమేంది? మల్ల తన్ని నేనె ఎల్లొచ్చేస్తా!' అనేది.. అంతా నవ్వుకునేటోళ్లం.

మొత్తానికి డిగ్రీల చేర్పించకపొయ్యేసరికి మరింత 'మొండిగ' తయారైంది జాని బేగం. ఇంట్ల పని చెయ్యాలనిపిస్తే చేసేది, లేకుంటే లేదు. ఏం చెప్పినా వినకపొయ్యేది.. మౌనంగ ఉండేది. మా చిన్నమ్మోళ్ళ ఇండ్లకు పొయ్‌రావడమైనా, సినిమా కెళ్లడమైనా.. ఏదైనా తన ఇష్టమొచ్చినట్లు చెయ్యడం మొదలు పెట్టింది.

జాని బేగంకు సంబంధాలు చూడ్డం షురూ చేసిన్రు మావోళ్ళు. మొదట్లో సర్కారీ నౌకరీ ఉన్నోనికె ఇవ్వాల్నని అట్లాంటి సంబందాల్ని చూసిన్రు. ఎందుకంటే మా పెద్ద చెల్లెకె నౌకరీ లేనాయనకిచ్చి శానా పరేశాన్లు పడ్డరు. రెండో చెల్లెకన్నా ఏ పరేశాన్లు లేని ఇంటి కివ్వాల్నని వాళ్ల చింత. ఐదారు సంబందాలొచ్చి

పొయ్‌నయ్. ప్రతిసారి ఇంట్ల హడావుడి. జానిబేగంని దూలన్ లెక్క తయారు చెయ్యడం, చూపెట్టడం. తర్వాత వాళ్ళు అడిగిన దహెజ్ గురించి విని మావల్ల ఎంతైతదో చెప్పడం, ఆఖరికి ఆ సంబంధం వదులుకోవడం.. ఇట్లా చేసిచేసి ఆఖరికి మావోళ్లకు సమజయిందేంటంటె ఉద్యోగమున్నోన్ని దామాద్‌గ తెచ్చుకోలేమని..!

దాం తర్వాత ఇగ ఏదో ఒక పని చేస్కుంటున్న పిలగాడైతె చాలన్నట్లు చూడబట్టిన్రు. ఆ తర్వాత కూడా ఐదారు సంబందాలు కుదరకుండనె పొయ్‌నయ్. ఈ మధ్యల రెండేళ్లు గడిచిపొయ్‌నయ్.

అన్ని సంబందాలొచ్చి పొయ్‌నా ఒక్కటిగూడ కుదరకపోవడం, ఇంకా పెండ్లి కాలేదా, చెయ్యలేదా లాంటి ప్రశ్నలు ఎదుర్కొంటూ మా అమ్మీ అబ్బా బాగా నొచ్చుకున్నట్లనిపిచ్చేది. మా చిన్నమ్మలు, మామలు గూడ కొద్దిగ బేజారైనట్లే కనిపించేది.

ఆ మద్యకాలంల మా జానిబేగం అంతర్గత మధనం ప్రత్యక్షంగా చూస్తూ ఉండిపోయిన నేను. ఎంతగనమో అల్లరల్లరిగ ప్రతీది డిమాండ్ చేస్తూ కనిపించే జానిబేగం అన్నింటికీ సర్దుకుపోతుండడం, మా తమ్మునితో గొడవపడడం మానెయ్యడం, నాకది కావాలె, ఇది కావాలె అనడం మర్చేపోవడం చూస్తే బాదనిపించేది. మా అమ్మీతోనూ మాటామాటా అనడం మానేసి మౌనంగ పనిచేస్తుండడం చూస్తే మా అమ్మీ కూడా లోపల్లోపల బాధపడుతున్నట్లు అన్పిచ్చేది నాకు. ఇంకొక విషయం నన్నెంతో కుంగదీసేది, మొదట్ల 'నౌకరీ ఉన్నోన్నె చేస్కుంట, ఎందుకు చెయ్యరు, ఇల్లు రహను బెట్టయినా చెయ్యాలె' అంటుండే నా చెల్లె తర్వాత్తర్వాత అవన్నీ మానేసింది. 'షాదీ అయితే చాలు' అన్నంతగా ముడుచుకుపోయింది. మొహంలో ఏదో దిగులు కొట్టొచ్చినట్లు కన్పించేది..

ఒక్కోపాలి అన్పిచ్చేది నాకు, ఇల్లూ వగైరా అమ్మేసి వాళ్లు అడిగినంత దహెజ్ ఇచ్చి షాదీ చేసేస్తె బాగుండు అని. మా జాని బేగం అట్లా గొడవ చేస్తే బాగుండనిపిచ్చేది. కాని మా జానిబేగం ఇంటి పరిస్థితి నంతా తన మౌనంతోనే అర్థం చేసుకుంటున్నట్లనిపించేది. అదే మా చెల్లెను చదువుకోనిస్తే పరిస్థితి ఇట్లా తయారు కాకపొయ్యేది కదా అని ఒకటే బాధనిపిస్తుండేది నాకు...

అంతల ఒక రిష్తా పక్కా అయింది. ఒక డ్రైవర్ సంబంధం తీసుకొచ్చిన్రు మా చిన్నమ్మోళ్ళు. మేం అనుకున్నదానికన్నా కొంచెం ఎక్కువే జోడేకి రఖమ్, లేన్ దేన్‌కి ఒప్పుకోవాల్సి వొచ్చింది. పదిరోజుల్ల రసం (పూలు పండ్లు) అయ్‌పొయ్యింది.

తర్వాత నెల పదిహేను రోజులకే షాదీ తారీఖ్ ఖరారు చేసుకున్రు.

ఇక అక్కడ్నించి మా ఇంట్ల హడావుడి మొదలైంది. ఆ నెల పదిహేను రోజులు షాదీ పనుల్లోని మా ఇంట్ల అందరం బక్కచిక్కిపోయినం. మా అమ్మి పడ్డం కష్టం ఎంత చెప్పినా తక్కువే, మా మామల కాడికి, మా చిన్నమ్మల కాడికి, ఏ కొద్దిగ సాయం చేస్తమన్నోళ్ళందరి కాడికి తిరిగి తిరిగి కాళ్లు వాచిపొయ్యేది. మా అబ్బకు అంతగ ఈ వ్యవహారాలు తెలియవు. దాంతో మా అమ్మియే అన్ని చూసుకోవాల్సి వచ్చింది. దువ్వెన దగ్గర్నుంచి బట్టల దాకా కొనుక్కొస్తానికి మా చిన్నమ్మను ఎంటబెట్టుకొని హైదరాబాద్ పోయి చార్మినార్ కాడ అన్నీ కొనుక్కొచ్చింది. నేనేమో పైపై పనులన్నీ చూస్కుంట తిర్గిన.

మా చిన్నమామ పదివేలు జోడెకి రఖమ్ ఇచ్చిండు. షాది నాటికి మా పెద్ద మామలిద్దరు చెరో తులం బంగారం, ఒక చిన్నమ్మ అల్మారీ, ఇంకో చిన్నమ్మ మసేరీ పలంగ్, మా నానీమా కొన్ని నగదు పైసలు, మా అక్కయ్యలు తలా వెయ్యి రూపాలు, దగ్గరి చుట్టాలు ఫ్యానొకరు, చేతి గడియారమొకరు... ఇట్లా ఇప్పిచ్చిన్రు...

మా ఇండ్లల్ల గరీబుగ ఉన్నోళ్ళ బిడ్డల పెండ్లిళ్లకు చుట్టాలంతా ఇట్ల తలా ఏదో ఒక వస్తువు, లేదంటె పైసలన్న పెడుతుంటరు. మళ్ల ఆళ్ళ బిడ్డల పెండ్లిళ్లకు వీళ్ళు ఆ మందం పెడతరు.

షాదీ నాడు అంతా సందడి సందడి... చుట్టాలంతా దిగిన్రు. అందరు సందఖుల్ల నుంచి తీసిన కొత్త బట్టలేసుకొని హుషారుగ తిరుగుతుంటె చూడాలె... ఇంటి లోపలి గదులన్ని రంగు రంగుల తీరు తీర్ల పూలు ఏరుకొచ్చి పోసినట్లు ఆడవాళ్లతో నిండిపొయినయ్. షాదీ కోసం కొత్తగ ఏసిన మండువా బైట - ఏసిన రెండు టెంట్లూ అంతా రకరకాల బట్టలూ, లాల్చీ పైజమలు, టోపీలు... గాలికి ఊగుతున్న తోటలా ఉన్నది వాతావరణం. ఇంటెనక భాగంల ఏసిన టెంటు కింద లుంగీ బనీన్ల మీదున్న మా చిన్నాయనలు, మా మామలు పక్వాన్ (వంట)ల మునిగి ఉన్నరు.

అంత మంది చుట్టాలల్ల హుషారేదీ పట్టకుండ, ఎవరికీ ఏ లోటూ రానీయొద్దనే ధ్యాసతోని మా ఇంటోళ్లం మాత్రం పరేశాన్ పరేశాన్‌గ పనులల్ల తిరుగుతున్నం. అందంగ తయారు కావడం మీద గాని, బట్టల మీద గాని మాకు హోషే (ధ్యాసే) లేదు...

దూలేవాలే వచ్చిన్రనంగనే ఒక భయం... హడాహుడి... వాళ్ళకు టైంకు

ఏది అందకపొయ్‌నా, తక్కువబడ్డా- అదో పెద్ద తప్పైపోయి గడ్‌బడైపోతది. టైంకు అన్నీ అందివ్వాలె. పెండ్లికొడుకు తానం చేస్తాన్కి వేన్నీళ్ళు గూడ తీసుకుపోయి ఇచ్చి రావాలె. ఆఖరికి ఆళ్లు దుల్హా (పెండ్లికొడుకు) ను తయారు జేసుకొని వస్తుంటె ఎదురెళ్లాలె.

ఇక్కడ మా ఇంటి దగ్గర షామియానా లేసి, మసేరీపలంగ్ మీదికిస్తున్న తోషక్ (దూది పరుపు) దుల్హా, ఖాజీలు కూసుంటాన్కి పరిచి అందంగా తయారు చేసినం... ఇంట్ల ఆడవాళ్లంత దుల్హన్‌ను తయారు చేస్తున్నరు. ఓహ్ అదంతా ఒక యుద్ధ హడాహుడి...

నిఖా, దావత్ అయిపొయ్‌నయ్.

ఎక్కడి వాళ్లక్కడ ఆరాం చేసిన్రు. పొద్దు గూకంగ దుల్హా, దుల్హన్ ఒకరికొకర్ని చూపెట్టే జల్వా అయిపోంగనే ఇగ దుల్హేవాలే బయల్దేరే హడాహుడి చెయ్యబట్టిన్రు. లోపలి అర్రల మా జాని బేగం ఏడుపు బిగ్గరగ విన్పిస్తున్నది. నాకేదో ఉన్నకాడ కాలు నిలువకుంట అయి అటు ఇటు తిరుగుతున్న. ఆఖరికి ఉండబట్టలేక చెల్లె ఉన్న అర్రలకు పొయ్‌న. నన్ను చూడంగనె మా చెల్లె కదిలిపొయ్యింది. నేను చెల్లె దగ్గర కూలబడి చెల్లెను గుండెలకు హత్తుకున్న, దుక్కం ఆపుకోలేకపొయ్‌న. మా చెల్లె 'మేరే భయ్యా... మేరే బాబ్భాయ్...' అంటూ పెద్ద పెట్టున ఏడస్తున్నది. మా భాయ్ బహెన్‌లను చూసి మా అమ్మి, నానిమా, పెద్ద చెల్లె, మామిజాన్‌లు, ఖాలాలు, చిచానీలు, చుట్టాలంతా కళ్లనీళ్ళు పెట్టుకున్నరు. అంతల దూరపు మామి ఒకామె 'ఓ పిలగా! నవ్వు అట్లేడిస్తె ఎట్ల? చెల్లె ఇంకా గుండె బగులుతది...లే' అనుకుంట నా జబ్బ పట్టి లేపబోయింది. నేను విదుల్చుకున్న... మేమట్ల ఏడుస్తుంటే ఇల్లంతా ఏడుపులతో దద్దరిల్లిపొయింది., ఎందరు ఓదార్చబోయినా ఆగక గుండెలవిసేలా ఏడుస్తున్నం. ఇది గమనించి బైట ఎవరో అంటె, మా నడిపి మామ లోపలికొచ్చి -

'ఓ బచ్చే! ఆడపిల్లలెక్క అట్ల ఏడుస్తున్నవేంది. లే.... బైటికి పా నువ్వు. బైట శానా పనుందింక. ఆ సామానంతా సర్వీసులకు ఎక్కియ్యాలె, నడువ్...' అనుకుంట బైటికి లాక్కుపొయ్యినంత పని జేసిండు.

ఇగ అక్కడ్నించి సామానంత దూలేవాలె చూసుకొని, బస్ సర్వీసు పైకి కొంత, లోపల్కి కొంత ఎక్కించిందాన్క మా చెల్లె ఇంట్ల ఒక్కొక్కర్ని పట్టుకొని ఏడుస్తనె ఉంది. సామాను ఎక్కియ్యడంల సాయపడ్తున్ననన్న మాటే గాని చెల్లె ఎళ్ళిపోతుందని తలపుకొచ్చినప్పుడల్లా నా కళ్ళు ఉబుకుతున్నయ్...

చీకటి పడ్డది, లైట్లు ఎలిగినయ్, కాని మా ఇంటోళ్ళ ఒంట్లోని జీవకణాలన్ని ఒక్కటొక్కటిగ ఆరిపోతున్నట్లనిపించింది. చెల్లెను మెల్లగ సర్వీసు దగ్గర్కి నడిపించుకుంట తీసుకొస్తున్నరు. ఒక్కొక్కర్కి ఏడ్పుతో వీడ్కోలు చెబుతున్నది చెల్లె. మద్యల, అంతసేపు దూరం దూరంగ మనసు ఉగ్గబట్టుకొని తిరగాడిన మా అబ్బా చెల్లె దగ్గరకి రాంగనే కదిలిపోయిండు. మా అబ్బాని హత్తుకొని మరింత ఏడ్చింది చెల్లె. మా అబ్బా కూడ ఏడుస్తున్నడు, మేమింతింత పెద్దగయినం గనీ మా అబ్బా ఏడ్వంగ ఎన్నడూ చూడలె.

దూలెవాలె తరపోకాయన చికాగ్గా 'జల్ది నడిపించాలె, మల్ల మాకు లేటైపోతది' అన్నడు. మా అబ్బాను వదిల్చి ముందుకు కదిల్చిన్రు చెల్లెను. అందరు ఏడుస్తున్నరు. చిన్న పిల్లలంతా గూడ ఒకటే ఏడుస్తున్నరు. ఇంటి సుట్టుపక్కటోల్లు, ఊరోళ్ళు కొంతమంది కళ్ల నీళ్లు పెట్టుకుంటున్నరు.

మా అమ్మీ ఐతే శవమైపొయ్యింది, ఏడ్చి ఏడ్చి కళ్ళు పీక్కుపోయి ముఖం వాడిపొయ్యింది. చేత్తో కొంగును నోటికడ్డం పెట్టుకొని నడవలేకపోతుంటే మా మామి ఒకామె అమ్మిని పట్టుకొని నడుస్తున్నది.

చెల్లె సర్వీసు మెట్టు ఎక్కబోతున్న ఘడియల అక్కడి వాతావరణమంతా బీభత్సంగ తయారయ్యింది...

ఆ ఏడ్పులు... ఓదార్పులు... జాగ్రత్తలు... హామీల నడుమ కదల్లేక, కదల రాక, అందర్నీ జరుపుకుంట భారంగ కదిలి ఎళ్లిపొయింది సర్వీసు...

ఆ రాత్రి ఎంతకూ నిద్ర పడ్తలేదు నాకు. పండుకుంటాన్కి జాగా లేక కిరాయికి తెచ్చిన రెండు టేబుళ్ళు దగ్గర్గ అనుకొని పండుకున్న. కింద ఏసుకుంటాన్కి, తల కిందకు, కప్పుకుంటాన్కి ఏమీ లెవ్వు. అటు మళ్ళి చూసినా ఇటు మళ్ళినా నిద్ర పడ్తలేదు. ఏడుస్తున్న చెల్లె రూపమె కదుల్తున్నది కళ్ళల్ల... చెల్లె ఎళ్ళిపోయింది.... నేనెత్తుకొని ఆడించిన నా చిన్న చెల్లె... నా మాటల్నీ, నా చేతల్నీ ఎప్పుడూ సపోర్టు చేస్తుండే 'నా చెల్లె'.... ఇంట్ల సందడి సందడిగ తిరగాడె చెల్లె... రేపట్నుంచి ఇల్లు మూగబోదూ... అత్తగారింట్ల ఎన్ని గొడవలు పడతదో... భాయ్‌జాన్ (బావ) చెల్లెని మంచిగ చూస్తడో లేదో... చూడ్డాన్కి మంచోనిగనె అన్పిస్తున్నడు, గని మనసెలాంటిదో ఏమో... అసలు చెల్లెకు భాయిజాన్ నచ్చుతడా?! షాదికి ముందు కనీసం ఒకర్నొకరు చూసుకోనియ్యకపోవడం ఏం బాగలె, ప్చ్... అసహనంగా టేబుళ్ల మీద కదిలిన. ఎక్కడి వాళ్లక్కడ నిద్రపోతున్నరు. బల్లె పీట మీద ఒరిగిన అబ్బా లేచి కూర్చొని సిగరెట్ వెలిగిచ్చిండు. ఆ ఆవరణంతా

స్మశానంలా తోస్తున్నది నాకు. ఆ స్మశాన నిశ్శబ్దంలోంచి సన్నగా అమ్మీ ఏడుపు విన్పిస్తున్నది...

***

రెండో రోజు వలీమా. ఎంతమంది వస్తరని దూలెవాలె అడిగితె యాభైమందిమి వస్తమని మావోళ్లు చెప్పిన్రట. మజ్యానానికి బయలెల్లివెళ్తెనే చీకటి పడేసరికి మా చెల్లె అత్తగారోళ్లూరు చేరుకోవచ్చు.

పొద్దున మొఖాలు కడిగి చాయిలు తాగి ఇంకొంచెం సేపట్కి రాత్రి దావత్‌ల మిగిలిన బగార అన్నం, 'దాల్చ'తోని అంతా తిన్నరు. ఇగ వాపస్ చెస్తాన్కి వంట చేసిన దేగిసలు, బగోనాలు వగారా అన్నీ కడగడం ఒకవైపు, టెంట్లు విప్పడం మరోవైపు ఐతున్నయ్.

అంతల్నె బావ బామ్మర్దుల, బావమరదళ్ళ వరసున్న వాళ్ళు 'చౌథీ' ఆడటం షురూ ఐంది. ఓఫ్.... నీల్లు గుప్పడం. మసి పూయడం, బురదల దొర్లించడం, ఉరుకులు పరుగులు.... గడ్‌బడ్ గడ్‌బడై పొయ్యింది ఇంటిముందలి వాతావరణమంతా....

మడత కుర్చీలు లెక్కబెడుతూ ఒక పక్కన పెట్టిస్తున్న నన్ను మా బావ ఎనక నుంచి వచ్చి అమాంతం ఎత్తుకుపోయి గాబుల ముంచిండు. మా తమ్ముడు ఉరుకొచ్చి మా బావ మొకం నిండ పెంక మసి పూసిండు. ఇటు మా అమ్మ - ఆమె మరదళ్లు ఆడుతున్నరు. మా మామలు మా నాయ్నను రంగు రంగు చేసిన్రు. మా చిన్నమ్మల భర్తలు మా నాయ్నకు తోడు కలిసి మా మామల్ని ఉరికించిన్రు. మద్యాన్నం దాంక ఇంటి ముందంతా ఒకటే గడ్‌బడ్... నవ్వులు, అరుపులు, జోకులు....

టెంట్ సామాన్, వంట సామాన్ అంతా వాపస్ చెయ్యడం చిల్లమల్లర పనులు షానా ఉండేసరికి నాకు వలీమా కెల్లడం కుదరలేదు. నేను రాకపోతుండేసరికి నా దోస్తులు కొంతమంది మానుకున్నరు. అప్పటికి కొందర్ని ఎళ్లిరమ్మని పంపించిన. ఆళ్లు నారాజ్ గనే పొయ్యిన్రు.

టాక్టర్ కట్టుకొని ఎళ్లిన మావోళ్లు రాత్రి ఒంటి గంట దాటినంక గని రాలె. చెల్లె బావ ఆళ్ళెంట రాలె. ఫస్టు జుమ్మాగి అయ్‌పొయ్‌నంక పంపిస్తమన్నరంట. చెల్లె నన్ను బాగ అడిగిందని, నేను రాలేదని ఏడ్చిందని చెప్పిన్రంత. అసలు ఈళ్ళు పోంగనె 'బాబ్భాయ్ కాఁ? బాబ్భాయ్ నయ్ ఆయ్?' అని ఒకటే అడిగిందట. నాకు షానా దుక్కమనిపించింది...

ఆ ఆర్రోజులు చెల్లె బాగ గుర్తొచ్చింది. జుమ్మా రోజు నాకు తెల్వకుంటనె ఆత్రమాత్రంగ తయారై చెల్లె వాల్ల ఊరికి బయల్దేరిన.

ఆళ్ల ఊరికి పొద్దునొకటి, పొద్దు గూకాలొకటి రెండే బస్సులు. నేను బోయింది పొద్దుటి బస్సుకె. ఆళ్ళూర్ల దిగి మా బావ పేరు, ఆళ్ళ నాయ్నపేరు అడుక్కుంట నాలుగైదు సందులు తిరిగి ఆల్లింటికి చేరిన.

బైటి తలుపు దగ్గర్కేసి ఉంది. తోసుకొని లోపలి కడుగు పెట్టిన. లోపల శాన ఖుల్ల జాగ ఉన్నది. నాకు మొట్టమొదలు కనిపించింది మా చెల్లెనె. తలుపుకు ఎండంపక్క గవాషి కాడ గంపెడు అంట్ల గిన్నెలేసుకొని తోముతున్నది. మా ఇంట్ల మా చెల్లె ఒక్కపాలె అన్ని గిన్నెలు ముందలేసుకొని తోమడం నేను ఎన్నడూ చూడలె.. అదిగాక పెండ్లికళ గూడ పోకముందే! నేనట్లనె నిలబడిపొయ్న.

తలుపు సప్పుడ్రుకు ఎన్కకు మల్లి చూసిన చెల్లె 'సలామలైకుమ్ బాబ్భాయ్' అంటు చేతులు గూడ కడుక్కోకుండనె నా దగ్గర్కి ఉరుకొచ్చింది. 'ఎట్లున్నవ్ రా' అనుకుంట చెల్లె తల నిమిరిన. షానా బాధేసింది నాకు. చెల్లె కళ్లల్ల నీళ్ళూరినయ్...

భాయ్‌జాన్ ఏడని అడిగిన. ఊర్లకెల్లిండని చెప్పింది చెల్లె.

అంతల్నె లోపలి అర్రల్నుంచి చెల్లె అత్త బైటికొచ్చింది. సలామ్ చెప్పుకుంట అటు కదిల్న. చెల్లె జల్ది జల్ది సాయ్‌మాన్లకెల్లి గోడకు నిలబెట్టి ఉన్న నులకమంచం ఏసింది. ఫుప్పమ్మ (అత్త) బాగోగులు అడుగుతుంటె చెప్పుకుంట మంచంల కూసున్న ఎడంపక్క అర్రల్నుంచి చెల్లె మామ, ఆడిబిడ్డలు ఇంక కొందరు సుట్టాలు బైటికొచ్చిన్రు. అందరికి సలామ్ చెప్పిన. ఆళ్లు అడిగిందానికల్లా జవాబు చెప్తున్న నవ్వు ముఖం తోటి. చెల్లి నా పక్కనె నిలబడింది. కొంచెమాగి, 'మూ హాత్ ధోలెవ్ బా' అన్నడు ఫుప్ప (మామ). నేను లేషిన. చెల్లె లోపలికెల్లి తువాల, సబ్బు తెచ్చింది. గవాషి కాడ మొహం కాల్లు చేతులు కడుక్కొని వచ్చిన. చెల్లె మంచినీల్లు తెచ్చినంతల 'ఇదర్ ఆవ్ బా' అర్రలకు పిలిచింది ఫుప్పమ్మ. ఎందుకో సమజ్ కాకున్నా ఎల్లిన. ఆ అర్ర దాటుకొని అవతలకి పొయ్యిన. దాన్ని ఆనుకొని కొద్ది గెత్తుమీద హమామ్ ఉన్నది. హమామ్ ఓపెన్ అర్రలాగుండి దానిమీదికి మల్లెతీగ గుబురుగ పాకి అందంగ, నీడ పడుతున్నది. పొయ్యి అర్రమీద కమ్మల కప్పు అటుబైటి సందులకు దించి ఉన్నది. దాంతో అవతలి పక్క త్రికోనాకారంల గోడలేకుండ ఖాళీగ ఉండి మంచి వెల్తురు పడ్తున్నది. ఆ గోడకె పొయ్యున్నది నాకు శానా బాగనిపించింది, అట్ల ఉండడం.

ఆ పొయ్యర్రల సాప ఏసి ఉన్నది. పక్కన పెద్ద లొట్టిల కల్లు. ఇంకొక ఖాళీ

లొట్టిగూడ ఉన్నది. అప్పుడర్థమైంది నాకు, అంతకుముందు లోపలాళ్లంత ఏం జేస్తున్నరో... కూసోమన్నది ఫుప్పమ్మ. పొయ్ మీది ముంతల్నుంచి ఉల్వ గుగ్గిల్లు ఒక గిన్నెల ఏసి నా దగ్గర పెట్టింది. ఫుప్ప లోపలికొచ్చి నా పక్కన కూసొని స్టీలు గిలాస్‌ల కల్లొంపి ఇచ్చిండు. తాగిన. మంచి కల్లు. ఇంకో గిలాస తాగి, మల్ల ఒంపబోతె జర ఆగి తాగుతనని చెప్పి, గుగ్గిల్లు తీసుకున్న. కారం ఉప్పు కలిపి మస్తు రుచిగున్నయ్.

ఫుప్పా ఫుప్పమ్మ అదో ఇదో అడుగుతు మాట్లాడుతున్నరు. చెల్లె ఒచ్చి 'అమ్మి కైసె హై బాబ్భాయ్' అన్నది. 'బాగనె ఉన్న' దన్న. పక్కన కూసుందువు రమ్మంటె ఒస్తలె. ఆళ్లత్త కూసొ మన్నంక కూసుంది. చెల్లె ఒద్దంటున్నా ఫుప్ప ఒక గిలాసు కల్లు చెల్లెగ్గూడ ఒంపి ఇచ్చిండు. కష్టంగ రెండుసార్లకు తాగింది. 'కొద్దిసేపుండి లేషి ఎళ్ళిపొయింది. నేను శానాసేపే కూసొని మాట్లాడుకుంట ఇంకో నాలుగ్లాసులు తాగిన. ఆణ్నుంచి లేసినంక జుమ్మాగికి చేసే 'ఖిచిడీ-ఖట్ట' పాపడ్ తోని తిని కీర్ తాగిన, సాయమాన్ల నులక మంచంల పండుకున్న.

పొద్దుగూకాల మెలకువచ్చేసరికి భాయ్ జాన్ వొచ్చి ఉన్నడు. ఊర్లకు తీసుకుపొయ్యిండు. అల్ల దోస్తులను ములాఖత్ చేసిండు. అంతా కొద్దోగొప్పో చదివి ఎవసాయం చేసుకుంటున్నోళ్లు. కొద్దిసేపు మాట్లాడినంక ఒక గౌండ్లింటికి తీసుకెళ్ళిన్రు. మాతో వొచ్చిన భాయ్‌జాన్ దోస్తులిద్దరు, మా ఇద్దర్కి కలిపి ముందు పన్నెండు షేర్ల లొట్టి తీసుకుండు భాయ్‌జాన్. భాయ్‌జాన్ దోస్తులిద్దర్ల ఒకాయన సూదరాయనని, ఇంకొకతను మాదిగాయన అని మాటల్ని బట్టి అర్థమైంది.

మా ఇద్దర్కి ఉన్న రెండు గ్లాసులిచ్చి ఆళ్ళిద్దర్కి మోదుగాకుల్ల కల్లొంపుతున్నడు గౌండ్లాయన, నేను సదువుకున్నోన్నని ఎర్రబుర్ర గుండి పాంట్ షట్ ఏసేటోనన్ని షానా విలువిచ్చి మాట్లాడుతున్నట్లనిపిచ్చింది ఆళ్లంత. తాగే అలవాటు ఎక్కువగ లేక నేను తక్కువే తాగిన. ఆళ్ళు మాత్రం మల్లొక నాలుగు షేర్ల లొట్టి తీసుకున్నరు.

బాగ చీకటి బడ్డంక ఇంటికొచ్చినం. చెల్లె బాట చూస్తున్నది. నాటుకోడి కూరతోని అందరం అన్నం తిన్నం. నేను సాయమాన్లనె పండుకుంటనంటె అక్కణ్ణె పక్కేసిన్రు. ఫుప్పా, ఫుప్పమ్మ, చెల్లె ఆడిబిడ్డలు, చుట్టాలు, పిల్లలు, నన్ను కొంచెం డిస్టర్బ్ చేసిన ఆ చుట్టాల్లోని ఒక అందమైన పిల్ల- అంతా వసారాల పండుకున్నరు.

చెల్లె నా మంచం కింద చెంబుల నీళ్ళు తెచ్చిపెట్టింది. 'ఇంకేమన్నా కావాలంటె అడుగు బాబ్భాయ్' అని కొద్దిసేపు మాట్లాడి లోపలికెళ్ళింది గని చెల్లె మనసంత నా చుట్టె తిరుగుతుంటదని నాకు తెలుసు. నేన్ యాడికీ పొయ్యేటోన్ని కాదని,

యాడికన్నా పొయ్‌నా రాత్రి అస్సలు ఉండనని చెల్లెకి తెలుసు.

ఆలోచించుకుంట ఒరిగిన. సగం సాయ్‌మాన్ కిందికి సగం బైటికి ఉన్నది మంచం.

ఆకాశం చంద్రుని వెలుగు, చుక్కలు కొత్త వాతావరనంల కొత్తగనిపిస్తున్నయ్. బైట ఎనుగెంట ఉన్న యాప చెట్లు గాలికి కమ్మని సప్పుడు చేస్తున్నయ్. ఆ పల్లెటూరి గాలికి, కల్లు మత్తుకి మెత్తగ నిద్రలోకి ఒరిగిపొయ్‌న.

పొద్దున లేషేసరికి చెల్లె వాకిలి ఊకుతున్నది. షానా పెద్ద ఆకిలి. అదంతా ఊకి మల్ల లోపలున్న ఖాళీ జాగా అంతా ఊకింది. నేను బైటికి వొచ్చి నిలబడి యాపచెట్ల దిక్కు చూస్తున్న పుల్లకోసం. అంతల్నె బాయికాడికెల్లి వొచ్చిన ఫుప్ప నోట్ల యాప పుల్లేసుకొనిచ్చి చేతిలున్న రొండు పుల్లలు నాకెల్లి సాపిండు. మోతాదుది తీసుకొని ఏసుకున్న.

మొకం కడుక్కొని అన్నం గిట్ల తిన్నం. జల్ది జల్ది పనంత ముగించుకొని మా చెల్లె తయారై పొయ్యింది. భాయ్‌జాన్ని తొందరపెట్టడం నాకు విన్పిస్తనె ఉన్నది. సూట్‌కేసు, ఒక బ్యాగు తెచ్చి సాయ్‌మాన్‌ల పెట్టింది. భాయ్‌జాన్ కొత్త ప్యాంట్ షట్ తొడుక్కుని ఒచ్చిండు. నేను సూట్‌కేస్ తీసుకున్న చెల్లె కొత్త చీరల నిండుగ అన్పిస్తున్నది. భాయ్‌జాన్ పట్టుకున్న బ్యాగ్‌ల ఏందో తీసుకొచ్చి పెట్టి మల్లా లోపల్కి పొయ్యింది. నేను ఫుప్పమ్మకు, ఫుప్పకు పొయ్యొస్తనని చెప్పిన. మేం గూడ బస్సుదాంక వొస్తున్నమన్నరు. మిగతా ఆల్లందర్కి చెప్పి కదిలిన. ఆ- నన్ను డిస్టబ్ చేసిన చుట్టాల పిల్ల చూపు, అందమైన నవ్వు మనసుల ముద్రించుకు పొయ్‌నయ్.

'బస్సు సప్పుడైతున్నంట్లుంది తొందర్గ రా జానిబేగం' అన్నడు భాయ్‌జాన్. పొద్దుటి బస్సెల్లిపోతె మల్ల నాలుగ్గంటలకె ఇగ. ఆ భయమయ్యి చెల్లె ఎందుకు లేట్ చేస్తుందా అన్న విసుగుతోని నేను ఎనక్కు మల్లిన. చెల్లె బైటికొచ్చింది. నేనేం చూస్తున్ననో నాకర్థం కాలె. అట్లనె నిలబడిపొయ్‌న. నిండు బుర్ఖాలో మా చెల్లె...! ఆ బుర్ఖా వెయ్యనంటె వెయ్యననే కదా నా చెల్లె దాదాపు పదేళ్ళు అన్నన్ని తిట్లు తిన్నది... నా కళ్లల్ల నీళ్ళు గిర్రున సుడులు తిరుగుతున్నయ్... నేనేం ఆలోచిస్తున్ననో సమజైన నా చెల్లె కళ్ళపొంట నా రూపం బొటబొటా రాలుతున్నది!

*

16-07-2000, ఆదివారం ఆంధ్రజ్యోతి

2004, 'వతన్' ముస్లిం కథలు

నవతరం తెలుగు కథ

మొహబ్బత్ 1424 హిజ్రి

అయాల సైబర్ కేఫ్‌ల హుషార్‌గ 'అవీయివీ' చూసినంక చాట్ ఓపన్ చేసిన. అయాల్టికి ముందు రొండుసార్లు మాట్లాడిన వాసును పల్కరిద్దామని పేర్లను ఉరికిస్తున్న. ఝట్‌న ఒకతాన రుకాయించి ఎన్కకు కొన్ని పేర్లు పోనిచ్చిన–'సుల్తానా!' పరేశానయిన. చాట్‌ల ఒక ముస్లిం ఆడ పేరా!? వాహ్! ఎండాకాలం ఆకాశంల ఒక మబ్బుతున్క!

క్లిక్ చేసిన. Assalamalaikum! mera naam Shafi. Kya aap mujhse dostaana karoge? అని కొట్టిన.

నో రెస్పాన్స్. ఏం చెయ్యాలె? మనసు కొద్దిగ ముడుచుకుపొయింది. వేరే కొన్నిపేర్లు క్లిక్ చేస్కుంట కొద్దిసేపు గడిపిన. ఆడపిల్లల పేర్లనుకొని మాట్లాడదామంటే నా పేరు చూసి ఎవరూ రెస్పాన్స్ ఇస్తలేరనిపించింది. ఎక్కువ శాతం ఆడపిల్లల పేర్లు ఆఖరికి మగపోరగాల్లేనని అర్థమయ్యి అనవసరంగ టైం వేస్తనిపించింది. మజ్జెమజ్జెల సుల్తానా గురించి చూస్తనే ఉన్న. అంతల్నె Sulthana left the room అని పడింది. అరెరె! నేను క్లిక్ చేసే టైంకి సుల్తానా ఎల్లిపొయ్యే మూడ్‌ల ఉన్నట్లుందని సమజై మనసు ఖరాబైంది. ఆ ఇరవై రూపాల గంటదాకా మల్లా అవీఇవీ చూసేసి బైటికొచ్చిన.

రొండోరోజు మల్ల ఆ టైంకు కొద్దిగ ముందే కేవలం సుల్తానా కోసమే కేఫ్‌కు పొయ్‌న. పోంగనె ముందుగాల చాట్ ఓపన్ చేసేసి తిరిగి అదే రూంలకెల్లి 'ఎస్'ల చూసిన. యాహూ... సుల్తానా ఈజ్ దేర్! క్లిక్ చేసిన. తిరిగి నిన్నటి వాక్యమే కొట్టిన. కొద్దిసేపు టెన్షన్... ఆ బాక్సుల సుల్తానా ఆన్సర్ ఇస్తున్నట్లు పడేసరికి యమ ఖుషీ అనిపించింది. జవాబ్ పడింది. 'అస్సలామలైకుమ్! మేరా నామ్ సుల్తానా అంజుమ్.

ఆప్‌కి దోస్త్ బన్నేమే ముఝే కుచ్ ఎయితెరాజ్ నహీఁ హై. ఆప్‌కే బారేమే ఔర్‌కుచ్ బతాయియే...' ఓహ్! ఎక్కడ్లేని సంబరమైంది. ఇగ అయాల అన్నంమీద నీల్లమీద ద్యాసుంటె ఒట్టు.

అయాలట్నించి షురూ... ఎంతగనమో కష్టపడి ఎక్వసార్లు 4 టు 5 టైంకు కేఫ్‌కు పోబట్టిన. పొయ్‌నకాడ్నించి సుల్తానాతోటి మాట్లాడ్తమె సరిపొయ్యేది. పోలేకపొయ్‌న తెల్లారి ఎందుకు రాలేదని అడిగేది సుల్తానా. పైసల్లేక అని చెప్పబుద్ధికాక ఏదో పనిబడ్డట్టు చెప్పేది. తర్వాతి నెలనుంచి ఫాయ్‌దా లేదని కష్టపడి మంత్లీ మాట్లాడుకున్న. ఇగ రోజు పోబట్టిన.

చిన్నచిన్నగ మా మాటల్ల దగ్గరితనం పెరిగింది. ఒక్కరోజుగుడ మాట్లాడుకోకుంట ఉండలేకపోతున్నం ఇద్దరం. అదే విషయం ఒకరికొకరం చెప్పుకున్నం. ఎవరన్న రాకపోతె రొండోరోజు అలగడాలు... సమ్‌జాయింపులు... వగైరా.. వగైరా...

ఒకరోజు ఇగ ఉండబట్లేక 'నిన్ను చూడాలన్పిస్తుంది సుల్తానా. మనం ఎక్కడన్న కలుద్దామా' అన్న. ఇప్పుడు కలవడం కుదరదన్నది. ఎందుకంటె చెప్పదు...! కనీసం మీ ఊరేదో, మీ అబ్బా పేరేందోనన్న చెప్పరాదు, నా కష్టాలేవో నేను పడ్తనన్న. ఊహుఁ. సస్తె చెప్పనన్నది...

సుల్తానా షానా హుషారు. ఒక్కోపాలి యమ ఇరకటంల పెట్టేది. అడగకనె అన్నీ తెల్సుకునీది. చెప్పకనె అన్నీ చెప్పేది. అబ్బో! ఒక్కోపాలి చంపేసేది. ఒకపాలి మాటల్లపెట్టి టకటక కొశ్చన్‌లు అడుక్కుంట మా ఊరిపేరు నేను చెప్పేసేటట్లు చేసింది. అంతదాంక తను వాళ్ల ఊరేదో చెప్పలె. నువ్వు చెప్పినప్పుడె నేన్‌గుడ చెప్తననుకుంట వస్తున్న నేను.

'మీ చెల్లెండ్లను చదివిస్తున్నవా?' అనడిగిందొకసారి. ఒకామె చదువుతలె, ఇంకొకామె చదువుతుందని చెప్పిన. 'ఓహో నీ కిద్దరు చెల్లెండ్లా, మరె ఒకామెను ఎందుకు చదివిస్తలేరు' అనుకుంట మళ్లా....

'...ఏఁ! నిన్నింట్ల ఎక్వ మాట్లాడనియ్యరా?' అనడిగిన నేనోపాలి.

'మా ఇంట్ల నేనే ఎక్వ మాట్లాడ్త. మా చెల్లె అస్సలు మాట్లాడదు' అన్నది.

'ఆహాఁ! ఐతె నాకొక మర్దల్ గుడ ఉన్నదన్నమాట' అన్న.

'ఏయ్! హద్దులు మీరుతున్న'వన్నది.

'మాఫ్‌కర్నా! మీ చెల్లెల్ని యాద్ చేసిన్నని చెప్పు. షానా చిన్నదైతె ముద్దులు చెప్పు' అన్న. మల్లా గొడవ. ఆ చెల్లెలి పేరడిగితె గుడ చెప్పలె.

మా దాది చచ్చిపోతె నేనొక మూఁడ్రోజులు పోలె. నాలుగోరోజు పోయి చూస్తె, మూఁడ్రోజులు ఎందుకు రాలె? అనే క్వశ్చన్ కొట్టి అలిగి కూసున్నది. మా దాదీ

చచ్చిపోయింది, అస్సలు ఇటుదిక్కు వస్తాన్కి కుదర్లే అని ఎన్ని తీర్లుగ చెప్పినా వినదే!

'ఒక్కపాలి ఒచ్చి చెప్పిపోతె ఏం పొయ్యింది. మూడురోజులు ఎంత పరేశానయ్యిన్నో తెల్సా. రాత్రిళ్లు నిద్ర గుడ పట్టలె. ఇంత ఎదురుచూస్తనని తెల్సిగుడ నువ్వు ఇట్ల చేస్తవ... ఏంది, అట్ల బేచైన్ బేచైన్‌గుంటున్నవ్ అని మా అమ్మీ ఒకటే మొత్తుకున్నది. మా అబ్బా కాలేజ్ మానెయ్యమన్నడు తెల్సా! కాలేజ్ మానేస్తే ఇంకేమన్న ఉందా, మళ్లా నీతోటి మాట్లాడలేను...'

'ఓహో! నువ్వు కాలేజ్ చేస్తున్నవా?' అన్న మద్యల నేను.

'చాల్లే. ఇంతదాంక సమజే కానట్లు. కాలేజ్ చెయ్యకపోతె రోజు ఈ కేఫ్‌కు ఎట్ల వస్త. అసలు నువ్వు మొద్దు. బుద్దు. ...' ఒకటె తిట్లు... నేనేదొ మాట్లాడించబొయ్న.

'నువ్వేదొ నన్ను మాటల్ల పెడితె అలక మర్శిపోత ననుకుంటున్నవేమొ, ఈ రోజింక నీతొ ఏం మాట్లాడను. నువ్వే మాట్లాడాలె' అని సప్పుడు జెయ్యకుంట కూసున్నది.

ఇగ ఆ ముప్పావుగంటసేపు నేనే మాట్లాడిన. సుల్తానా అస్సలు మాట్లాడలె. ఆఖరికి లేషిపొయ్యేటప్పుడు 'ఖుదా హాఫీజ్' కొట్టింది. నాకు తిక్క లేషింది. రొండోరోజు నేను 'అస్సలామలైకుమ్' కొట్టి ఒక పావుగంట ఏడ్పించిన.

ఇట్ల మొత్తాన్కి మూణ్నెల్లు గడిచిపొయ్నయ్. మద్యమద్యల నా గురించి షానా విషయాలె చెప్పినగని సుల్తానా గురించే ఎక్కువేం రాబట్లేకపొయ్న. మొదట్ల వాళ్ల ఫ్రెండ్ భవాని బలవంతంమీద ఇష్టంలేకుంటనె కేఫ్‌కొచ్చిన సుల్తానాను చూసి ఇప్పుడు భవానే పరేశానయితుందని చెప్పింది. ఇంక షానాషానా ముచ్చెట్లు చెప్పేది....

ఒకరోజు అనుకోకుంట కొన్ని సవాల్లు అడుగుత చెప్పు అన్నది. అడుగు అన్న.

'1. లేన్‌దేన్ తీసుకుంటవా?'

'ఊఁ.. మీ అబ్బా ఇవ్వగలిగితె తీసెకుంటెనె బెటర్'

'అగో, హద్దులు దాటుతున్నవ్. నన్ను చేస్కుంటవా అని నేన్నిన్ను అడగలె. గుర్తుంచుకో. 2. మీ బీవీని నౌక్‌రీ చెయ్యనిస్తవా?'

'ఇప్పుడే ఎట్ల చెప్పను?'

'అంటే?!'

'ఊఁ.. ఆమె యిష్టం'

'3. సాంప్రదాయాలన్ని పాటింపజేస్తవా?'

'... మా ఇంట్ల ఊరుకోరు కాబట్టి తప్పవు'

'ఛల్! నువ్వు దొంగవు. అన్ని దొంగ జవాబ్‌లిస్తున్నవ్. నీకంటూ ప్రత్యేకమైన అభిప్రాయాలు లెవ్వా?'

'ఉన్నయ్'

'ఉంటే చెప్పు'

'ఊc...'

'వో దేఖో! మల్లా గంట సోంచాయించకు. నీకు ప్రత్యేకమైన అభిప్రాయాలు ఉండవ్. ఎందుకంటె నువ్వు పురుషుడివి. తేరగ వొచ్చే సుఖాలన్ని అనుభవించే పురుషుడివి. నాకు నీలాంటి వాళ్లమీద చాలా కోపం... బై. కల్ మిలేంగే!

***

తర్వాత ఇంకొన్ని దినాలకు ఉండలేక మల్లా అడిగిన, 'సుల్తానా! నిన్ను చూడాల్నని షానా అన్పిస్తున్నది, మీ ఊరేదో చెప్పు. ఎంత కష్టపడైనా నిన్ను కలుసుకుంట.'

'వద్దు'

'ఎందుకు'

'చెప్పను... ఇప్పుడే వద్దు'

'భయపడుతున్నవా?'

'వేరే ఏమైనా మాట్లాడు షఫీ. టైం అయిపోతది.'

'నాకు నిన్ను చూడాలని బాగా అన్పిస్తున్నది. అదే మాట్లాడాలనిపిస్తున్నది. అంతే.'

'ఇప్పుడే కలవడం వద్దన్న కదా! నేను ఎల్లిపోత మరె!'

'అచ్ఛా అచ్ఛా, కనీసం నీ ఫోటో పెట్టొచ్చు కదా'

'ఆcహాc.. ఈజీగా చూసేద్దామనా !'

'ప్లీజ్.. సుల్తానా, ప్లీజ్ !'

'ముందు నీ ఫోటో పెట్టు'

'అబ్బా, నాకాడ రెడీగ ఫోటోలు లెవ్వు. ముందు నువ్వు పెట్టు. తర్వాత నేను పెట్టేస్త.'

'అదేం కుదరదు. ముందు నువ్వు పెట్టు. తర్వాతె నేను'

'నేను దిగాలె. మంచి ఫోటోలు లెవ్వు. టైం పడ్తుంది గద'

'నేనుగుడ దిగాలె'

'ప్లీజ్ సుల్తానా!'

'పర్వాలేదు షఫీ. నువ్వు దిగి పెట్టినంకనె నేను పెడత.'

'హుత్! నీతోటి లాభం లేదు. మొండి.. మనం కల్సుకున్నంక చేస్త నీ పని...'

***

నా ఫోటో పెట్టినంక మల్లొకవారం రోజులు సతాయించింది సుల్తానా. నేను మొత్తుకోంగ మొత్తుకోంగ ఆఖరికి జుమ్మా రోజు ఫోటొ పెడతనన్నది. ఆ జుమ్మా

ఇంకా మూడ్రోజులుంది. ఆ మూడ్రోజులు ఎట్ల–ఎంతగనం లేటుగ గడిచినయో...

ఇగ రేపనంగ ఆ రాతిరి నాకు నిద్రపడితె ఒట్టు. తీరుతీర్లుగ ఊహల్లకు రాబట్టింది సుల్తానా మొఖం. ఆఖరికి రాతిరి కలల గూడ అదే సీన్.

ఇగ తెల్లారి లేషిన కాణ్నించి కేఫ్‌కు పొయ్యిందాన్క అయాల టైం జల్ది గడిస్తెగ! బేజారైపోయ్‌న. ఒక అద్దగంట ముందుగాల్నె కేఫ్‌కాడికి పొయ్యి నా టైం ఐందాంక వెయిట్‌చేసి ఆఖరికి ఇంటర్నెట్ ఓపెన్ చేసినంకగాని కొద్దిగ నిమ్మలపడలె. కనీ దిల్ మాత్రం షానా టెన్షన్‌గ కొట్టుకోబట్టింది...

ఎన్నిసార్లు అనుకున్ననో సుల్తానా అందంగ ఉండాలె, కండ్లు బాగుండాలె, ముక్కు బాగుండాలె, స్ట్రక్చర్ బాగుండాలె, వగైరా వగైరా...

కనీ సుల్తానా ఫోటో పెట్లేదు. అసలు రాలె! పావుగంటైంది. రాదా ఏందనిపించింది నాకు. 'అస్సలామలైకుమ్ షఫీ!' అని కన్పించినంక హమ్మయ్య అనుకున్న.

'ఇంత లేటా?'

'ఇంట్ల ఇయాల నాకు పెండ్లి చూపులు అయ్‌నయ్. మా పక్కింటికొచ్చిన చుట్టాలు అనుకోకుంట నన్ను చూస్తాన్కొచ్చిన్రు. దాంతోటి నన్నస్సలు బైటికి రానియ్యలె. నేనె నువ్వు ఎదురుచుస్తుంటవని ఏదో అబద్దం చెప్పొచ్చిన.'

'పెండ్లి చూపుల్ల ఏమైంది?'

'ఏమైద్ది, నేనే ఏం తేల్చుకోలేకపోతున్న.'

'ఏం చెప్పినవ్'

'ఏం చెప్పలె... నిన్ను అడిగి చెప్దామని...'

'... ఏమడుగుదామనుకున్నవ్'

'... మనం .. షాదీ చేసుకోగలమా?'

'... ... ఇంత సడెన్‌గ ఏం చెప్పను?!'

'టైం కావాల్నా!'

'నువ్వు మీ ఇంట్ల ఎప్పట్లోగ చెప్పాలె?'

రెండ్రోజుల్ల. ఎల్లుండి మల్లా వాళ్లు వస్తరంట.'

'నేను రేపు చెప్త.'

'సరె... అసలు నన్ను చూడకుంట చెప్పగలవా? నేనంటె నిన్ను ఫోటోల్ల చూస్తి. చూడకున్నా నచ్చేదాన్ని. కాని నువ్వు నచ్చగలవా, నన్ను చూడకుంట?'

'..అదే కోశిష్ చేస్తున్న..!'

'...ఇంకా చెప్పు ఏమన్నా'

'ఫోటో తేలేదా? ఇయాల పెడతనన్నవ్'

'తెచ్చిన, నీ కోసం దిగింది. ఇక్కడి ఇన్స్ట్రక్టర్ మంచి పిల్ల. ఆమె కిచ్చి పెట్టమని చెప్పి ఎల్లిపోత. జల్ది పోవాలె.'

'అచ్చ! ఇచ్చి ఎల్లు.'

'ఖుదా హాఫీజ్!' ... ...! ...!!

నా లోపట ఆత్రం పెరిగింది. ఒకటే టెన్షన్. ఎన్ని నెలలైపొయ్యింది ఈ రూపాన్ని రకరకాలుగ ఊహించుకుంట ఉండిపొయ్య... ఎంతగనం అడగంగ అడగంగ చూడబోతున్న ఫోటో...

చెమట్లు పడ్తున్నయ్. గుండెదడ పెరుగుతున్నది. ప్చ్... ఓహ్...

అల్లా! అయ్ అల్లాహ్! నాకు నచ్చే అంత అందంగ ఉండాలె... మస్తు అందంగ, మంచి స్ట్రక్చర్‌తో ఉండాలె... ఒకాల బాగలేకుంటె?!?

ఫోటో స్టార్ట్ అయింది...

నా కండ్లు రెప్పలు మూయడం మరిషిపాయ్‌నయ్. నోరు తెర్సుకుని అట్లనె చూస్తున్న. ఫోటో చక్... చక్... చక్...మన్నట్లుగ కొంత కొంత పైనించి కిందికి పడసాగింది. ఫస్టు నల్లని వెంట్రుకలు... తర్వాత తెల్లని నుదురు...

వాహ్! నా పెదవులు కదిలినయ్. మొత్తానికి తెలుపే అన్న ఖుషీ ఉరుకులు పెట్టింది నా లోపట...

నుదురు ఇంకా పెరిగింది... తర్వాత కనుబొమ్మలు... ఎంత అందంగా ఉన్నయో... తర్వాత కండ్లు...

వ్హాటే బ్యూటీ! ఎంత అందంగ ఉన్నయో కండ్లు. ఎగిరి గంతెయ్యాల్ననిపించింది నాకు. నా మొఖమంత, మనసంత సంతోషం పట్టకుంటయ్యింది... అది కేఫ్ కాబట్టి సరిపొయ్యింది. లేకపోతె అరిచేవాణ్నే...

అంతల–

అరె! ఏందిది? ఫోటో పడ్తలేదు. ఏమన్న కంప్యూటర్ ఫాల్టా?! ఇదేంది నల్లగ...! ముక్కు కాణ్నుంచే నల్లగ?! ...చిన్నగ సమజ్ ఐంది నాకు, నఖాబ్ షురూ అయిందని. ఆఖరిదాన్క చూసిన. కండ్లుతప్ప ఆ మొఖంల ఏం కన్పిస్తలె! బుర్ఖా ఏస్కొని దిగిన హాఫ్ ఫోటో!!

మనసు ఖరాబైపొయ్యింది!

*

2003 ఆదివారం వార్త

మజ్బూర్

అయాల రంజాన్!

జల్దీ జల్దీ ఈద్గా దిక్కు నడుస్తుండు జాని. అమ్మీ (అమ్మ) కి పాలు, పండుగ సామాను తెచ్చిచ్చి తయారై బైల్దేరే సరికి జర లేటయింది. అందుకనె ఆ జల్దీ.

అందమైన సల్మా మొఖం.. మనసుకు శాంతినిచ్చే సల్మా మొఖం.. కళ్లల్లో మెరిసేసరికి జాని మనసు ఉరకలెత్తింది. పండుగ నమాజ్ ఐపోంగనె ముందుగాల సల్మావాళ్ళింటికే పోవాలనుకుండు, మరింత జల్దీ నడవబట్టిండు.

ఊరికి పడమరన ఉంది ఈద్గా (రంజాన్, బక్రీద్ లకు నమాజ్ చేసే ప్రాంగణం). ఊరి పొలిమేర దాటి సగం మైలు నడవాలె. ఊరంటె పల్లెటూరు కాదు చిన్న పట్నం. తాలూకా లెవలు.

సైకిల్ మోటర్లు, సైకిళ్లు దబ్బదబ్బ పోతుంటె బాటెంట ఒకటె దుమ్ము లేస్తున్నది. జానితొపాటు ఎనకా ముందు శానామందే నడుస్తున్రు. అంతా కొత్త బట్టల్తోని, తీరుతీర్ల టోపీల్తోని, అత్తరు గుమగుమల్తోని ఒక పూలవనం కదిలిపోతున్నట్లుంది. ముసలీముతక తలకు రుమాళ్ళు సుట్టుకున్నరు. శానామంది తమ బుడ్డబుడ్డ పిల్లల్ని గుడ ఎంట తీసుకొస్తున్రు.

ఇమాం సాబ్ మైకు సరిచేస్తున్నట్లు గరగర ఇన్పిం చింది. ఇంకింత జల్దీ నడవబట్టిండు జాని. చేతిల ప్లాస్టిక్ కవరుంది. అందుల పాత చద్దరొకటుంది. అమ్మీ పెట్టెల్నించి తీసిచ్చిన మఖ్మల్ టోపీ కూడ ఉంది. రాత్రి ఇస్త్రీ చేయించి పెట్టుకున్న బట్టలు తొడుక్కుండు. కాళ్ళకు సగం అరిగిన హవాయి చప్పల్ (స్లిప్పర్స్). ఈద్గా దగ్గర పడ్డది. బాటకు రెండు దిక్కులా ఫకీర్లు కూసొని ఖైరాత్ చెయ్యమని దీనంగ అడుగుతున్నరు. ఒకరిద్దరు మర్ఫా, కంజిర కొట్టుకుంట ఖవాలీలు పాడుతున్రు.

కొత్తగ కట్టిన కాంపౌండు బైట అటు దిక్కు ఇటు దిక్కు చిన్నా పెద్దా శానామందే

చెప్పులు తమకాడ ఇడవమంటె తమకాడ ఇడవమని పిలుస్తున్రు. తన చప్పల్ యాడ ఇడవాల్నో తేల్చుకోలేక జరసేపు నిలబడ్డడు జాని. తన ఎదురుంగ ఉన్న తాత జర భోళాగ కనిపించిండు. చప్పల్ ఇడిసి ఒకదాన్ల ఒకటి జొనిపి తాతకిచ్చిండు. తాత ఆటిని తన దగ్గరగ ఉన్న కుప్పల పెట్టుకుండు. మరింత మంది అక్కడికొచ్చేసరికి జాని జరిగి ఈద్గా గేటు దిక్కు కదిలిండు.

'అవుజ్ బిల్లాహి మినష్షయితాన్ నిర్రహీమ్. బిస్మిల్లా హిర్రహ్మాన్ నిర్రహీమ్' (షైతాన్ బారి నుండి దేవుని శరణు వేడుతున్నాను. కరుణామయుడైన దేవుని పేరుతో ప్రారంభిస్తున్నాను) అని మొదలుపెట్టిండు ఇమాంసాబ్.

గేటు దగ్గర అంతా తోసుకుంట లోపల్కి పోబట్టిన్రు. జానిగూడ తోసుకుని లోపలబడ్డడు. గేటు ఇంకింత పెద్దగ కట్టాల్సుండెనని ఒకరిద్దరు గుసుగుతున్రు. అల్లంత దూరంగ ఈద్గా మజీదు. దాని ముంగల పెద్ద యాపచెట్టు. జల్దిజల్దిన అటుదిక్కు నడిషిండు జాని. అప్పట్కె చెట్టు నీడన సోటు లేకుంట కూసున్రు జనం. ఇటు అటు చూసి ఇగ తప్పదన్నట్లు ఒక పక్కగ కవరుల్నుంచి చద్దర్ తీసి పరిషి ఒక చివర కూసుండు. టోపి పెట్టుకుండు. చద్దర్ పెద్దగనె ఉండేసరికి ఇంకో ముగ్గురు వచ్చి కూసున్నరు.

ఎండ చిరచిరలాడుతున్నది. తన పక్కన కూసున్న పెద్దమనిషి చేతికున్న గడియారం దిక్కు సూషిండు జాని. 11 దాటింది. కొంచెం ముందుగాలొస్తే చెట్టుకింద సోటు దొరికేది. ఎనక్కు మళ్ళి సుట్టు సూషిండు. వచ్చేటోల్లు ఇంక వస్తెనే ఉన్నరు. చద్దర్లు పరుస్తనె ఉన్రు. చద్దర్లు లేనోళ్ళు జరంత సేపాగి ఎవరిదన్న చద్దర్ల సోటు సంపాదిస్తున్రు. లేనోళ్ళు కిందనె కూసుంటున్రు. షానా మందికి ఎండకు చెమట్లు పడుతున్నై. షానామంది కొత్తబట్టలు ఏసుకున్నా అక్కడక్కడ కొత్తబట్టలు కుట్టించుకోలేకపొయ్న వాళ్ల చూపులు అంత హుషారుగ లెవ్వు. మాటిమాటికి అవి వాలిపోతున్నయ్. కొందరి మొఖాలల్ల పరేషాన్లు.. కొందరి మొఖాలు వయసుకు మించిన పెద్దరికంతోని, వయసుకు మించిన ముడతలతోని.. కొన్ని కళ్లు పీక్కుపోయి.. కొన్ని గుంతలు పడి.. కొన్ని నిర్జీవంగా.. ప్చ్.. అల్లా.. అన్నీ నువ్వు పెట్టే పరీక్షలే అంటరు.. ఎందుకు ఇందర్ని ఇన్ని బాధలు పెడుతున్నవ్...

ఇమాంసాబ్ బయాన్ (ప్రసంగం) చేస్తనే ఉండు. టైం గడుస్తనే ఉంది. జనం రావడం పల్చబడ్డది..

ఇగ ఇమాంసాబ్ మాట్లాడ్డం ముగించి పండుగ నమాజ్ తరీఖ (పద్ధతి) చెప్పబట్టిండు. రెండు నిమిషాల్లో నమాజ్ కోసం అంతా లేషిన్రు. జమాత్ నిలబడ్డది. భుజం భుజం కలిపి వరుసలు కట్టిన్రు. మధ్యమధ్యల చోటు మిగిలిన కొద్ది ఎనకవాళ్ళు ముందు వరుసకొచ్చి ఖాళీ అయిన చోటల్లా నిలబడ్డరు. 'అల్లాహు అక్బర్' (అల్లా

గొప్పవాడు) అని చేతులెత్తుతూ నమాజ్ షురూ చేసిండు ఇమాంసాబ్..

నమాజ్ అయినంక దువాకు ముందు తక్రీర్ (ఉపదేశం) ఇస్తున్నడు ఇమాంసాబ్. వినడం వదిలేసి సోంచాయించుకుంట కూసుండు జాని. తనకు ఈసారి కొత్తబట్టలు లేవు. అప్పుడప్పుడు దాచిపెట్టిన పైసలు పెట్టి అమ్మీకి ఒక చీర కొనుక్కొచ్చిండు. 'నాకెందుకు తెచ్చినవురా.. నువ్వే రెడిమేట్ల ఒక పాయింటో షర్టో తీసుకోవద్దా' అని బాధపడ్డది అమ్మీ. 'నాకీసారికి వద్దులే అమ్మీ! కొత్తబట్టలు కుట్టించి ఆర్నెల్లు కూడా కాలే కదా' అన్నడు. చీర వాపస్ చేసి తననేదన్నా కొనుక్కోమని పోరింది అమ్మీ. తనే విన్లే.

ఇమాంసాబ్ దువా (వేడుకోలు) షురూ చేసిండు. అంతా చేతులు సాపిన్రు. జాని కూడా దువాకై చేతులు సాపిండు. ఆయిలు మరకల చేతులు! ఎంత తోమినా పోని దలిందరాగి లాగే ఈ ఆయిల్ మరకలు.. గోర్లు తీసుకున్నప్పుటికీ ఆ మూల ఈ మూల మిగిలే ఉన్న ఆయిల్ నలుపు.. వదలని దుఃఖం లెక్కనే!

దువాలో– మనషులంతా మంచిగుండాలని, వానలు కురవాలని, కరువు కాటకాలు రావొద్దని, సకల మంచితనాల్ని కోరుతున్నడు ఇమాంసాబ్. అన్నింటికీ అందరితోపాటు 'ఆమీన్' (అలాగే జరుగుగాక) అంటు న్నడు జాని. కని మనసులో మాత్రం అమ్మీ బీద చూపు లు.. చిన్న ఆపా భయం చూపులు.. పెద్ద ఆపా పరే షాన్లు.. మెదుల్తున్నయి. కళ్ళల్ల నీళ్ళు తిరిగినయ్. తను వీళ్ళను ఖుషీగ బతికేటట్లు చెయ్యగలడా? అల్లా మమ్మల్ని ఆదుకోడా? యా ఖుదా.. మాక్కూడా కాసిన్ని ఖుషియాఁ (సంతోషాలు) ఇవ్వరాదయ్యా...

సల్మా గుర్తొచ్చింది. వచ్చే రంజాన్ కల్లా సల్మాతో తన షాది అయితే ఎంత బాగుండు? అల్లా! ఆ ఒక్కటన్నా అయ్యేటట్లు సూడు, మరేం వద్దు గని...

దువా కాంగనే అంతా లేషి 'ఈద్ ముబారక్' (పండగ శుభాకాంక్షలు) చెప్పుకుంట అలాయ్‌బలాయ్ తీసుకుంటున్రు. జాని కూడా తనకు పరిచయం ఉన్నో ళ్ళకోసం చూసిండు. కాని ఎవరు కనబడ్లె. ఇంతల తన చద్దర్ మీదనే నమాజ్ చదివిన పండు ముసలి దాదా ఒకాయన 'ఈద్ ముబారక్ బేటా!' అని చేతులు సాచిండు. జాని మనసు ఖుష్షయింది. ఎవరు లేనోళ్లకు దేవుడే దిక్కు అన్నట్లు కనిపించిండు దాదా! 'ఆప్‌కో భి సలామత్' అని గుండెల నిండుగ అలాయ్‌బలాయ్ తీసుకుండు.

చద్దర్ ఎత్తి మడిచి కవర్లో పెట్టుకుండు. ఒకరిద్దరు దూరపు చుట్టాలు కలిసిన్రు. తమ గల్లీవాసులు ఇద్దరు.. అందరితోని అలాయ్‌బలాయ్ తీసుకొని గేట్ దిక్కు కదిలిండు. తన మామలు, కక్కయ్యలు కలవలేదేందా అని చూస్తున్నడు అందరి దిక్కు. అంతా ఆత్రంగ కదుల్తున్రు. షానాసేపు పట్టింది గేట్ల నుంచి బైట పడతానికి. జల్ది జల్ది తన చప్పల్ విడిచిన దిక్కు పొయిండు. ఎగబడ్డట్టుగ ఎవరి చెప్పులు అళ్ల

తీసుకుంట తాత చేతిల రూపాయో రెండు రూపాలో పెడుతున్నరు. జాని తన చెప్పుల కోసం చూసిండు. ఒక పక్కగ పడిఉన్నయ్. తీసుకొని కాళ్లకు తొడుక్కుండు.

పైసలు ఇయ్యకుంటనె యాడ ఎల్లిపోతరొనని అందరికెల్లి ఆత్రమాత్రంగ చూస్కుంట చేతులు సాస్తుండు తాత. కష్టంగ అటు రెండడుగులు ఏసి తాత చేతిల రెండు రూపాలు పెట్టిండు. పెట్టి ఇవతలికి రాబోయిండు. అంతల్నె ఎవరొ తన చెప్పు తొక్కిండు. లేషిన తన కుడి కాలుకి స్లిపర్‌కి మద్యల బలమైన కాలు ఎవరిదొ పడింది. అంతె, చెప్పు సగానికి చినిగి తెగిపొయింది! గుండెల డక్కు మన్నది జానికి. తూలి సంబాలించుకొని చెప్పు దిక్కు చూసుకుండు. ఎనక డాలీలు ఉండేకాన్నుంచి తెగిపోయింది. ఇంతకుముందే కొంచెం చీలి ఉండె. అక్కడ్నుంచే తెగింది. కాలు ఎత్తి చూసిండు. సగం చెప్పు ఊగులాడుతున్నది. కాలెత్తి చేతిలకు తీసుకొని చూసిండు. చివర కొంచెం అంటుకొని ఉంది తప్ప దాన్ని ఇగ ఏం చెయ్యలేం.

తాత జాని దిక్కు చెప్పు దిక్కు మల్ల మల్ల చూసి 'అయ్యో.. చెప్పు తెగిందా కొడ్కా!' అన్నడు బాధగ.

మనసంత బాధగ ఐపొయింది జానికి. ఏడుపొచ్చి నట్లనిపించింది. నిబాయించుకొని చెప్పులు విడిచి పక్కన పడేసిండు.

అంతసేపు ఎండకు కూసుంటె గుడ పట్టని చెమట ఒళ్లంత తడిపెయ్య బట్టింది.

'స్లిప్పర్లే గదయ్యా! నీ శని వదిలిందనుకో.. కొత్త జత కొనుక్కోయ్యా.. నీకు మంచి జరుగుతది' అంటుండు తాత.

ఫ్చ్! స్లిప్పర్లే ఐనా మల్ల కొంటానికి తన కాడ పైసలెయ్? అయ్యో! నమాజ్ ఐపోంగనె సల్మాను చూద్దామనుకుంటినె.. ఇప్పుడెట్లా? ఉత్త కాళ్లతోని ఆళ్లింటికెట్ల పోవుడు..?

షానాసేపు అట్లనె నిలబడ్డడు జాని. అంతా ఎల్లి పోతున్నరు. తాత గూడ ఎల్లిపొయిండు. మనసు ఖాళీ అయిపొయింది. మెల్లగ కదిలిండు ఉత్త కాళ్లతోని.

'అయ్యా! అయ్యా!' 'బాబా!' 'బాబా!' అంటున్నరు ఫకీర్లంతా. మర్ఫా చప్పుడు.. ఘల్లు ఘల్లున కంజిర.. అంతా ఫకీర్లకు ఖైరాత్ చేసుకుంట పోతుద్రు. తన దగ్గర ఆ చిల్లర గుడ లేదు.

కొద్దిదూరం వచ్చిండు. ఎడమ పక్క సమాధులున్నె. షానామంది తమ పెద్దల సమాధుల కాడ పూలు చల్లి దువా చదువుతుద్రు. జాని తన అబ్బాజాన్ సమాధి దిక్కు కదిలిండు. ఖబ్రస్తాన్ బైట పూలమ్ముతుద్రు. పూలు కొంటానిక్కాడ పైసల్లేవ్. కంప ముళ్లను, రాళ్లను సూషి అడుగేసుకుంట, ఒట్టిగనె ఎల్లి అబ్బా సమాధి ముందు నిలబడ్డడు. పక్కన దాదా, దాదీ సమాధులు. పక్క సమాధి తాలూక మనిషి ఆకుల్ల చుట్టిన పూలు విప్పి ఆ సమాధిపై చల్లి పక్క సమాధులపై కూడ చల్లుకుంట జాని

దిక్కు పూల డొప్ప సాపిండు. జాని కొన్ని పూలు తీసుకొని అబ్బా సమాధితోపాటు పక్క సమాధుల మీద కూడా ఆ పూరేకులు చల్లి వచ్చి అబ్బా సమాధి ముందు నిలబడి దువా చేసిండు..

అబ్బా యాద్‌లన్ని మూగినయ్.. అబ్బా బతికుంటె తమకిన్ని పరేశాన్లు రాకపొయ్యేటివి అనుకుంట ఖబ్రస్తాన్ బయటికి నడిషిండు..

సల్మా ఇంటికి పోబుద్ధి కాలె. బాధగ ఆ గల్లీ దాటేసిండు. చుట్టాల ఎవరింటికైనా ఉత్త కాళ్లతోని ఎట్ల పోవుడు. మెల్లగ ఇంటిదిక్కు నడవబట్టిండు. పొద్దుటి హుషారంత పొయింది. మనసంత సల్మనే నిండి ఉంది. ఆళ్లింటికి పోలేకపోతున్నందుకు ఎవరిమీదనో యమ కోపం వస్తున్నది. తమ పెంకుటిల్లు వచ్చేసింది. గుమ్మానికి కట్టిన పర్దా జరుపుకుంట ఇంట్లకు అడుగుపెట్టిండు.

బగార అన్నం వండడంలో ఉంది జాని అమ్మీ గోరీమా. 'సలామలైకుమ్ అమ్మీ' అని కాళ్లు మొక్కిండు. వందేళ్లు బతకాలని, వచ్చే రంజాన్ కల్లా షాది కావాలని దువా ఇచ్చింది గోరీమా. 'ఎవరింటికి పోయి కలవకుం టనే వచ్చినవారా? ఇంత జల్ది వచ్చినవ్' అన్నది మల్ల.

నీరసంగ మంచం మీద కూలబడ్డడు జాని. 'క్యావ్ బేటా! అట్లున్నవేందిరా?' అన్నది గోరీమా. 'క్యాబినై' అన్చెప్పి ఎనక్కి ఒరిగిండు.

'ఒక్కొక్కల్లు చుట్టాలు వస్తుంటరు, జల్ది వొంట ఐపోగొట్టాలె' అనుకుంట మళ్ల వంట పనిల పడిపొయింది గోరీమా.

మంచం మీద ఎల్లకిల్ల ఒరిగివున్న జాని కళ్ల నిండ సల్మ అందమైన మొఖమె. సల్మను చూడాల్నని మనసు కొట్టుకుంటున్నది. ఎంత అందంగ నవ్వుతది సల్మ. ఆ ఒక్క నవ్వు చాలు తన బాధలన్ని మర్శిపోతానికి. తన కోసం ఎదురు చూస్తుంటది. ఎట్లనన్న ఎల్లాలె. ఇయాల పండుగ పేరుమీద కలవడానికి పోవచ్చు గాని వేరే రోజులల్ల కారణం లేకుంట పోతాన్కి ఇబ్బంది గుంటది. ఎట్ల? అమ్మీ కాడ ఏమన్న పైసలున్నయేమో అడిగితె..

'అమ్మీ! ఈద్గాల నా చెప్పు తెగిపొయింది అమ్మీ' అన్నడు మెల్లగ.

'అయ్యో! అట్లెట్ల తెగిందిరా!?'

'ఎవరో చెప్పు తొక్కేసరికి తెగిపొయిందమ్మీ..'

'దలిందరాగి పాడుగాను. పోనీలేర, కొత్తయ్ కొనుక్కుందువులె.. నా కాడ 15 రూపాలున్నైర. ఎన్నాళ్ల నుంచో దాచి పెడుతున్న. కని 15 రూపాలకు చప్పల్ వస్తయా? రావు గదా..'

తలుపు బైట సప్పుడు అవడంతోని జాని లేషి పర్దా జరిపి చూసిండు. చాంద్ మాము వచ్చిండు. 'సలామలై కుమ్ మాము' అన్నడు. 'వాలెకుమ్ సలామ్! ఈద్గాకు

రాలేదా? కనబడలె' అనుకుంట అలాయిబలాయి తీసుకున్రు ఇద్దరు. 'వచ్చిన మాము. నేను గుడ మీరు కనిపిస్తరేమొనని చూసిన మాము' అన్నడు జాని.

'సలామలైకుమ్ ఆపా' అని మాము గోరీమా కాళ్లు మొక్కిండు. ఆమె దువా ఇచ్చింది. కొద్దిసేపు కూసోని షీర్‌ఖుర్మా (సేమ్యా) తాగి ఎళ్లేటప్పుడు గోరీమా చేతిల యాభై రూపాలు పెట్టి పోయిండు చాంద్.

ఆయన పోంగనె ఆ యాభై రూపాలు జానికిచ్చి చెప్పులు కొనుక్కో పొమ్మన్నది గోరిమా. జాని మనసు ఖుష్షయ్యింది. బైటికి పోబుతుంటె చిన్న మామ ఒక దిక్కు నుంచి, కక్కయ్య మరొక దిక్కు నుంచి వచ్చిన్రు. వాళ్లను అలాయిబలాయి తీస్కొని పెద్దమామ ఇంటికి బయల్దేరిండు. మద్యల 30 రూపాలు పెట్టి మామూలు స్లిప్పర్లు కొన్నడు. సల్మాను చూడాలన్న ఆత్రం ఆగ నిస్తలె.

సల్మ పెద్దమామ బిడ్డ. పెద్దమామ ఇల్లు ఊరికి అటు చివరన ఉంటది. దూరం ఉండడంతోని రాకపోకలు తక్కువ. తనే సల్మ కోసం పొయ్యొస్తుంటడు. తనంటె తమ ఇండ్లల్ల అందర్కి మంచి గురి. జాని షానా మంచోడు అంటుంటరు. చిన్నప్పుడె అబ్బాజాన్ చచ్చిపోవడంతోని తమ కష్టాలు మొదలైనయ్. అమ్మీ ఎన్ని కష్టాలో పడి ఇద్దరు అక్కల షాదీలు చేసింది. తను ఎనిమిదో తరగతి దాంకనె చదివిండు. తర్వాత ఇగ ఇల్లు గడవక అక్కల పెళ్లిళ్లకు అమ్మీ చేసిన అప్పులు అట్లనె పెరుగుతుండెసరికి ఏం చెయ్యాల్నో తొయ్యక అమ్మీ తనను ట్రాక్టర్ మెకానిక్ షెడ్‌ల పనికి పెట్టింది. ఇటు పని నేర్చుకోవొచ్చు.. నెలకొచ్చే జీతంతోని ఇల్లు నడుస్తది. పొద్దున్నె 8 గంటలకె పోవాలె. రాత్రి ఎంతయితదో తెలియదు. ఇంట్ల అమ్మొక్కతె. తన షాదీ చేస్తె తనకు కోడలు తోడుంటదని అమ్మీ పోరుతున్నది. తనకేమో సల్మానె చేసుకోవాల్నని ఉంది. ఆ విషయం అమ్మీకి చెప్పిండు.

'నువ్వు ఏం కోరనోనివి! కోరక కోరక కోరిన కోర్కె తీర్చలేనారా? నాగ్గూడ ఆ పిల్ల మీదనె ఉందిరా.. నీగ్గాకపోతె ఎవరికిస్తడు? టైమొచ్చినప్పుడు అడుగుత' అన్నది.

అదయినంక ఒకసారి సల్మా వాళ్లింటికి వెళ్లినప్పుడు 'నేనంటె నీకిష్టమేనా సల్మా?' అని షానా కష్టపడి అడిగిండు. సిగ్గుతోని కళ్లు దించుకుని ఇష్టమె అన్నట్లు తల ఊపుకుంట పక్క అర్రలకు ఎల్లిపోయింది సల్మా. అప్పట్నుంచి మరింత ఆత్రం ఎక్కువైంది తనకు. ఎట్లనన్న ఈ ఏడాదే సల్మను చేసుకోవాల్నని పద్దది..

సల్మ ఇంటి తలుపు ముందు ఆగి గొళ్లెం సప్పుడు చేసిండు. సల్మా వచ్చి తలుపు తీస్తె బాగుండు అనుకున్నడు. సల్మ తమ్ముడు హనీఫ్ తలుపు తీసిండు.

'సలామలైకుమ్ భాయ్‌జాన్!' అన్నడు హనీఫ్.

'వాలేకుమ్ సలామ్!' అనుకుంట తనను దగ్గరికి తీసుకుని అలయ్‌బలయ్ ఇచ్చి భుజం మీద చెయ్యేసి లోపలికి నడుచుకుంట ఎల్లిండు. సాయమాన్ల మామి

(మేనత్త) కనిపించింది. సలామ్ చేసిండు. ఆమె వాలెకుమ్ సలామ్ చెప్పుకుంట 'ఆవొ జాని! అమ్మీ ఎట్ల ఉంది?' అనడిగింది.

'బాగుంది మామి. మీకు దువా చెప్పమన్నది' అన్నడు జాని. 'మాము (మామ) ఈద్గా నుంచి రాలేదా?' అని అడిగిండు మల్ల.

'వచ్చి, మల్ల రహమత్‌నగర్‌కు పొయిండు, అక్కడ నాకు వరుసకు అన్న అయితడు, ఆ అన్న వాళ్లింట్ల కలిసి వస్తనన్నడు' అన్నది మామి. వాళ్ల వరుసకు అన్న అయ్యే వాళ్లింట్ల కలిసి వస్తానికి పొయిండా.. తమ ఇంటికి రాకుంటనే..!? అనిపించింది జానికి.

'కూసొ జాని, షీర్‌ఖుర్మా (సేమ్యా) తెస్త' అనుకుంట వంట అర్రలకు పొయింది మామి.

కుర్చీల కూసున్నడు జాని. కళ్లు సల్మా కోసం ఎతుకుతున్నై. తాను వచ్చినట్లు సమజ్‌కాంగనె ఉరుకొచ్చే సల్మా.. తనను చూడంగనె కళ్లు, మొఖం ఎలిగిపొయ్యే సల్మా– ఎక్కడుందా అని ఒకటె ఆత్రంగ చూడబట్టిండు. తాను కూసున్న సాయమానుకు ఎడమ దిక్కునున్న అర్రల ఉండేది సల్మా. మరి ఆ అర్రకు పర్దా ఏలాడుతున్నది. అది తొలిగించుకుని ఎందుకు సల్మా వస్తలేదో సమజ్‌కాలె జానికి. ఎవరన్న సహేలీలను కలవడానికి పోయిందా.. అయ్‌న తను వస్తానని ఎదురుచూస్తుంటది కదా, అట్లా పోదు కదా.. అనుకుంట సోంచాయిస్తున్నడు జాని. హనీఫ్‌ని దగ్గరికి పిలిషిండు. 'సల్మా ఏది?' అని చిన్నగ అడిగిండు. లోపలుంది అని అర్ర దిక్కు సూపిచ్చిండు హనీఫ్. బైటికి రమ్మను పో అని చెబుదామని చూసిండు జాని. అంతల్నె మామి ఒక ఖటోరా ల సేమ్యా తీసుకొని సాయ మాన్‌లకు వచ్చి జానికి ఇచ్చింది. సేమ్యా చేతిలకు తీసుకుండు జాని.

కాని ఏ రంజాన్‌కైనా, బక్రీద్‌కైనా తానొస్తే తనకు సేమ్యా సల్మా అందించేది. నిండైన మెరుపులు మెరుపుల కొత్త బట్టలతో పెద్ద వోనీతో తెల్లని గుండ్రని నవ్వు మొఖంతో సేమ్యా అందించడానికి సల్మా తన దగ్గరగా వచ్చేసరికి ఆ దగ్గరితనానికే ఆ సువాసనకే మనసు తేలిపోయేది. తన చేతితో అందించిన సేమ్యా తాగు తుంటే అమృతం తాగుతున్నట్లే తోచేది. కొద్ది దూరంలోనే నిలబడి తన్మయంతో తనను చూస్తూ తన అమ్మీ గురించో, తన ఆపా ల గురించో అడుగుతూ ఉంటే ఎక్కడలేని ఆనందంతో జవాబులిస్తూ ఆ అందమైన కళ్లల్లోకి కళ్లు కలుపుతూ ఉండేవాడు. పై మాటలకు తెలియని మౌన భాష ఏదో తమ మధ్య నడుస్తూ ఉండేది. అలాంటి సల్మా కనిపించకుండానే సేమ్యా తీసుకొని తాగాల్సి రావడం ఎట్లనో తోచింది జానికి. మామి అదో ఇదో అడుగుతుంటే కష్టంగా జవాబు లిచ్చుకుంట షానా సేపటికి ఒక చంచా సేమ్యా నోట్లోకి తీసుకుండు. తాగబుద్ధి అయితలె. ఏం చేయాల్నో తోస్తలె.

అట్లనే సేమ్యా చేతిల పట్టుకుని మాటిమాటికి సల్మా ఉన్న అర్ర దిక్కు సూడబట్టిండు. ఎందుకు సల్మా బైటికి వస్తలేదో సమజైతలేదు జానికి. ఇంతల ఇంకెవరన్న 'ఈద్ మిల్నే' (పండగ సందర్భంగ కలవడానికి) వచ్చేస్తే ఆయింత రాదు, ఎట్ల? అని పరేషాన్ అవుతున్నడు.

ఈ పిలగాడు షీర్‌ఖుర్మా తాగకుండ అట్లనె కూసు న్నడేంది, ఎంతసేపు కూసుంటడు, అవతల తనకు ఇంకా వంటపని కాలేదాయె అనుకుంట నిలబడ్డ మామి, జాని మాటిమాటికి సల్మా ఉన్న అర్ర దిక్కు సూస్తుండడం గమనించింది. సంగతి సమజైంది మామికి. కొంచెం ఇబ్బందిగ అటు ఇటు కదిలింది. ఇగ ఉండలేక అసలు సంగతి చెప్పింది–

మొదలు, 'షీర్‌ఖుర్మా తాగవేంది పిలగా?' అన్నది. జాని తడబడ్డడు. సేమ్యా తాగడం మొదలుపెట్టిండు. మల్ల అన్నది మామి– 'నాకు వరుసకు అన్నయితడన్న కదా.. ఆళ్ల కొడుకు సౌదీల ఉంటడయ్యా! ఈ సంవత్సరం రెండు నెలలు సెలవు పెట్టి వచ్చిండు. వాళ్ల అమ్మానాన్న షాదీ చెయ్యాల్నని అనుకున్నరు. మన సల్మాను ఇవ్వమని అడిగిన్రు. పిల్ల ముద్దుగుంది, కట్నం పెద్దగ ఏమొద్దన్నరు. షాది గ్రాండుగ చెయ్యాలన్నరు. పిలగాడు మంచోడు. సౌదీల ఉన్నడు, చదివి కూడ ఉన్నడు అని మీ మాము ఎంటనె ఒప్పుకున్నడు.. ఒక నెల లోపల్నె షాదీ చెయ్యాలయ్యా! ఏమనుకోవద్దు, మీకు చెప్పలేదని.. జల్దిల నిశ్చయమైపొయింది.. మీ మాము మీ అమ్మికి వచ్చి చెప్త నన్నడు.. ఇయాల చెప్తడు కావొచ్చు. మన పిల్ల ఏ పరేషాన్లు లేకుంట బతకాలనె అనుకుంటం గదా.. అదిగాక ఇయాల్రేపు కట్నం ఎక్కువ అడగకుంట ఎవరు చేసుకుంటరు చెప్పు.. మీ మాముకేమొ అంత తాహతు లేదాయె' చెప్పుకు పోతున్నది మామి, బిడ్డ షాదీ కుదిరిన ఖుషీల...

జానికి గుండె ఆగినంత పనైంది. మామి చెప్పేది ఇగ ఏమీ ఎక్కుత లేదు. అంటె సల్మాకు మరొకరితొ షాదీ ఖరారైపొయిందన్నమాట! అనుకునే సరికి కళ్లల్ల గిర్రున నీళ్లు తిరిగినయ్.. సుడులు సుడులుగా ఇంకా ఊర్తనే ఉన్నయ్. సేమ్యా చేదుగా అనిపించింది..

టేబుల్ మీద ఆ సేమ్యా ఖటోరా పెట్టేసి ఝట్‌న లేషి దబదబ బైటికి నడిషిండు.. మామి పరేషానై 'ఏంది పిలగా, చెప్పకుంటనె అట్ల ఎల్లిపోతున్నవ్?' అంటు న్నది. తలుపు దాటి బైట అడుగుపెట్టిండు జాని. బోరున ఏడుపు తన్నుకు వచ్చేసింది.. ఏడ్సుకుంటనే దబదబ ఎటు దిక్కు నడుస్తున్నడొ గుడ సూసుకోకుండ నడవ బట్టిండు..

*

5 సెప్టెంబర్ 2010 ఆదివారం ఆంధ్రజ్యోతి

భడక్తా చిరాగ్

కరెంట్ పోయింది అద్దరాతిరి అయిందేమో... నిద్రపట్టక పైకప్పుకెల్లి చూస్తున్న జరీనాలో కరెంటు పోయ్నాగూడ ఆలోచనలు తెగుతలెవ్. ఫ్యాన్ స్పీడ్ తగ్గి మెల్లమెల్లంగా సప్పుడు చేస్కుంట ఆగిపోయింది. ఏం కన్పడ్తలేని అంత చీకట్ల గుడ జరీనా కండ్లు అట్టనె నిశ్చలంగా తెర్చుకునే ఉన్నయ్.. అలవాటైపోయ్న చీకటి... ఏడాదిన్నర గడచిపోయింది, తన బతుకుల అచ్చం అలాంటి చీకటే పరుచుకొని...

ఫ్యాన్ ఆగిపొయ్యేసరికి ఉడకపొయ్యడం షురూ ఐంది. చిన్నపిల్ల కదిలింది నిద్దట్ల. పిల్లదిక్కుమల్లి ఈపుమీద జొకొట్టుకుంట మళ్ల ఆలోచనల్లపడింది జరీనా.

సరిగ్గ ఆ పిల్ల పుట్టిన రెండో నెలల్నె సౌదీ పోతాన్కి విజా దొర్కింది గౌస్‌కు.

తను ఆరని ఒంటితోని ఉండి తలకుగుడ్డ కట్టుకొని ఒళ్లో పిల్లకు పాలిచ్చుకుంట కూసానున్నది. కాల్లు కడుక్కొని లోపలికొచ్చిండు గౌస్.

తన పక్కకొచ్చి ముద్దొస్తున్న పసిపిల్ల దూదిపింజల్లాంటి బుగ్గల్ని చేత్తో సుతారంగ నిమిరి ముద్దుపెట్టుకుంట తనపక్కన కూసున్నడు. ఆ చర్యకు తృప్తితో నిండిన చిరునవ్వుతోని గౌస్ దిక్కు చూస్తున్నది తను.

"సౌదీ ఎల్లేరోజు ఖరారైంది జరీన్. వచ్చే పదో తారీఖునాడే బయలుదేరాలె" అన్నాడు.

ముఖంల చిర్నవ్వు మాయమై భయంగ చూసింది తను.

"ఇంత జల్దీనా?" అన్నది ఆశ్చర్యపొయ్యి... "ఈ ముగ్గురు పిల్లల్తోని ఎట్ల ఏగాలె... నీళ్లు తెచ్చుడు, బైటి పనులన్ని ఎట్ల?" అన్నది ఎగాదిగ. కాని పోవొద్దని మాత్రం అన్లె. పాస్‌పోర్ట్ దగ్గర్నించి విజా దాన్క గౌస్ ఎన్నెన్ని కష్టాలు పడ్డడో తెలిసిందెనాయె.

పెండ్లి కానప్పుడో పాలిపోతనంటె గౌస్ తల్లి బీజాన్‌బీ పుప్పమ్మ అడ్డుపడిందంట. పుప్పమ్మ ఏడ్సుకుంట 'ఎన్నికష్టాలైన పడదంగని ఏడేడు సముద్రాలు దాటి ఎందుకురా పొయ్యేది' అనుకుంట సస్తె ఒప్పుకోలేదంట.

పెండ్లయినంక ఓ పాలి మళ్ల కోశిష్‌లు షురూ చేసిండు. ఆసారి తను ఏడ్చి గగ్గోలు పెట్టి మాన్పించింది. కాని చెల్లెండ్ల పెళ్ళిళ్ళు చేసినంక, తమ్ముడు పెళ్ళికాంగనె ఏరుబడ్డంతోని శానా అప్పులు గౌస్ నెత్తిన పడ్డయ్. ఆ అప్పులట్ల ఉండిపోయి తన పిల్లల్తోపాటు పెరగబట్టినయ్. తిన్న అన్నం ఒంటికి పట్టకుంటయ్యింది. ఇగ దాంతోటి తను పుట్టిపెరిగిన గడ్డను... తనను చూడకుండ ఉండలేని పిల్లలు. నాల్గు రోజుల్‌గూడ దూరం ఉండలేని తనను... తన అమ్మాజీన్‌ని తన దోస్తుల్ని ఎడబాయడానికే నిశ్చయించుకున్నడు. ఆ నిశ్చయానికి వస్తాన్కి ఎంత గోస తీసిండో...

కాని తప్పలేదు. అప్పులోళ్లు ఒచ్చి ఇంటిమీద పడుతుంటే ఎన్నాళ్ళని దాటెయ్యడం. ఎన్నని అబద్ధాలాడ్డం? తమ్ముడు కొద్దిగ నెమ్మదస్తులైన అప్పులోళ్లని పంచుకొని కొంచెం ఒడ్డునపడ్డడు. కారు డ్రైవరీ చేసుకుంట ఎట్లనోగట్ల నెట్టు కొస్తున్నడు. గౌసేమో అదనంగ కొన్ని అప్పులు మీదేసుకొని ఇల్లు తన వాటాకింద ఉంచుకున్నడు. దాంతోని మరిన్ని కష్టాలు షురూ ఐనయ్. ఓ ఎలక్ట్రానిక్స్ షాపుల రేడియో మెకానిక్‌గ చేసే పనికి వచ్చే జీతం చాలక పరేశాన్లు పెరగబట్టినయ్.

ఒక్కోరోజు ఇంట్లకు బియ్యంలేక యమ ఇబ్బంది అయ్యేది. పైగా అప్పు లోళ్ళొచ్చి గల్లీ గల్లీ అంతా ఇనబడేటట్లు అరుస్తుంటె గుండెల్ల గుబులు గుబులుగ ఉండేది.

ఓ పాలి పెద్ద గడ్‌బడే ఐంది. ఆ ఒచ్చిన అప్పులోడరుస్తుంటె తట్టుకోలేక 'ఇప్పుడు లెవ్వు. ఏం జెయ్యమంటవ్?' అన్నడు గౌస్. అంతే ఆడొచ్చి గల్లా పట్టిండు. ఇద్దరు కిందమీదైన్రు. గల్లీలోళ్ళంత ఒచ్చి ఇడిపిచ్చిన్రు. 'నేను ఇవ్వనే ఇవ్వను' అని గౌస్, 'ఎట్ల ఇయ్యవో చూసుకుంట' అని ఆడు... రెండోరోజు తెల్లారి కొందరు పెద్దమనుషల్తోటి ఒచ్చి పంచాయితీ పెట్టిచ్చిండు ఆడు. ఆఖరికి ఇప్పుడు తన పరిస్థితి బాగలేదని, కొంత టైం కావాల్నని అడిగిండు గౌస్. ఏడాది లోపల ఇయ్యాల్నని ఖరారైంది. ఇయ్యకపోతే మాత్రం ఇల్లు జప్తు చేసేటట్లు తశ్వ జేసిన్రు. దాంతోని

మరింత భయం పట్టుకొంది. బిగ్రు చేసిన ఆ ఒక్కడే కాక అట్లాంటి అప్పులోళ్ళు ఇంకో నలుగురున్నరు. ఇగ తప్పనిసరై సౌదీ పయనమైండు గౌస్.

రెండోడు నిద్దట్లనె 'పానీ! పానీ! అంటుండడంతోని చీకటిలోకంలకొచ్చింది జరీనా. లేషి అగ్గిపెట్టె ఎతికింది. దొర్కలె. తడుముకుంట బిందెల్నించి నీళ్ళు ముంచి రెండోన్ని లేపి తాపింది. ఆడు కండ్లు మూసుకొనే ఉన్నట్లుంది. గటగట తాగి గట్టిగ ఊపిరివదిలి 'సోజాతమ్! సోజాతమ్!' అంటున్నడు. నీళ్ళగ్లాసు పక్కనబెట్టి ఆన్ని పక్కమీదికి ఒరిపింది. ఆడు ఎమ్మట్నె నిద్దర్లకు ఎళ్ళిపాయిండు. ఆని తల నిమురుకుంట కూర్చున్నది...

ఆడంటె ఎంత ఇష్టముండేది తండ్రికి. సౌదీ ఎళ్ళేటప్పుడు ఎంతగనం ఇదైపోయిండో... ఆన్ని ఒదల్లేక ఒదల్లేక ఒదిలిపొయ్యిండు. ఎళ్ళిపాయ్న రెండో రోజు నుంచి ఆనికి జొరం. తండ్రి కనబడకపొయ్యేసరికి గుండె బలిగిండు ఎంతకూ తగ్గకపొయ్యేసరికి తన గుండెల్ల రాయి పడ్డది. నిద్దర్ల ఒకటే 'అబ్బా... అబ్బా!' అని కలవరింతలు... ఎన్నాళ్ళకోగాని సుతరాయించుకోలె.

ఆళ్ళ నానిమాను తీసుకొచ్చితోడుంచి పొయిండు గౌస్. పిల్లలు ముగ్గురు నానిమాకు బాగా దగ్గరై తండ్రిలోటుని తీర్చుకున్నరు.

మొదటిపాలి ఏడాదికి ఒచ్చిండు గౌస్. ఆ ఏడాదిలాడ ఎన్ని కష్టాలు పడ్డడోగని పైసలు మాత్రం ఎక్కువగ పంపకపోయ్యేది. ఆడికాడికి సరిపొయ్యేటట్లు పంపేది. అప్పులోళ్ళ కొందర్కి మిత్తీలు కట్టుకుంట, రెన్నెళ్ళకో మూన్నెళ్లకో ఒకరి అప్పు తీర్చడం చేసిగ్రు.

పుప్పమ్మ, తను ఒకరికి తోడు ఒకరై గడిపిగ్రు ఆ ఏడాదంతా. గౌస్ వచ్చే రోజులు దగ్గర పడుతుంటే రోజులు ఇంక జల్ది జల్ది గడిచిపోతె బాగుండునన్నట్లు ఎదురు చూసేది తను. ఊర్కె బీజాన్‌బీ పుప్పమ్మతోని గౌస్ ముచ్చట్లె మాట్లాడ్తుండేది. ఇగ తెల్లారి వస్తడనంగ రాత్రంత నిద్రపోకుంట అన్నీ సర్దీచేసీ గడియొక యుగంగ ఎదురు చూసింది.

గౌస్ ఒచ్చిండు. కానీ అతనిల ఏందో తేడా... మాటల్ల, చేతల్ల. చూపుల్ల ఆ తేడా కొట్టొచ్చినట్లు కన్పిస్తుంటె పరేశానయ్యింది తను. పైసలు బాగనె తెచ్చినట్లుంది ఏం చెప్పలె. ఒచ్చిన రెండ్రోజుల్లనే అప్పులన్ని తీర్చేసిండు. దోస్తుల్లోని జల్సాలు చేసిండు. చూస్తాన్కి వచ్చిపోయే చుట్టాల్ని మాత్రం అంతంతమాత్రంగనె పల్కరించిండు. ఎక్కువ టైం తనతోపాటు సౌదీపొయ్యొచ్చిన ఖాసిమ్ వాళ్ళింటికెళ్ళి వాళ్ళవాళ్ళతోనే గడపబట్టిండు. ఇవన్నీ గమనిస్తనె ఉన్నది తను. మన్సుల ఏమూలో అతని ప్రవర్తన ముల్లెగుచ్చుకుంటనే ఉన్నది.

"క్యావ్‌రే! ఇంట్ల అస్సలు ఉంటనే లెవ్వు. యాణ్ణో తిరిగొస్తవేంద్రా" అని పుప్పమ్మ మొత్తుకుంటనె ఉన్నది... ఒకరోజు కొంచెం తాగొచ్చిండు... పక్కమీద ఏదో అసంతృప్తి... అసహనం..! ఒచ్చినప్పట్నుంచి ఆ మార్పుని గమనిస్తనె ఉన్నది తను ఇంక ఓపిక నశించి 'నువ్వు శానా మారిపొయ్‌నవ్' అన్నది. దాంతో మాటా మాటా పెరిగింది. ఎదురు మాట్లాడితె చంపేస్తనన్నడు ఊగిపోతు... నీ అందానికి నువ్వింక జవాబు లిచ్చుడు కూడానా. నేనెట్ల చేస్తె అట్ల పడుండాలన్నడు. బిత్తరపోయింది తను. ఉండబట్లేక 'సౌదీ పోకముందు నా ముఖంల 'నూర్' ఉంటుందని అనేవాడివే... నాలుగు పైసలు చేతిల పడంగనె నేనందంగ లేనట్లు కన్పిస్తున్ననా? అంటు కొట్లాడింది. ఇద్దరి అరుపులకు పిల్లలు లేషి ఏడుస్తుండేసరికి కొంచెం తగ్గి మరికొంచెం సేపట్కి నిద్దర్లకెళ్ళిపోయిండు. తనకు మాత్రం నిద్రపట్టలె...!

ఇంకొక వారం రోజులకు జరిగిందా సంఘటన...! ఆళ్ళ చిన్నమ్మ కొడుకు డిగ్రీ చేస్తున్నడు. అయాల మద్యానం ఒచ్చిండు. పుప్పమ్మ ఏందో పనిల ఉన్నట్లుంది. ముందల ఆ పిలగాడు ఎత్తుకుంటనంటె సంకలున్న పిల్లని ఆ పిలగాన్కి ఇచ్చుకుంట అతనేదో అంటే నవ్వుతున్నది తను. ఆ సమయంల బైటినుంచి గనుమలకొచ్చిన గౌస్‌కు ఆ పిలగాడు తన దిక్కుమల్లి ఉండి తనను కౌగిలించు కొని పిల్లను తీసుకుంట దూరం జరుగుతున్నట్లె కనిపించిందంట.

అంతే... ఇల్లు యుద్ధరంగమైపోయింది. తన ఒళ్లు హూనమైపొయ్యింది. పిల్లలకు, పుప్పమ్మకు ఏం జరుగుతున్నదో ఏం సమజ్‌గాలె. పుప్పమ్మ ఎంత ఆగబట్టినా ఆగకుంట కొట్టరాని దెబ్బలు కొట్టిండు. అతనెందుకు కొడుతున్నడో మొదట తనకు సమజ్‌కాలె. అతని తిట్లు అర్థం చెప్పేసరికి అవాక్కయి పోయింది. ఇక అతను కొడ్తుంటే అచేతనమైపోయి ఎటుకొడ్తే అటు పడిపోయింది. ఆఖర సోయి తప్పిపోయింది.

ఆ రోజునుంచి ఇంటికి రావడం బంద్ చేసిండు గౌస్. పుప్పమ్మ ఎతుక్కుంట ఖాసిమ్ వాళ్లింటికెళ్లి కొడుకుని ఎంతగనమో బతిలాడిందంట. "జరీనా అట్లాంటిది కాదురా. ఎందుకురా... ఆ పిల్లమీద అంత పెద్ద నేరం మోపినవ్. నన్ను ఇంట్లనె ఉంచిపోతివిగదా. నేను చూస్తనె ఉన్నగదా... ఆ పిలగాడు ఎప్పుడో ఒకసారి రావడం నిజమే. నేనే రమ్మన్నది. ఇద్దరం ఆడోళ్ళమే ఐతిమి. బైటిపన్లు జర చేసిపెట్టమంటె కాదన్లేక ఒచ్చేదిరా. ఆడు శానా మంచోడ్రా, అట్లాంటోడు కాదు. ఎందుకుర నువ్విట్ల జేస్తున్నవ్? నా మాట ఇన్రా, పెద్దదాన్ని, నీ తల్లిని నేజెప్పేది ఇన్రా. అరె గౌస్! ఇన్రా...' అని ఎంత జెప్పినా ఇన్లేదంట. దాంతోని ఓపిక నశించి ఎట్లబడ్తె అట్ల తిట్టి వచ్చేసిందంట బీజాన్‌బీ పుప్పమ్మ.

తను పొగిలి పొగిలి ఏడ్సుకుంట "నన్నెంత కొట్టినా, ఏం జేసినా పర్వాలెకుంటె.

గాని నామీద ఇంత అపనింద మోపుతడా...? ఏ తప్పు చేసిన పుప్పమ్మా...” అనుకుంట పుప్పమ్మ కడుపుల తలపెట్టి ఆ పూటంతా ఏడ్చింది తను.

అడిగేవాళ్ళెవరూ లేకుంటయ్యింది గౌస్‌ని. పైగ ఒకరిద్దరు, నెలలు, ఏండ్లు వదిలిపోతె పెళ్ళాలు మాత్రం ఎంతకని ఓపికపడతరు, ఎవరో ఒకళ్ళని చూసుకోరా?' అని అన్నరని తెలిసి మరింత కుమిలిపోయింది తను. గౌస్ తిరిగి వారంల ఎల్లిపోతడనంగ పిడుగుపాటువార్త మరొకటి తెల్సింది. ఖాసిమ్ తరపు చుట్టం ఒకామెను గౌస్ నిఖా చేసుకున్నడని! ఆ విషయం ఇనంగనె చక్కరొచ్చి నిలబడ్డకాణ్నె కూలబడిపోయింది తను. గడబడ్‌లైనయ్. కేసు పెట్టమని తనకు కొందరు సలహాలిచ్చిన్రు. పెద్ద మనుషుల్ల పెట్టమన్నరు. తను అవేమీ చెయ్యలె. కాని గౌస్ అంతపని చేస్తడని కలలగూడ అనుకోలె. దాంతో షాక్ తగిలినట్లయింది. తనల తను కుమిలిపోతూ నడుస్తున్న శవంలాగయిపోయింది మూగదైపోయింది.

బీజాన్‌బీ పుప్పమ్మ మాత్రం ఆ విషయాన్ని ఎంతకూ జీర్ణం చేసుకోలేకపోయింది. అక్కడికెళ్ళి కన్నతిట్లు తిట్టీ ఒచ్చింది

ఇంట్ల దిగులు దిగులుగ ఉండేది. గుండెల్ల గుబులైతుందనేది. పిల్లల్ని పట్టుకొని ఒకటే ఏడ్చేది. తన కోడలు అన్యాయమైపోయిందని ఏడుస్తూ ఏడుస్తూ ఆ దిగుల్తోటి మంచం పట్టింది.

నాల్గునెల్లల్ల బీజాన్‌బీ పుప్పమ్మ చచ్చిపోయింది! కేవలం కోడలు బతుకు అన్యాయమైపోయిందని, పిల్లలు దిక్కులేనోళ్ళైపోయిన్రనే దిగులే ఆమెను మింగేసింది. తను చచ్చిపోతే గౌస్‌కి మాత్రం తెలపొద్దని పుప్పమ్మ ఎన్నోసార్లు చెప్పింది. చిన్నకొడుకొచ్చి తన దగ్గర్కి తీస్కపోతనన్నా పోలె...

ఆ రాత్రి ఏం తినమన్నా తినబుద్ధి ఐతలేదన్నది. తెల్లారి చూస్తె చెంపలమీదంగ కారిన కన్నీళ్లు చారలు కట్టి ఉన్నయ్. దీనంగ చూస్తూ నిశ్చలమైపోయిన కళ్లు...! ఆ చూపు ఆ రూపం తను జీవితాంతం మరిచిపోలేదు.

మర్ధి వాళ్లొచ్చి శవాన్ని వాళ్లింటికి తీస్కెళ్ళిన్రు. తను వెళ్ళింది. బాగ ఏడుస్తూ ఉండిపోయింది. జొహర్ నమాజ్ టైంకు శవాన్ని మజీదుకు తీసుకుపోయిన్రు. పొద్దుగూకాల తను ఇంటికొచ్చేసింది. ఉండమనాల్సిన వాళ్లెవరూ ఉండమని అన్లేదు. అంతా ముభావంగ ఉంటున్నరు తనతో...

ఇక ఆ తర్వాత మరింత ఒంటరిదైపోయింది తను.. ఎన్నోసార్లు ఉరిబెట్టుకొని చచ్చిపోవాలనిపించింది. కాని పిల్లలకోసం ఆ పని చెయ్యలేకపోయింది...

చిన్నపిల్ల ఏడ్వబట్టేసరికి జరీనా ఆలోచన తెగింది. బాగ ఉడకపోస్తున్నది. తన ఒళ్లంత తడిసిపోయిది. కరెంటు వచ్చేటట్లు లేదు. లేషి మెల్లగ తడుముకుంటపోయి

బైటి తలుపు తీసింది. కొంచెం గాలి ఒస్తున్నది. కాని దోమల భయం. బైట గల్లీ అంతా చీకటిగ ఉంది. పిల్ల గట్టిగ ఏడుస్తుండెసరికి పిల్లనెత్తుకొని భుజంమీదేసుకొని జోకొట్టుకుంట గన్వకాడీకి, లోపల్కి రెండడుగులు ఏసుకంట తిరగబట్టింది.

'అమ్మీ! అమ్మీ!' అన్నడు పెద్దోడు.

'క్యావ్‌రే' అన్నది జరీనా.

'డర్ హోతా హై' అన్నడాడు.

'డర్ కైకు? మైం హూనా... సోజా' అన్నదామె.

'చిరాగ్ లగావ్' కాడికి డబ్బినై మిల్తి హై. ఖాముష్ సోజా' అన్నది.

పెద్దోడేం మాట్లాడలేదింక. మళ్ళ ఆలోచన - ఆఖరిసారి ఒచ్చినప్పుడు పెద్దోణ్ణి పిలిపించుకున్నడు గౌస్. జమీల్ అనే ఇంకొక దోస్తుతోని పిలిపించుకొని అతని ఇంట్లనే కూర్చోబెట్టుకొని శానాసేపు మాట్లాడిండంట. అమ్మి మంచిగ చూసు కుంటున్నదా అని అడిగిండంట. చేతిల వెయ్యిరూపాలు పెట్టి పంపించిండు. రెండోరోజు పెద్దోని స్కూలుకెళ్ళి ఫీజు కడ్తనని అన్నడంట. తన మనసేదో కకావికలమైపోయింది. అతన్ని చూడాలనిపిస్తున్నదో లేదో మరోటోగాని బేచైన్ బేచైన్‌గ ఉండేది.. ఒక నెలరోజుల్ల మల్ల అతను ఎల్లిపోయిండని తెలిసింది. కొంచెం ఏవో గొడవలైనట్లు గూడ తెలిసింది. మల్లొక ఆర్నెల్లు గడిచిపొయ్యేసరికి మరికొన్ని విషయాలు తెల్సినయ్. వాళ్ళు డబ్బు మనుషులనీ, పైసలు కోసమె గొడవలైనయనీ, పైసలు పంపించమనీ లెటర్లమీద లెటర్లు రాస్తున్నరనీ, వాళ్ళకు గౌస్ ఫోన్లు చెయ్యడం లేదట అనీ, లెటర్లు రాయడం గూడా మానేసిండని తెలిసింది...

ఏడాది తర్వాత నిన్న తనకో లెటర్ ఒచ్చింది గౌసనించి. ఆశ్చర్యమో, సంతోషమో, ఏడుపో ఏమీ అర్థంకాని మనస్థితి తనది. ఆ లెటర్ చూస్తుంటెమాత్రం తన కళ్ళనిండా నీళ్ళు నిండినయ్. అందుల రెండే లైన్లు... 'జరీన్! నువ్వు, పిల్లలు గుర్తొస్తున్నరు, ఈ నెల 25 తారీఖు నాడు నేనొస్తున్న... తెల్లారితే 25వ తారీఖు! ఎంత రాత్రయిందో తెలుస్తలేదు. జరీనాకు నిద్రొస్తలేదు. గుండెలు బరువెక్కు తున్నట్లనిపించసాగింది. పిల్లను పండుకోబెట్టింది మెల్లగ... దాంతో గయ్యిన ఏడుపు మొదలు పెట్టింది పిల్ల. దిండు కదిలి అగ్గిపెట్టె సప్పుడైంది.. దిండు కింద పెట్టుకొని మర్చిపొయ్‌నట్టు గుర్తొచ్చి తడుముకుంట అగ్గిపెట్టె తీస్కొని లేషి అగ్గిపుల్ల గీరి దీపంబుడ్డి ఎలిగించింది. గ్యాస్‌నూనె కొంచెమె ఉన్నట్లుంది.

ఆ దీపం ఎంత సేపుంటుందో తెలియదు.

*

నవంబర్–డిసెంబర్ 2000 'చూపు' కథల ప్రత్యేక సంచిక

కబూతర్!

'ఈ షాదీ చేసుడు తనతోని అయితదా?!' తనలో తనే అప్పట్కె వందసార్లు అనుకుంది ఫాతిమ.

నల్లని బుర్ఖాలో ఎర్రని ఎండకు ఎదురు నడుస్తున్నది ఫాతిమ. పిల్లబాటన పడి దబదబ నడుస్తున్నది. పావుగంట ఐంది ఆమె నడవబట్టి. ఎండకు బుర్ఖా లోపట ఒళ్ళంత చెమటపడుతున్నది. తన తమ్ముడు జమీర్ ఇంటికి పోతున్నదామె. రోడ్డు ఎంట పోవాలంటె రెండు ఆటోలు మారాలె. సక్కగ రెండు కిలోమీటర్లంత దూరం ఒక ఆటోల, మల్ల ఎడమ దిక్కు ఒక కిలోమీటరు ఇంకో ఆటోల ఎల్లాలె. ఇటు ఐదు, అటు ఐదు పది రూపాలైతయ్. అడ్డంగ నడిచిపోతె రెండు కిలోమీటర్లంత ఉంటది. అంటె అర్ధగంట నడక అనుకున్న ఫాతిమ బయల్దేరింది.

ఎండ సూస్తె ఎన్నడు లేంది ఇయాల సుర్రు మంటున్నది. చీర, రైక కొంచెం మందంగ ఉన్నై. పైంగ బుర్ఖా ఉంటంతోని లోపల చెమటకు బట్టలు తడుస్తున్నై.

ఇంతకు జమీర్ ఇంట్ల ఉంటడో ఉండడో.. ఆదివారం గదా.. ఇంట్ల దొరుకుతడులె అని పోతున్నది. జమీర్ మీదనె ఆశ. వాడె తనను అర్థం చేసుకొని సాయపడేటోడు. వాడు కొంచెం ధైర్యమిస్తె మిగతా వాళ్ళందర్ని ఎంతో కొంత అడగొచ్చు. పెద్ద తమ్ముడు ఏమంటడొ.. ఈ ఒక్క కార్యం చెయ్యగలిగితే కొన్నాళ్ళు

సుకంగ కంటి నిండ నిద్రపోవచ్చు...

రాకరాక వచ్చిన రిష్తా (సంబంధం).. అది గూడ తన హాలతు (పరిస్థితి) తెలిసిన అమీనా ఖాల పిలగానోల్లతోని మాట్లాడి ఒప్పిచ్చింది. ఇగ ఇంతకన్న మంచి రిష్తా, ఇంత తక్వ లేన్‌దేన్ (కట్నం) అడిగేటోల్లు దొరకరని మల్లమల్ల చెప్పింది. ఏమన్నగాని, ఎంతన్న కష్టం గాని ఈ రిష్తా వొదులుకోవద్దు.

నడక పెంచింది ఫాతిమ. సగం దూరమొచ్చేసింది. అడ్డంగ కొద్ది దూరం మట్టి రోడ్డు. వాహనాలు పొయి నప్పుడల్ల దుమ్ము లేస్తున్నది.

గౌసియాకి అప్పుడె 20 ఏళ్ళు. నాలుగేళ్ళ కింద వాళ్ల అబ్బా సచ్చిపోక ముందు అప్పుడె దాని షాదీ గురించి ఆలోచించబట్టిండు. షాదీ సూడకుంటనె ఎల్లిపాయె. మాయదారి గుండెనొప్పి, అనుకోకుంట వచ్చె.

'ఏం నొప్పో, దవాఖానకు పోదామయ్య' అంటె, 'ఎహె, ఏంగాదు లేవె, మల్ల దవాఖానకు పోతె ఆడు అదో ఇదో అని బయపెట్టిచ్చి పైసలన్నీ ఖర్చు పెట్టిస్తడు' అనుకుంట అస్సలు ఇన్లె. సూస్తుండంగనె నొప్పి ఊటగై దవాఖానకు తీస్కెళ్ళేలోపట్నె పానం పాయె. ఇగ అప్పట్నుంచె తనకు ఇన్ని కష్టాలు.. నాలుగేండ్ల సంది.. కంటినిండ కునుకు లేదు.. కడుపు నిండ తిండిలేదు.. మనసుకు శాంతి లేదు.. ముగ్గురు ఆడపిల్లలతోని ఇల్లు నెట్టుకు రావడంతోనె తన తలపానం తోకకొస్తున్నది. అట్లాంటిది ఒక్కో పిల్ల షాదీ ఎట్ల చేసుడు? ఎంత కష్టం? పెద్దదాని పెండ్లి చేయాలని రెండేండ్ల సంది కోషిష్ చేస్తనె ఉంది. ఉంటాఉంటె సమజైంది, ఈ రోజుల్ల పెండ్లి చేసుడు ఎంత కష్టమొ.. ఒక్కొక్కల్లు లక్షలు అడుగుతున్నరాయె. రిక్షా తొక్కేటోడు గుడ 70, 80 వేలు అడగుతుండె. నిద్ర పట్టదు. ముగ్గురు బిడ్డల షాదీలు చేసుడు తనవల్ల అయితదా అన్న పరేశాని నిలువనియ్యదు. ఒక్కోసారి అనిపిస్తది, పిల్లలకు ఏదన్న విషమిచ్చి తను గుడ తాగి పండుకుంటె సరిపోద్దని.

చెమట కండ్ల మీదికి కారుతుండేసరికి దారెంట ఎవరు లేంది సూషి మొఖం మీది నఖాబ్ గుడ్డ ఇప్పి మొఖం తుడుచుకున్నది ఫాతిమ. మల్ల నఖాబ్ కట్టుకున్నది. మట్టి రోడ్డు మీదినుంచి డాంబరు రోడ్డు మీదికి వచ్చింది. ఇంకొద్ది సేపు నడిస్తే సరిపోద్ది.

పిల్లలు సదువుకున్నా ఎవరొ ఒకలు, ముద్దుగున్నరు గదా అని చేసుకొని పోయేటోల్లు. సదువు సంధ్య లేదాయె. పెద్దదానికి అక్షరం ముక్క రాదు. రెండోది 8 ల ఉండంగ, చిన్నది 6 ల ఉండంగ ఈన సచ్చిపాయె. ఇగ ఆ ఏడాది నుంచే బడి బంద్ చెయ్యాల్సొచ్చె. బైటికెల్లి ఏం చేస్తానికి ఉండదాయె. ఇంట్లనె- పెద్దది మిషిన్ కుట్టుకుంట, చిన్నోల్లిద్దరు చేతికుట్టు కుట్టుకుంట ఇల్లు నడుపుతున్నరు. ఎంత వచ్చినా

బట్టకు, నొప్పులు రోగాలకే సరిపోవాయె... ఇంతదాక ఐదువందలు, వెయ్యి రూపాల నోటు ముట్టుకున్నది గుడ లేదు.. ఇగ షాదీలు ఎట్ల జేసుడు...

జమీర్ ఇంటి ముంగల నిలబడి బెల్లు మోగించింది. రెహానా తలుపు తీసింది.

'సలామలైకుమ్ ఆపా! ఆవో ఆపా' అనుకుంట దారిచ్చింది రెహానా. లోపలికొచ్చి నఖాబ్ గుడ్డ ఇప్పి మొఖం తుడుచుకుంట 'జమీర్ లేడా?' అనడిగింది ఆత్రంగ ఫాతిమ.

'ఉన్నడు ఆపా! పిలుస్త. మీరు కూర్చోండి' అనుకుంట బెడ్‌రూంలకు పోయింది రెహానా.

రెండు నిమిషాల్ల బైటికొచ్చిండు జమీర్.

'సలామలైకుమ్ ఆపా' అన్నడు.

'వాలెకుమ్ సలాం' అనుకుంట జమీర్‌ను చూసి కొద్దిగ నిమ్మలపడి కుర్సీల కూసున్నది ఫాతిమ.

'పిల్లలు మంచిగున్నరా ఆపా?' అడిగిండు జమీర్.

'ఆఁ..మంచిగనె ఉన్నరు..'

రెహానా మంచినీల్లు తెచ్చిచ్చింది.

'బుర్ఖా ఇప్పి కాల్లు చేతులు కడుక్కో ఆపా, అన్నం తిందువు' అన్నడు జమీర్.

'లేదు జమీర్, ఎల్త. కలీమ్ కాడిగ్గూడ పోవాలె. షాన తిరిగేదుంది' ఫాతిమ.

'ఏందాపా...! ఏమన్న అవసరం పడిందా? పరేశాన్ కనబడుతున్నవ్?!' జమీర్.

'అవును జమీర్! గౌసియాకి అమీనా ఖాల ఒక రిష్తా తెచ్చింది. పిలగాడు సెల్‌ఫోన్ల షాపుల పనిచేస్తుండంట. హుషారు పిలగాడట. వాళ్ళు గుడ లేనోల్లేనంట. కట్నంల ఒక యాభైవేలన్న వస్తె 20 వేలు షాదిఖర్చులకు పోయినా, 30 వేలతోని ఒక చిన్న షాపు పెట్టుకుంటనంటున్నడట. ఫస్టు 70, 80 వేలన్నరట! మన గౌసియ గురించి, మా హాలతు గురించి చెప్పి అమీన ఖాల 50 వేలకు ఒప్పిచ్చిందట. 50 వేలు ఇవ్వగలిగితె మన గౌసియా షాది ఐతది జమీర్! ఇగ ఈ చాన్సు గుడ పోతె ఆ పిల్ల షాది చేసుడు ముష్కిల్ ఐతది. ఎంత కష్టపడైన చెయ్యాలె జమీర్. మన చుట్టాలందర్ని కాల్లావేల్లా పడైన తలా ఇంత సాయం చెయ్యమని అడగుత. ఆ పిల్ల షాది చెయ్యంది నాకు నిద్ర పట్టదురా.. ఎట్లన్న నువ్వు గుడ ఒక చెయ్యేయ్యాలె. నీ మీదనె ఎక్కువ ఆశ పెట్టుకున్న.... నువ్వు కాదనొద్దు...' ఉద్వేగంగా చెప్పుకొచ్చింది ఫాతిమ. ఏ క్షణమైనా ఆమె ఏడ్చేసేటట్టున్నది.

అంతల రెహానా చాయ్ తెచ్చి ఇద్దరికి చెరొక కప్పు అందిచ్చింది.

చాయ్ తీస్కొని సోంచాయించుకుంట తాగబట్టిండు జమీర్. కాసేపట్ల తన

పరిస్థితుల్ని ఒకసారి మననం చేసుకున్నప్పటికీ ఏమాత్రం నెగెటివ్ ఆన్సర్ ఇచ్చినా అక్క పరేషానైతదనిపించింది. ఎంత కష్టమైన తన వంతుగ వీలైనంత ఎక్కువె మదత్ (సాయం) చెయ్యాలనుకొని-

'ఆపా! నువ్వేం పరేషాన్ కాకు. మన వంతు కోషిష్ మనం చేయాలె. ఆ పైన అల్లా వున్నడు. నేను ఈ మధ్య కొద్దిగ ఇబ్బందుల్ల ఉన్న. ఐన నీకు అవసరమొచ్చినప్పుడు నేను ఎనక్కు పోతనా! నా వంతుగ, నా వల్ల ఐతదనిపించింది ఏం చెయ్యమన్న చేస్తానాపా! క్యా కర్న బోలో ఆపా...!' అన్నడు జమీర్ స్థిరంగ.

ఫాతిమ మొఖం కొంచెం స్థిమితపడ్డది. చాయ్ గ్లాస్ కింద పెట్టి- 'ఇబ్బందుల్ల ఉన్నవంటున్నవ్.. నువ్వే చెప్పు జమీర్, నువ్వేం చేసినా ఆలోచించే చేస్తవ్..' అన్నది.

'నా తరపున ఐదారు వేలు సర్దుత ఆపా. ఆఖరికి నీకు పైసలు పూడకపోతె ఇంకొ రెండు మూడు వేల దాకా అప్పు చేసైనా ఇస్త. ఇగ అంతకన్నా నావల్ల కాదాపా' అన్నడు ఆలోచించుకుంటనె.

సంబురపడ్డది ఫాతిమ. 'సాలు తమ్మీ! నువ్వు ఇచ్చిన ఈ ధైర్నంతోని చెప్పులరగంగ ఐనా తిరిగి ఎట్లన్న ఈ షాది చేస్త. సాలు తమ్మి, సాలు.. ఆయన ఉంటె నాకీ కష్టాలు ఉండకపొయ్యేటివి..' అనుకుంట గుడ్ల నీళ్ళు తెచ్చుకున్నది ఫాతిమ.

ఆందోళనగ లేషిండు జమీర్. అక్క దగ్గరికొచ్చి-

'నక్కోరో ఆపా...హమె హైనా! మేమున్నం గదా.. పైన అల్లా ఉన్నడు. ఏం గాదు. నువ్వు పరేషాన్ గాకు' అన్నడు. రెహానా గుడ వచ్చి 'నక్కొ రో ఆపా!' అని ఫాతిమను ఓదార్చబట్టింది.

కండ్లు తుడుసుకొని లేషింది ఫాతిమ.

'అచ్ఛా.. నేన్ బోత. రెండ్రోజుల్ల ఏదో ఒకటి చెప్పమన్నది అమీన ఖాల. పెద్దోని కాడిగ్గూడ పొయ్యి విషయం చెప్త. అట్లనె ఖాజమియ, గౌస్‌పాష వాళ్ళ దగ్గర్కి గుడ పొయ్యి అడుగుత, పొయ్యొస్త' అని లేషింది.

'ఆగాపా!' అనుకుంట బెడ్ రూంలకు పొయ్యిండు జమీర్.

నఖాబ్ గుడ్డ కట్టుకుంది ఫాతిమ.

జమీర్ బైటికొచ్చి ఫాతిమ చేతిల రెండు 50 రూపాల నోట్లు బెట్టిండు- 'ఆటోల్ల తిరుగు ఆపా. అందరి కాడికి నడిషి తిరగకు' అన్నడు.

'సరె' నని తలూపి బయల్దేరింది ఫాతిమ.

బైటి దాంక వచ్చి సాగనంపిన్రు జమీర్, రెహానా.

***

పట్టణానికి దక్షిణం చివర నుంచి పట్టణం దాటి ఉత్తరం చివర ఉన్న తన పెద్ద

తమ్ముడు కలీమ్ ఇంటికి చేరుకున్నది ఫాతిమ. పెద్ద మరదలు ఖతీజ పట్టుబట్టి ఫాతిమ చేత బుర్ఖా విప్పించి కాల్లు చేతులు కడుక్కున్న దాక విడిచిపెట్టలె.

అంతల బైటికెళ్ళిన కలీమ్ వొచ్చిండు. బట్టలు మార్చుకొని కాల్లు చేతులు కడుక్కొని తుడుచుకుంట వచ్చి అక్కను ఏం సంగతులని అడిగిండు. ఖతీజ దస్తర్‌ఖాన్ పరిషి అన్నం తీస్తున్నది. పిల్లలు ముగ్గురు ఆళ్ళ మాంవ ఇంటికి పొయి(రని చెప్పింది ఖతీజ.

కలీమ్ కూసున్న కుర్సీ పక్కన ఉన్న కుర్సీల కూసుంటు గౌసియా షాది గురించి చెప్పింది ఫాతిమ. జమీర్‌కు చెప్పినట్లు కాకున్న ఉన్నంతల కొంచెం బాగనె సాయం చేయాలని అడిగింది. అంతె- ఏ పరేషాన్‌ల ఉన్నడొ, కలీమ్ అరిషినంత పని చేసిండు- 'యాణ్ణుంచి తేవాలె? పిల్లల సదువులకె బోలెడు పైసలైతున్నయ్. అప్పులు గుడ చేసినం ఈ ఏడాది. మీ ఆయన ముగ్గుర్ని కనె, పాయె. షాదీలు ఎవరు చెయ్యాలె. మాతోటి కాదు.. ఏం జేస్తవో నీ యిష్టం.' అనేసిండు..

అప్పట్కి ఖతీజ- 'ఏందట్ల మాట్లాడ్తవ్. అట్లనేన అక్కతోటి మాట్లాడేది?' అంటనె ఉంది.

ఫాతిమకు దుఖ్ఖమాగలేదు. లేషి బుర్ఖ అందుకొని దబదబ బైటికొచ్చేసింది. ఖతీజ ఎంత ఆపినా ఆగలేదు.

***

ఐదోనాడు పొద్దున్నె-

బుర్ఖాల జల్ది జల్ది నడుస్తున్నది ఫాతిమ. ఎదురుంగ సైకిల్ మీద వస్తున్న సలీమ్, 'ఆపా! ఎక్కడికి పోతున్నవాపా? ఇంత పొద్దున?'అనడిగిండు. 'దేవరకొండకు పోతున్న సలీమ్. ఆడ మా తాయబా కొడుకు, ఒక అన్న ఉన్నడు. గౌసియ షాది గురించి చెప్పొద్దామని పోతున్న' అన్నది ఫాతిమ.

'ఆగు ఆపా! బస్టాండు దాంక దింపుత' అనుకుంట సైకిల్ దిగి సైకిల్ ఎనక్కు మలిపిండు సలీమ్. 'ఎందుకు లే సలీమ్, నేను పోతలే' అంటున్న ఫాతిమను 'ఏం కాదాపా! నువ్వు ఎక్కి కూసో' అని తలకున్న టోపీ సర్దుకొని, ఫాతిమను ఎనక క్యారల్ మీద కూసొబెట్టుకొని సైకిల్ కొద్దిగ ఉరికిచ్చి పైడిల్ మీద కాలు పెట్టి ముందు దండ మీదినించి కుడి కాలు అవతలికేసి సీటుమీదికి ఎక్కిండు. సైకిల్ నడుపుకుంట 'ఎక్కడిదాంకొచ్చిన యాపా నీ కోషిష్‌లు?' అనడిగిండు.

'ఇంకా 20 వేలు కావాలె సలీమ్. ఏం చెయ్యాల్నో తెలుస్తలేదు. అందుకె దేవరకొండ పోతున్న. అక్కడ మా భాయ్‌ని అడగాలె. కొద్దిగొప్ప ఏమన్న సాయం చేస్తడేమో చూస్త..' అన్నది. ఏం మాట్లాడలేదిక సలీమ్. బస్టాండ్ రాంగనె సైకిల్

ఆపి 'ఇగ పొయ్‌రా ఆపా! అల్లా నీ పని అయ్యేటట్లు చూస్తడు' అని సైకిల్ మలుపుకొని ఎల్లి పొయ్యిండు.

చట్టచట్ట బస్టాండులకు పొయ్యి దేవరకొండ బస్ కోసం అడిగింది ఫాతిమ. బస్సు కాడికి పొయ్ 'ఇది దేవరకొండ పొయ్యే బస్సేనా?' అని మల్లొకర్ని అడిగి ఎక్కి కూసుంది.

కొద్దిసేపటికి బస్సు కదిలింది. బస్సుతోపాటు ఫాతిమ ఆలోచనలు గుడ కదిలినయ్..

ఈ సలీమ్ మంచి పిల్లగాడె! ఈళ్లిల్లు తమకు రెండిండ్లి వతల ఉంటది. వీళ్లమ్మ నొకపాలి కదిలించింది– షాదీ చేసుకుంటడేమోనని. 'వాడు షాదీ చేసుకోనంటుండు ఫాతిమ. జిందగీ అంత ఇస్లాంకు సేవ చేసుకుంట ఉండిపోతడంట. ఏం చెయ్యను?' అని బాద పడ్డది ఆళ్లమ్మ. నిజంగనె ఈ పిలగాడు ఎప్పుడు జూసినా 'ఇస్తెమా'లని ఊర్లు తిరుగు తుంటడు. గడ్డం ఇడిషిండు. తలమీది నుంచి టోపీ తీయడు. ఆ తెల్ల లాల్చీ పైజమా వదలడు. నిష్టగ ఐదుపూటలా నమాజు చదువుతడు.. ఎవరు కలిషినా నమాజ్, అల్లా, ఇస్లాం అని దీన్ గురించే చెప్తుంటడు. దునియా విషయాలు ఏం పట్టవు. ఏందో.. ఒక్కొక్కరు ఒక్కో తీరుగుంటరు..

ఎదురింటి పిలగాడు ఇఖ్బాల్ వాళ్ల అమ్మను గుడ కదిలించింది.. 'మా పిల్లగాన్ని అప్పులు చేసుకుంట కంప్యూటర్ సైన్సు చదివిస్తున్నం.. వానికి తప్పకుంట ఉద్యోగమొస్తదని అప్పుడె సంబందా లొస్తున్నయ్. ఒక్కొక్కరు ఖరీదైన సామానంత పెట్టి, లక్షలు ఇస్తమంటున్నరు. నీ పిల్లను యాడ చేసుకుంటడాడు?' అన్నదామె మొఖం మీదనె! అది తల్చుకుంటె ఇప్పటిగ్గూడ ఎట్లనొ అన్పిస్తది..

ఈ నాలుగు రోజుల సంది ఇట్ల తిరుగుతనె ఉంది. ఫస్టు రోజు జమీర్ ఇచ్చిన దైర్నంతోటి హుషారొచ్చె. మల్ల కలీమ్ అట్ల మాట్లాడెసరికి ఎక్కడ్లేని నీరసం ముంచుకొచ్చె. కలీమ్ ఇంటి నుంచి ఏడ్సుకుంట సక్కగ ఇంటికె పొయింది. అన్నం గుడ తినకుంట అట్లనె పండుకుండి పొయింది. పిల్లలు ఎంత లేపినా పానం బాగలేదని అట్లనె ముడుచుకున్నది. పొద్దుగూకెసరికి మరి యాడ తెచ్చిండొ గని, కలీమ్– తన పెద్ద కొడుకుతోని ఐదు వేలు పంపిచ్చిండు.

ఇగ తెల్లారి జల్ది లేషి పనులన్ని జేసుకొని తన చెల్లెల్లిద్దరి కాడికి పొయింది. పెద్ద చెల్లె బర్త ఖాజామియా షానా మం చోడు. షాది నాటికి మూడు వేలు ఇస్తనన్నడు. పిల్లకు రెండు జతల బట్టలు తెస్తనన్నడు. ఇగ చిన్న చెల్లె బర్త గౌస్‌పాషా గుడ రెండు వేలు సర్దుతనన్నడు. ఆ ఊర్లెనె ఉన్న దూరపు చుట్టాలిద్దరి కాడికి పొయింది. ఆళ్లు తలా వెయ్యి ఇస్తమన్నరు. ఇంకొకాయన 'నా హాలతు బాగ లేదమ్మ. మాఫ్‌కర్నా'

అన్నడు.

మల్ల తెల్లారి పొద్దున్నె తయారై గౌసియ చిచ్చా లిద్దరి కాడికి పొయింది. వాళ్లిద్దరు తలా మూడు వేలిస్తమన్నరు.

ఒకరోజు పొద్దున్నె, సౌదికి పొయ్యొచ్చిన ఒకాయన గరీబు ఆడపిల్లల షాదీలకు మదత్ చేస్తడని ఎవరొ చెబితె ఆల్లిల్లు ఎతుక్కుంట పొయింది. ఆయన ఐదు వేలిస్త నన్నడు. షాదికి ముందు వచ్చి రొఖ్ఖా (పెండ్లి పత్రిక) ఇచ్చి తీస్కెళ్ల మన్నడు.

చిన్న తమ్ముడివి ఎనిమిది వేలేసుకున్నా, పెద్దోడిచ్చిన ఐదు వేలు, మరుదులిద్దరివి ఐదువేలు, గౌసియా చిచ్చా లిద్ద రివి కలిపి ఆరు వేలు, చుట్టాలిద్దరు ఇచ్చినవి రెండు వేలు, సౌదీ ఆయన ఐదువేలు కలిపి మొత్తం ముప్పయ్యొక్క వేల యితయి. ఇంక ఇరవై వేలు కావాలె. ఎట్ల? ఇంకెవరున్నరు ఇస్తానికి? ఇప్పుడీ దేవరకొండల ఉన్న భాయ్ రెండు లారీలు తీసుకొని నడుపుతున్నడట. ఇగ ఆయన్నె జర ఎక్కువ అడగాలె.

***

దేవరకొండ ల దిగి ఒక డజను అరటిపండ్లు కొని, భాయ్ ఇల్లు ఎతుక్కుంట పొయింది ఫాతిమ. ఆఖరికి దొరికిచ్చుకుంది.

గని పరేషానైంది. తను ఇన్నదానికి ఆ ఇంటికి ఏం సమ్మంధం లేదు. చిన్న కిరాయి అర్ర. అది గుడ పడావుపడ్డ ఇల్లు. తలుపు కొట్టింది. తలుపు తీసింది ఒకామె. తను నల్గొండ నుంచి వస్తున్ననని, మక్సూద్ భాయ్ తనకు అన్న అయితడని చెప్పింది. లోపలికి రమ్మన్నదామె. లోపల మక్సూద్ భాయ్ మంచంల పండుకొని ఉన్నడు. మంచానికి అతుక్కుపొయ్న ఒంటితోని షాన్నాళ్లసంది నవుస్తున్నోని లెక్క ఉన్నడు మక్సూద్ భాయ్. ఫాతిమ పరేషానైంది. సలామ్ చేసింది.

'భాయ్! నేను ఫాతిమను. మీ చిచ్చా బిడ్డను' అన్నది కొంచెం దగ్గరికి పోయి, కొంచెం గట్టిగ. గుంటలు పడ్డ కండ్లతోని ఫాతిమ మొఖంల ఏవో ఆనవాళ్ల కోసం ఎతుక్కున్నడు మక్సూద్ భాయ్. మాట గుడ మాట్లాడలేక పోతున్నడు.

నీళ్లు తెచ్చి ఇచ్చింది ఆమె.

'ఏమైంది భాయ్‌కి?' అడిగింది ఫాతిమ పరేషాన్‌గ.

'తాగి తాగి అట్లయిందు ఆపా! లారీలు కొన్నప్పటి సందే తాగుడికి అలవాటైందు. లారీలల్ల లాసొచ్చింది. ఎంత పైకి ఎదిగినమో కొన్నాల్లకె ఇగొ ఇట్లయి పొయ్నమ్..' అని గుడ్ల నిండ నీళ్లు తెచ్చుకున్నదామె.

కొద్దిసేపు కూసొని ఆమెతో మాట్లాడింది. ఏదొ, నాలుగు మాటలు ధైర్నం చెప్పింది.. దానివల్ల ఏం కాదని తెలుసు. కని తను ఏం చెయ్యగలదు.. ఆళ్లిద్దర్ని సూస్తుంటె మస్తు బాదెయ్యబట్టింది. బస్సు కిరాయి మందం పైసలుంచుకొని మిగతా

పైసలు, అరవై రూపాలు ఆమె చేతిల పెట్టింది. ఎల్లొస్తనని ఇద్దరికి మల్ల మల్ల చెప్పి బయలుదేరింది ఫాతిమ.

***

అయాల అమీన ఖాల పిలగాని తల్లి మసూదాను తీస్కొని వచ్చింది. హడాహుడి పడిపొయింది ఫాతిమ. చాప ఏసి చద్దర్ పరిచి కూసొబెట్టింది. చాయి చేసి ఇచ్చింది. అన్నం తిని పోవాల్నని చెప్పింది. పిల్లల్ని హడాహుడి పెట్టి మల్లొక గిలాసు బియ్యం పొయి మీద పెట్టించింది.

మసూదా అమీన ఖాలను తొందరపెట్టింది. దాంతోటి–

'ఏమైంది ఫాతిమ.. ఏం చేసినవ్.. యాభైవేలు ఇస్తాని కి ఐతదా? ఆ విషయం చెప్తే తతిమా విషయాలు మాట్లాడుకోవచ్చంటున్నది మసూదా' అన్నది అమీన ఖాల.

గుండెల కొద్దిగ నొప్పిగ అనిపించింది ఫాతిమకు. అల్ల ముందల కూసుంట చెప్పింది– 'ఖాలా! నీకు తెలియం దేముంది.. నువ్వు చెప్పిన కాణ్ణుంచి తిరుగుతనె ఉన్న. ఇప్పటికి ముప్పైవేలు ఐనయ్ ఖాలా! నాకు కొద్దిగ టైమిస్తే నువ్వు చెప్పినట్లు యాభైవేలు ఎట్లన్న చేస్త' అన్నది.

దాంతోటి మసూదా ఎంటనె–

'నై హోతా అమ్మా! ఆగడం మావల్ల కాదు. ఇప్పట్కె అమీన ఖాల చెప్పిందని ఈ వారం రోజులు ఆగిన. మీరేమో 30 వేలే తయారైనై అంటున్నరు. అవతల యాభైవేలు ఇచ్చి షాది మంచిగ చేసిస్తమని ఒక సంబందమోళ్లు ఇప్పటికె మూడుసార్లు వచ్చిపొయిర్రు. మా పిలగాడు తొందరపెడ్తున్నడు. ఇగ ఆగడం మా వల్ల కాదమ్మ. ఏమనుకోవద్దు' అని లేషింది మసూదా.

గుండెల్ల రాయి పడ్డది ఫాతిమకు. ఆత్రంగ లేషి మసూదా చేతులు పట్టుకున్నది– 'అట్ల అనొద్దు ఆపా! మీ సంబందం మీద ఎంతో ఆశ పెట్టుకున్న. నా ఆశను అర్పొద్దు. జర అర్థం జేసుకోమ్మా. ఒక్క వారం రోజులు టైమిస్తె ఎట్లన్న జేస్త. లేదంటె ముప్పై వేలు తీస్కొని షాదీ కానిచ్చి తర్వాత కొద్దిగ టైమిస్తే ఎట్లన్న చేసి మీ సొమ్ము అప్పజెప్త. కాదనొద్దు ఆపా! నువ్వెట్లన్న పెద్ద మనసు జేస్కొవాలె. జర్ర ఓపిక పట్టమ్మా మాకోసం!' ఫాతిమ దీనంగ బతిమాలుతున్నది.

'ఇగ ఆగలేమమ్మ... మాఫ్ కర్నా!" మసూదా తన చేతులు ఎనక్కి తీసుకున్నది.

'బేటీ! మన గరీబుల పరేషాన్లు గరీబోల్లు గాకపోతె ఎవరు అర్థం చేసుకుంటరు చెప్పు. మొగుడు సచ్చి, బిడ్డ కనా కష్టాలు పడుతున్నది. జర అర్థం చేసుకోవాలమ్మ...' అని ఇంక ఏదో సర్దిచెప్పబోయింది అమీనా ఖాలా.

'నువ్వు గుడ అట్లనె అంటవేంది ఖాలా! వాడెంత తొందరపెడ్తుండొ నీకు తెల్వదా? ఎవరొ తెలిసినతను సెల్లుల మెకానిక్ డబ్బా ఈనికి 35 వేలల్లనె ఇచ్చేస్త అంటుండంట. వాడు ఒకటె పోరుతుండు. నేనాగ లేనమ్మ.. మీరేమన్న అనుకోరి' అనుకుంట సర్రసర్ర ఎల్లిపోయింది మసూద.

'మసూద! మసూదా! జర్ర ఇను' ఖాలా పిలుస్తున్నది.

'ఆపా! ఆపా! కొద్దిగ ఆగు ఆపా' అని ఫాతిమ బతిలాడుకుంట పిలుస్తున్నా ఇనకుంట ఎల్లిపోయింది మసూద!

చిన్నబొయ్యి నిలబడిపొయింది ఫాతిమ. చిన్న పిల్లలిద్దరు తల్లి పక్కకొచ్చి నిలబడ్డరు. గౌసియ వంట అర్రల గుడ్లునీల్లు కమ్ముకోంగ, గోడ గిల్లుకుంట నిలబడి ఉంది.

'ఇగ పోనీలె బిడ్డా! ఏం జేస్తం... మన ఖిస్మత్‌ల లేద నుకుందాం. అల్లా యాడ రాసిపెడ్తె ఆణ్ణె జరుగుతది. అన్నీ అర్థం జేసుకొనేటోడు- ఆడే సూస్కుంటడు. నువ్వేం పరేషాన్ గాకు. నేను మల్ల వస్త బేటీ! ఇందాకనె మా కోడలు, మనుమలు వచ్చిన్రు. నేనేమో ఈ మసూద వచ్చేసరికి ఇటుబడి వచ్చిన. మల్ల వస్త బిడ్డా!' అనుకుంట తలనిండా కొంగు కప్పుకొని ఎల్లిపొయింది అమీనా ఖాల. ఎనక్కు మల్లింది ఫాతిమ.

గుండెల మరింత నొప్పిగ అనిపించింది. కళ్లల్ల నీల్లు చిమ్మినయ్. గుండెల్ల నుంచి దుఖ్ఖం ఎగదన్నుకు వచ్చింది. సాప మీద కూలబడింది. బోరున ఏడ్వబట్టింది. తల్లి ఏడుస్తుండెసరికి పిల్లలిద్దరు తల్లిని పట్టుకొని ఏడ్వబట్టిన్రు. వంట అర్రల్నుంచి ఇవతలికి ఏడుస్కుంట వచ్చి తల్లి మీదబడి బోరున ఏడ్వబట్టింది గౌసియ.

ఇగ వాళ్ళు ఒకరి మీద పడి ఒకరు ఏడుస్తున్నరు. ఒకరి గడ్డం పట్టుకొని ఒకరు ఏడుస్తున్నరు. ఆ ఏడుపుల సప్పుడు అంతకంతకు ఎక్కువైంది. ఆ సప్పుడుకు సుట్టుపక్కల ఇండ్లవాల్లు పరేషానైన్రు. ఇండ్లల్ల ఉన్న మొగవాల్లు బైటికొచ్చి నిలబడి ఏమైందో నన్నట్లు సూస్తున్నరు. వాళ్ళ ఆడవాల్లు దబదబ ఫాతిమ ఇంటిదిక్కు ఉరుకుతున్నరు. జర్ర సేపట్ల ఫాతిమ ఇల్లంత సుట్టు పక్కలోల్లతోని నిండిపొయింది. ఆ తల్లిబిడ్డల ఏడ్పు మాత్రం ఆగెటట్లు లేదు. ఆడవాల్లు కొందరు వాల్లను ఓదారుస్తానికి ఎన్నో తీర్లుగ కోషిష్ చేస్తున్నరు. 'అసలేం జరిగింది?' అని మగవాల్లు అడుగుతున్నరు. ఏం జరిగిందొ ఎవరికేం తెలుస్తలేదు. సలీమ్ గూడ వచ్చి నిలబడ్డడు. పక్కింటి లతీఫ్ భాయ్, ఎదురింటి జానిమియ, రెండిండ్లవతలి ఖాసిమ్- అందరు ఏమైందనె అడుగుతున్రు. కండ్లల్ల నీల్లు ఒత్తుకుంట పక్కింటి నానీ చెప్పింది-

'ఏముందయ్యా! ఇయాల్రేపు నియ్యతు యాడుంది? గరీబోల్ల పరేషాన్లు ఎవరు పట్టించుకుంటరు? మొగుడు సచ్చిపొయ్యే- బిడ్డ పుట్టెడు కష్టాల్ల ఉండె.. పెద్ద బిడ్డ

షాది చేద్దామంటె ఒక్కొక్కల్లు లక్షలడుగుతుండ్రి. ఇదేమన్న మన ఇస్లాంల ఉన్నదా? మొన్నొక సంబందపోల్లు యాభైవేలన్న ఇయ్యమన్నరంట. చెప్పులరగంగ తిరిగింది బిడ్డ. తన వల్ల కాలె... ఆల్లొచ్చి, కాదని పొయ్యేసరికి తట్టుకోలేక పోతున్నది బిడ్డ.. ఎవరు ఆదుకుంటరయ్యా గరీబోల్లను? పాడు దుని యాఁ...!'

ఆ తల్లీ బిడ్డల ఏడ్పుచూసి అందరు కదిలిపోతున్నరు. ఎవరెంత ఓదార్చబొయ్యేన ఆల్ల ఏడ్పు అంతకంతకు ఎక్కువైతున్నది...జనం ఇంక గుమిగూడుతున్నరు.

అంత మందిల-

తెల్లని పావురమేదో కదిలినట్లు సలీమ్- అడుగు ముందుకేసిండు...

'ఫాతిమ ఆపా! నేను చేసుకుంట గౌసియ ను. పైస కట్నం లేకుంట చేసుకుంట. రేపే మజీదుల నిఖా చదివించుకుంట. మీరు ఇగ పరేషాన్ కావొద్దు ఆపా!' అన్నడు నిర్మలంగా.. స్థిరంగా..

షానాసేపు సలీమ్ అన్నదేందో అక్కడ ఎవరికీ సమజ్ కాలె. సమజైనంక.. ఫాతిమ కళ్లనుంచి కారుతున్న కన్నీల్లు ఆనంద భాష్పాలుగ మారినయ్. లేషి సలీమ్ కాడికొచ్చి అతని చేతులందుకొని కళ్ళకద్దుకుంది.

*

19 జూన్ 2011, సాక్షి ఫండే

'VEGETARIANS ONLY'

నడిచీ నడిచీ కాళ్లు గుంజుతున్నై. అరికాళ్లు మంట పుడుతున్నై. పొద్దుననంగ వచ్చినం ఆ బస్తీకి. వరుసబెట్టి గల్లీలన్నీ తిరుగుతున్నం. కనబడ్డ To Let బోర్డు నల్లా పలకరిస్తున్నం.

ఇంక శానా గల్లీలే ఉన్నయ్. అవతలివైపు మెయిన్ బజార్ నుంచి కుడిపక్క, ఎడంపక్క గల్లీలన్నీ తిరగడం అయిపొయింది. మూడిండ్లల్ల ఒక ఇల్లు శానా బాగుంది. మేం కోరుకున్నట్లగానే కిరాయి 1500. ఒక రూము, ఒక చిన్న కిచెన్. చాలు.. ఇంత హైదరాబాద్‌ల మేమిద్దరం ఉంటానికి. రెండు నెలల అడ్వాన్స్ ముందు ఇవ్వాలన్నడు ఓనర్. ముందు ఒక నెలది ఇస్తం సర్, చేరినంక ఇంకో నెలది ఇస్తమంటె సరె నన్నడు.

హమ్మయ్య అనుకున్నం. మూడు వేలు ఇప్పుడె కట్టాల్నంటె కష్టం. జేబులో 1500 లే ఉన్నయ్. బాగనె ఒప్పుకున్నడు. ఇప్పుడె ఇచ్చేస్తె పాయె. లేకపోతె మల్ల ఎవడొ అడ్వాన్స్ ఇచ్చేస్తె సస్తిమి. ఇద్దరం గుడ అదె అనుకున్నం.

1500 తీసి ఇచ్చిన. ఓనర్ తీసుకొని లెక్కపెట్టుకుండు. 'సరె బాబు! ఎప్పుడొస్తరు?' అన్నడు.

'ఇయాల్నె, సాయంత్రం కొంచెం సామాన్ తెస్తం సార్' అన్న.

'సరె!' అని ఇంట్లకు పోబోయి–

'ఏం పేరు?' అన్నడు.

కొద్దిసేపు తటపటాయించిన నేను. ఇద్దరం మొఖాలు చూసుకున్నం.

ఎందుకో నా మనసు ముడుచుకుపోయింది. ఆ కొద్దిసేపు నా పేరు ఏ రమేషో, రాజేషో అయితె ఎంత బాగుండు. తప్పదు–

'యూసుఫ్!' అన్న.

ఇంటాయన షాక్ కొట్టినట్లు ఆగిపోయిండు.

'ఏందీ?' అన్నడు.

'యూసుఫ్ అండి!' అన్న. ఈ ఇల్లు గుడ క్యాన్సిల్ అని సమజైపోయింది.

'ముస్లింసా?' అన్నడు ఇటు తిరిగి నమ్మలేనట్లు.

'అవునండి. కాని మీకే ఇబ్బందీ ఉండదండి. నేను జాబ్ కెళ్లిపోతాను. తను తెలుగులోనే ఎం.ఫిల్. చేస్తున్న దండి..' ఇంకా ఏం చెప్పాల్నా అని వెతుక్కుంటున్న. అయినా నేను చెప్పినవి ఆ ఇంటాయనకు సంతృప్తిని కలిగించ వనిపిస్తనె ఉంది. ఇంకా సంతృప్తి కలిగించేలా మాత్రం మాట్లాడలేననిపించింది.

'తెలుగు బాగ మాట్లాడుతుంటె మనోల్లె అనుకున్న. ముస్లింలకైతె ఇవ్వం బాబూ! సారీ!' అనుకుంట పైసలు వాపస్ ఇయ్యబొయ్యిండు.

'సర్ ! మీ ఇల్లు మాకు బాగ నచ్చింది సర్. తిరిగి తిరిగి అలిసిపోయ్నం సర్. మా వల్ల మీకు ఏ ఇబ్బంది ఉండదు. ఇద్దరం చదువుకున్నోళ్లం కద సర్. ఇల్లు నీట్‌గ ఉంచుకుంటం సర్' అన్నది షాహీన్ దీనంగ.

'లేదమ్మా ! ఇంట్ల ఒప్పుకోరు'

'ఒక్కసారి అడిగి చూడండి సర్. మా గురించి చెప్పండి. మా మిసెస్‌తో మాట్లాడి చూడమనండి' అన్న నేను.

ఓనర్ నా దిక్కు ఓ చిత్రమైన చూపు చూసిండు.

'ప్లీజ్ సర్!' అన్న.

'చెప్పి చూస్త' అనుకుంట లోపలి కెళ్లిండు.

హమ్మయ్య అనుకున్న. ఒప్పుకుంటె బాగుండు అనిపించింది. లోపలి మాటలు సరిగ వినిపిస్తలెవ్. 'గట్టిగ మాటలేం వినబడ్తలెవ్ గనక ఒప్పుకుందేమో!' అన్న షాహీన్‌తో మెల్లగ.

ఓనర్ బైటికొచ్చిండు.

'సారీ బాబూ! ఒప్పుకుంట లేరు.' అనుకుంట పైసలెచ్చేసిండు. మల్ల సూడకుంట లోపలికెళ్లిపొయ్యిండు.

మనసుల మల్లొకసారి ముల్లు గుచ్చుకుంది !

***

పైసలు జేబుల పెట్టుకొని మల్ల దిక్కులు చూస్కుంట బయల్దేరినం. ఆ బజార్లన్ని తిర్గినా నచ్చిన ఇల్లు దొర్కలె.

ఇంకో రెండిళ్లు చూసినంక లాభం లేదనుకొని, ముస్లింలకు ముస్లింలే ఇచ్చేటట్టున్నదని ముస్లింలున్న దిక్కు నడిచినం.

చింతల్‌బస్తి ప్రత్యేకత గురించి మా దోస్త్ శంకర్ చెప్పిన మాటలు యాదికొచ్చినయ్. ఇక్కడ అన్ని కులాలు, అన్ని మతాలవాళ్లుంటరట. పైగా పక్కా మాస్. ముస్లింలే కాక క్రైస్తవులు, జైనులు కూడా కనిపిస్తరట. దేశంలో నుండి హైదరాబాద్‌కి బతకడానికి వచ్చిన అన్ని రాష్ట్రాలవాళ్లు ఇక్కడ ఉంటరేమోనన్నడు.. నేపాలీలు మాత్రం కొట్టొచ్చినట్టు కనిపిస్తుంటరట.

కూరగాయల మార్కెట్ కూడా ఉండడంతోని దొరకని వస్తువుండదట. ఇక్కడ అంగడి ఆదివారమట. అన్ని రకాల మనుషులు, ముఖ్యంగ కూలీ కార్మికులు అంగడి వస్తువులన్ని కొనుక్కుంటానికి బయల్దేరడంతోని కిటకిటలాడిపోతదట బజారు.

ఆలోచించుకుంట ముస్లిం వాడలకు వచ్చేసినం. చిన్న చిన్న ఇండ్లు. గరీబీ ఉట్టిపడుతున్నది. తలుపులు చాలా వరకు పెట్టి ఉన్నయ్. అక్కడక్కడ పర్దాలు. కొత్తగ కట్టినట్లున్న ఒక ఇంటికి To Let కనిపించింది. పాణం లేచి వచ్చింది.

పొయ్ బెల్ మోగించినం.

'కోన్ హై?' మధురమైన గొంతు.

'To Let బోర్డ్ దేఖ్ కె ఆయె !'

'థోడా వెయిట్ కరియే..'

'జీ !'

కాసేపటికి లుంగీ పైకి కట్టుకుంట వచ్చిండు ఓనర్. మా ఇద్దర్ని కొద్దిగ ఆశ్చర్యంగ చూసిండు.

'క్యా కర్తే?' అనడిగిండు నా దిక్కు చూస్కుంట.

'మైఁ జర్నలిస్ట్ హూఁ ! ఇనూ పడ్‌రయ్. దోనో హీ రహెతె.'

'ఆప్ ఆంధ్రావాలె హై క్యా?' (మీరు ఆంధ్రావాళ్లా?)

'నహీఁ. క్యుం ఐసా పూఛే?' (కాదు. ఎందుకట్ల అడిగిన్రు?) అన్న నేను.

'ఆప్ పర్దా నై కర్తే?!' (మీరు పర్దా పాటించరా?) నన్నసలు పట్టించుకోకుండా, షాహీన్ దిక్కు కాస్త చికాకుగా చూస్కుంట అన్నడతను.

'నై' (లేదు) అన్నది షాహీన్ మామూలుగా.

'క్యుఁ !' (ఎందుకని)

'ఐసీ హీ !' (మామూలుగనే) అన్నది షాహీన్.

'ఆప్‌జైసె లోగోంకొ హమ్ ఘర్ నహీఁ దేతే !' (మీ లాంటి వాళ్లకు మేం ఇల్లు ఇవ్వం) అన్నడతను నిర్లక్ష్యంగ గోడకానుకొని నిలబడుకుంట.

అంతే నిర్లక్ష్యంగ ఏదన్న అనాలనిపించింది నాకు. క్షణాల్లో నిగ్రహించుకున్న. షాహీన్ తట్టుకోలేక ఏదో అనబోతుంటె వద్దన్నట్టు తన చేయి నొక్కి–

'పోదాం పా!' అనుకుంట ముందుకు నడిచిన.

అతను షానా నిర్లక్ష్యంగ చూస్తున్నడు. ఆ చూపును కాల్చెయ్యాలన్నంత కోపాన్ని, అలజడిని గుండెల్లో అణచిపెట్టుకొని రోడ్డు మీది కొచ్చినం.

'లాభం లేదు. మనకు ముస్లింలు కూడా ఇల్లివ్వరు. నాన్ ముస్లిమ్స్ ఇళ్లల్లోనే వెతకాలి. నువ్వు బాగా అలిసిపొయ్‌నవ్. రూం కెళ్లిపో. నేను ఏదో ఒకటి చూసి వస్త' అని చెప్పి షాహీన్‌ను పంపేసిన.

మల్లా ఇంకోదిక్కు బయల్దేరిన. ఇందాకటి లాంటి సంఘటనే మరొకటి గుర్తొచ్చింది–

హైస్కూల్లో మా బ్యాచ్‌మేట్, నాకు దూరపు బంధువు ఇబ్రహీం వచ్చిండొకసారి మా రూంకు. అప్పుడు సైదాబాద్‌లో ఉంటున్నం. రాత్రి అన్నం తినుకుంట మాటల సందర్భంలో పిసల్‌బండలోని వాళ్ల అత్తగారింట్లో ఒక పోర్షన్ ఖాళీ ఉందన్నడు. మేం వస్తం అడగమన్న. దానికి వాడన్న మాటకు షాక్ అయ్‌నం. 'మా అత్తగారోళ్లు పర్దా, బుర్ఖా వెయ్యనివాళ్లకు ఇవ్వరు!'

అది గుర్తొచ్చి ఇంకా బాధేసింది.

***

రెండో మెయిన్ బజారుకొచ్చి మొదటి గల్లీలకు జొరబడ్డ. ఒక దిక్కు ఇండ్లన్ని రెండంతస్తులు, మూడంతస్తులున్నై. ఇంకో దిక్కు అన్ని గ్రౌండ్ ఫ్లోర్‌లే. అట్ల గ్రౌండ్ ఫ్లోర్‌లె ఉన్న ఇండ్లంటెనె కిరాయికి ఇయ్యరని అర్థం. గీ మొదటి దిక్కే పైకెల్ల చూస్కుంట పోతున్న. నాలుగో ఇంటి రెండో అంతస్థుకి To Let బోర్డు కనిపించేసరికి హుషారొచ్చింది.

గేటు కాడ ఆగి అటు ఇటు చూసిన. గేటు తీసి లోపలికెళ్తె పైకి మెట్లున్నకాడ కాలింగ్ బెల్ కనిపించింది. కొట్టి వెనక్కొచ్చి పైకి చూస్కుంట నిలబడ్డ.

మొదటి అంతస్తు నుంచి ఒకామె బైటికొచ్చింది. 'ఏం బాబూ?' అన్నది.

'To Let గురించి మేడం' అంటు బోర్డు దిక్కు చూపెట్టిన.

'మీరు వెజ్‌టేరియన్సా? నాన్ వెజ్‌టేరియన్సా?' అని అడిగిందామె.

షాక్ కొట్టినట్లయ్యింది నాకు. అంత స్ట్రెయిట్‌గ అట్లాంటి క్వశ్చన్ ఎదురుకావడం అదే మొదలు. ఏం చెప్పాల్నో కొన్ని క్షణాలు సమజ్ కాలె. అబద్ధం ఎట్ల చెప్తం?

సత్యహరిశ్చంద్రులం కదా!

'నాన్ వెజ్‌టేరియన్స్ మేడమ్!' అన్న.

'సారీ!' అవతల్నుంచి ఠపీమని జవాబు పడడమే కాక ఆమె వెంటనే లోపలికెళ్లిపోయింది కూడా.

సిగ్గేసింది- నా మీద నాకో.. ఈ లోకం మీదో..! చుట్టూ చూసిన. హమ్మయ్య ఎవరూ లేరు అనుకొని భారంగ ముందుకు కదిలిన..

అంటె ఆమె అర్థం ఏమిటి? ముస్లింలకు ఇవ్వరనా? కాదు కదా.. ఎవరైనా నాన్‌వెజ్‌టేరియన్స్‌కి ఇవ్వమని. అంటె వీళ్లెవరై ఉంటరబ్బ? కేవలం వెజ్‌టేరియన్స్ ఎవరబ్బా? చాలా తక్కువమంది ఉంటరే..! అంటె వీళ్లు వాళ్లా? అసలు నాన్‌వెజ్‌టేరియన్స్ అంటె ఎవరెవరు? ముస్లింలు- పక్కా మాంసాహారులు. తర్వాత క్రైస్తవులు? కావచ్చు. దళితులు. బీసీలు- దాదాపు అందరూ. మిగిలింది వైశ్యాస్, బ్రాహ్మిణ్స్! అయితే ఈ రెండు కమ్యూనిటీస్‌లోంచి ఉండి ఉంటారు వీళ్లు. అంటె వీళ్లు వాళ్లకే ఇస్తరా? అబ్బ! ఎంత తెలివిమీరిపోయారు జనం. ఒక్క ప్రశ్నలో ఎన్ని అర్థాలో..! ఒకే ఒక్క దెబ్బతో అందర్నీ కొట్టేయొచ్చు. ఓఫ్!

ఇంకో To Let కనిపించింది. ఆశగ చూసిన. To Let కింద ఇంకా ఏందో రాసి ఉంది. ఏందబ్బా అనుకుంట దగ్గరికెళ్లిన. ONLY VEGETARIANS! బాప్‌రే! ఇది డైరెక్ట్ స్పీచ్! అడుగుడు కూడ లేదు. చలో జావ్ అంటుందా బోర్డు.

ఆ గల్లీ లాభం లేదనుకొని పక్క గల్లీలకు మల్లిన.

***

తిరిగి తిరిగి ఒకచోట గల్లీ వొదిలేసి ఇండ్ల గుంపు మధ్యలో కొచ్చిన.

ఇండ్లు శాన ఉన్నై కాని ఒక్క బోర్డు కనిపిస్తలె. ఒక అరుగు మీద కూసొని ఆకువక్క నములుతున్న ముసలమ్మ కనిపించి దగ్గరికెళ్లి అడిగిన.

'అవ్వా! ఇక్కడ కిరాయిండ్లు దొర్కుతయా?' అని.

'గా ఇంట్ల ఉంది కొడ్కా' అని కమ్మగ చెప్పింది అవ్వ.

ఆ ఇంటి కెళ్లి తలుపు కొట్టిన. పక్కన చిన్న గేటుంది. కొద్దిసేపు చూసి మల్ల కొట్టిన. ఇంటి మూలన బోరింగ్ ఉంది. ఎవరో ఒక పిల్ల వచ్చి ప్లాస్టిక్ బిందె పెట్టి బోరింగ్ కొట్టుకుంట నా దిక్కే చూస్తుంది. క్రాపు సరిచేసుకుంట తలుపు దిక్కు విసుగ్గ చూసిన.

తలుపు ఇంకా తెరుస్తలేరేందని మల్ల కొట్టబొయిన. తలుపు తెరుచుకుంది మాయలపెట్టె తెరుచుకున్నట్టు. తెల్లగ దొడ్డుగ ఉన్న ఆ ఇంటామె ఏందన్నట్టు చూసింది.

'కిరాయికి రూమ్సు ఉన్నయంట కదండీ' అన్న.

'ఆ.. ఉన్నయ్! బ్యాచిలర్సా?' అన్నదామె.

'లేదండి, ఫ్యామిలి. ఇద్దరమే ఉంటం.'

'జాబ్ చేస్తరా?'

'అవునండి.'

'గేట్ల నుంచి రండి' అంటూ ఆమె తలుపు పెట్టేసుకుంది.

హమ్మయ్య ఈమెకు నమ్మకం కుదిరింది, రూమ్స్ బాగుంటె చాలనుకుంట గేటు దిక్కు కదిలిన. గేటు తీసుకొని లోపలికెళ్లంగనె ఆమె పైకి దారి తీసింది. ఆమె వెనకే మెట్టెక్కిన.

'ఇప్పుడెక్కడుంటున్రు?' అడిగిందామె.

'ఎర్రమంజిల్-బాలపురల ఉంటున్నమండి' అన్న.

ఆమె తాళం తీసి 'చూడండి' అన్నది పక్కకు జరిగి. లోపలికెళ్లిన. ఒకటే అర్ర. సింక్ కూడ లేదు. అదే అడిగిన. అర్రల ఒక మూల చూపెట్టిందామె, కింద మోరి ఉన్నదని. అక్కడ కింద జాలి ఉంది. అక్కడ కడుక్కోవాలన్నది. తలుపు పక్కనె బాత్‌రూం. దాని తర్వాత లెట్రిన్. పర్వాలేదనుకున్న. మల్ల డౌటొచ్చి-

'ఇవి మా కొక్కరికే కదా' అన్న.

'అవతల ఇంక రెండు ఫ్యామిలీ లున్నయ్. అందరికి కలిపి' అన్నది.

బాప్‌రే అనుకున్న. అవతల ఉన్నవాళ్లు బాత్‌రూంకి, లెట్రిన్‌కి మా రూం ముందుకు రావడమంటె.. భరించడం కష్టమే ననిపించింది. కాని ఏం చేస్తం. అవాళ డేట్ 30. రేపు ఖాళీ చెయ్యాలి అక్కడ.

'సరెనండి. కిరాయి ఎంత?' అన్న.

'15 వందలు' అన్నదామె.

ఇంకేమన్న అంటదేమోనని చూసిన. అడ్వాన్స్ రెండు నెలలు అంటలేదు. ఖుషీ..ఖుషీ! ఎట్లన్న సర్దుకుపోవాలె అనుకున్న.

'రేపు రావచ్చా?' అన్న.

'ఏంటోళ్లు మీరు?' అన్నదామె ఎనకాముందాడకుండ.

గుండెల్లో రాయి పడ్డది. ఈ ఏంటోళ్లేందిరా బాబూ! ఏంటోళ్లయితె ఈ లోకానికెందుకంట. మేం మనుషులం అని గట్టిగ అరవబుద్ధయింది. కాని ఆమెకు అవన్నీ అర్థం కావు. పాపం, ఈ ఇంటికి రెడ్డోళ్లో, బాపనోళ్లో రారనుకుంట. మేం రెడ్డోళ్లం అనడానికి ఏ తత్తరపాటూ ఉండదు కదా.. ముస్లిం అనడానికే ఇంత ఇబ్బందొచ్చిందా? మాదిగోళ్లం, మాలోల్లం, సాకలోల్లం అని చెప్పాల్సొచ్చినా ఇంతేనేమో..!

'మేం ముస్లింసండీ. మా భార్య తెలుగులోనే ఎం.ఎ. చదివింది. మీకే ఇబ్బందీ ఉండదు...' ఇంకా ఏదో చెప్పబోతున్న..

'పెద్దకూర తింటరా?'

మళ్లొక బాంబు పేల్చిందామె!

బాప్‌రే! దీనికి జవాబు చెప్పడం కష్టం. అయినా తప్పదు. తింటామంటె ఖచ్చితంగ 'నో' అంటుంది. ఇప్పుడెట్లా? ఇప్పటికె ఒకసారి తప్పనిసరై అబద్ధం చెప్పిన. ఇంతకుముందున్న ఇంటోళ్లు గుడ ఇట్లనె అడిగితె మరోమార్గం లేక తల అడ్డంగ ఊపిన. నెల తర్వాత ఆవుమాంసం తీసుకుంట ఇంటాయన కండ్లల్ల పడ్డ. ఏం చేస్తం, అదే చీపు! అవాల ఎన్ని తిట్లు తిట్టిన్రో వాళ్లు. వెంటనె ఇల్లు ఖాళీ చెయ్యమన్నరు. ఇజ్జత్ పొయ్యింది. ఆ బజారంత తెలిసిపొయ్యింది. వాళ్లు గొల్లోల్లు. ఒకదైతె కొట్టకొట్టొచ్చిండు. ఏందమ్మా ఈ బాధ అని దబ్బున దొరికిన ఏదోఒక ఇంట్లకు, దూరమైనా–కిరాయి ఎక్కువైనా మారిపోవాల్సి వచ్చింది.

ఇప్పుడు మల్ల అదే ప్రశ్న. ప్చ్. ఈ దునియాంతోని పొసగడం కష్టం. మేం ఏం తింటె వీళ్లకేందిరా నాయనా.. ఛత్ ! ఇప్పుడేం చెయ్యాలె..?!

'పెద్దకూర ఎప్పుడో ఒకసారి తింటమమ్మా! మీరు తినొద్దంటె తినం. మాకు ఇల్లు కావాలమ్మా. పొద్దట్నుంచి తిరుగుతున్న' దీనంగ బతిలాడిన.

'పెద్దకూర తినేటోళ్లకు ఇయ్యం' అనేసి రూంకు తాళం వేస్తున్నదామె. ఇంకేమనాలో సమజ్‌కాక నిలబడిపొయ్న. అప్పటికే మనసు చంపుకొని మీరు తినొద్దంటె తినం అంటి. ఛ. అంతగనం లొంగడం అవసరమా?! 'ఆవుకూర ప్రపంచమంతట తింటరు తల్లీ!' అందామనిపించింది.

ఆమె నా దిక్కు చూడగుడ చూడకుంట మెట్ల దిక్కు నడిచింది. తప్పదన్నట్లు నేన్ గుడ నడిచిన.

ఇగ ఆ ఇండ్లన్ని దండగనిపించింది. ఇందాకటి పిల్ల బోరింగ్ ధన్నధన్న కొట్టబట్టింది. నన్ను చూసేనేమో అనిపించింది.

***

రోడ్డు మీది కొచ్చిన. ఎదురుంగ అటుదిక్కు గల్లీ కన్పించింది. అటు దిక్కు పొయ్న. ఎదురుంగ ఓ రెండంతస్తుల ఇంటికి To Let బోర్డు! దబదబ ఆ ఇంటి తలుపు దగ్గరికెళ్లి చూసిన. తలుపు తీసి ఉంది. పక్కనె మెట్లున్నయ్. అప్పుడె మెట్లు దిగిపోతున్న ఒకామె ఏందన్నట్లు చూసింది. 'కిరాయి ఇల్లు ఉన్నట్లు బోర్డు పెట్టిన్రు కదా' అన్న. 'పైన ఓనరున్నడు, అడుగురి' అనుకుంట వెళ్లిపోయిందామె. మెట్లెక్కి పైకి పొయ్న. ఒక భారీ మనిషి ఎదురుపడ్డడు. చదువుకున్న మనిషి లాగున్నడు.

'సార్! కిరాయికి రూమ్స్..?

'ఎందరుంటరు?'

'భార్యాభర్తలం ఇద్దరమే సార్.'

'రెంట్ 2200. అందులోనె కరెంటు, నల్లబిల్లు.' అనుకుంట తాళం తీసి చూపెట్టిండు. ఒక పెద్ద రూమ్. ఒక కిచెన్. అటాచ్డ్ బాత్‌రూం. చాలా బాగుందనిపించింది. కాని కిరాయే 2200 అంటె కష్టం కదా..

'సార్! కిరాయి ఏమన్న తగ్గించండి సార్. మా మిసెస్ ఇంకా చదువుతుంది సార్..'

'అఁ! ఇంత ఇల్లు నీకు 2500 కు తక్కువ రాదయ్యా ఈ ఏరియాల. అదిగాక నేను అడ్వాన్స్ కూడ అడుగుతలేను. వేరేవాళ్లయితే 2 నెలల అడ్వాన్స్ అడుగుతరు.'

'నిజమే సార్. కాని నా ఒక్క సాలరీలో కష్టమవుతుంది సార్. 1800 అయినా చేయండి. అంతకైతె ముందుముందు పెంచుదురుగాని..' అన్న.

'అట్లంటె ఎట్ల బాబు?' అనుకుంట కొద్దిగ ఆలోచించుకుంట 'సరె, 2000 ఇవ్వు పో. అమ్మాయి చదువుతుందన్నవ్ కదా.. ఇగ ఇంతకన్న తక్కువ నీకు ఎక్కడ దొరకదు'

ఎట్ల? ఇల్లేమో బాగుంది. ఓనరు మంచోడి లెక్కుండు. కాని 2000 కట్టగలనా? కడితె ఎట్ల బతకడం? కష్టమె. కాని తప్పదు. టైం కూడ లేదు..

'సరె సర్, కాని ప్రస్తుతం 1500 లే జేబులో ఉన్నయ్ సర్. ఇదిగోండి. మిగతా 500 రెండు రోజుల్లో ఇస్త సర్'

'ఓ.కె. ఎప్పుడు దిగుతరు?' అన్నడు పైసలు తీసుకొని లెక్కపెట్టుకుంట..

ఎగిరి గంతెయ్యబుద్ధయింది నాకు. 'రేపె సార్' అన్న.

'చదువుకున్నోళ్లంటె నాకు ఇష్టమయ్యా. ఇద్దరె ఉంటరు కాబట్టి ఇల్లు కొంచెం శుభ్రంగ ఉంచుకుంటె చాలు' అన్నడు. ఇంకేం అడక్కపొయ్యేసరికి ఆయన నా కోసమె దిగొచ్చిన ప్రవక్త లెక్క కనబడబట్టిండు.

ఏంటోళ్లని అడగలేదు! ఏ మతమన్లేదు! ఏం కూర తింటరని అడగలేదు. ఎంత మంచోడు! ఇంతమంచోళ్లు కూడ ఉంటరా లోకంలో..! కాని మేం ముస్లింలమని చెప్పాలి కదా.. ముస్లింస్ అని చెప్పంగనె ఈన కూడ కాదంటె? మల్ల తిరిగే ఓపిక లేదు. కాని చెప్పకపోవడం మంచిదికాదు. చూద్దాం..

'సార్? మా మిసెస్ తెలుగే ఎక్కువ మాట్లాడుతది సార్. తెలుగు ఎం.ఎ. చేసింది. నేను కుడ తెలుగు పేపర్లనే జర్నలిస్టుగ చేస్తున్న సర్. మేం.. ముస్లిమ్స్మి సర్! పర్వాలేదు కదా..?' అన్న ఎనకాముందాడుకుంట..

'ముస్లిమ్సా? అరె! నువ్వట్ల కనిపిస్తలేవయ్యా! తెలుగు ఎంత బాగ మాట్లాడు తున్నవ్ !?' అన్నడు ఆశ్చరంగ.

మొఖం మీదికి నవ్వు తెచ్చుకొని నిలబడ్డ. తెలుగు రాష్ట్రంల ఉంటె తెలుగు రావడంలో గొప్పేముంది? అయినా తెలుగు వీళ్లొక్కరి సొత్తయినట్లు మాట్లాడతరేంది? ఉర్దూ మాత్రం ముస్లింల ఒక్కరి భాషా? కాదే !

ముసలాయన నా భుజం తట్టి వెళ్లిపోయిండు.

***

వారం రోజులైనా మా ఓనరు నన్ను అడగని ఆ మూడు ప్రశ్నల మిస్టరీ వీడలేదు. అదే మనసులో తిరుగుతున్నది.

పక్క పోర్షన్‌లో పని చేసే పనిమనిషి మా దగ్గర గుడ చేస్తనని అడిగింది. ఆమె పరిస్థితి విని షాహీన్ ఒప్పుకున్నది. ఒక పనిమనిషిని పెట్టుకోవడం అదే మొదటిసారి. అంట్లు తోమడం, బట్టలుతకడం, ఇల్లు ఊడ్చి, తడి గుడ్డతో తుడవడం ఆమె పని. నెలకు 200. తక్కువే అయినా మాకు భారమే.

ఒకరోజు ఆమె మా షాహీన్‌తో మాట్లాడుకుంట మా ఇంటి ఓనర్ గురించేందో చెప్తున్నది.

'ఓనరోళ్లు ఏంటోళ్లు నర్సమ్మా?' అనడిగిన నేను.

'అరిజన్స్ !' అన్నదామె.

మిస్టరీ మెల్లగా వీడిపోబట్టింది.. కుర్చీల కూలబడ్డ.

..అంటె బ్రాహ్మిణ్స్‌కి నాన్‌వెజ్‌టేరియన్స్ అందరూ అంటరానోళ్లే. సూదరోళ్లకు పెద్దకూర తినేటోళ్లు అంటరానోళ్లు. ముస్లింలకు హలాల్ తిననివాళ్లు అంటరానోళ్లు, గోషా పాటించనివాళ్లు అంటరానోళ్లు. ఇక మిగిలింది ఎవరు? నర్సమ్మ భాషలో 'అరిజన్స్'. అంటె దళితులు. దళితులకు ఎవరు అంటరానోళ్లు? ఊంహూం! దళితులకు ఎవరూ అంటరానోళ్లు కారు. అంటె దళితులె అసలైన మనుషులు. మిగతావాళ్లే అంటరానోళ్లు కదా!

కళ్లు మూసుకున్న. మా ఊరి మాదిగోళ్లు డప్పులు కొట్టుకుంట వస్తున్నరు.. 'పెద్దపులి దెబ్బలతో– ఒద్దులు తిరుక్కుంట' ..!

అవును.. అందరూ అంటరానోళ్లే.. ఒక్క దళితులు తప్ప. అందులోనూ మాదిగోళ్లు తప్ప!

*

20 జనవరి 2008, ఆదివారం ఆంధ్రజ్యోతి

దస్తర్

మా ఊర్ల మేం ముగ్గురం దోస్తులమంటె అందర్కి యమ యిష్టం. మా దోస్తానా చూస్తె ఊళ్లోళ్లందర్కి బలె చిత్రం గుండేది. ఏం చేసినా ఎటుబోయినా మేం ముగ్గురం కలిసే తిరిగేది. మా ముగ్గుర్ల ఎవ్వరితోని పనిబడ్డా మిగతా ఇద్దర్ని అడిగితె సాలు, పతా దొర్కిపోతదని ఊర్లోళ్లందర్కి ఎర్క. మేం ఒకర్నొకరం ఒక్కరోజు కల్వకుంటె శానారోజులైనట్టనిపించేది. మా ముగ్గురి కలగలుపుతనం జూసి ఊర్లోళ్ళకె పరేశాననిపించేది. సాకలి ఈశ్వరమ్మైతే ఇస్తరి దబ్బకాడికెల్లినప్పుడల్లా ఎన్నిసార్లో అడిగేది 'ఇప్పుడు మీ ముగ్గురు ఇంతబాగ కలిసుంటన్నరే.. ఎప్పటికి ఇట్లనె కలిసుంటరా?' అని.

'ఎందుకు కలిసుండం. ఇప్పుడున్నట్లె ఎప్పటికైన కలిసుంటం' అని మా ముగ్గుర్ల ఎవరమైన ఒకటె జవాబు చెప్తుండేది. 'ఏమోనయ్య.. పెండ్లిండ్లయినంక – పెండ్లాలొచ్చినంక ఇట్ల కలిసుండడం శానా కష్టం, మేం ఎంతమందిని సూడలేదనీ..' ఈశ్వరమ్మకు అస్సలు నమ్మకంగ అన్పించక పొయ్యేది. అట్లనే ఎంతమందో మా దోస్తానా చూసి రకరకాల సవాల్లు ఏస్తనె ఉండేది.

మా ఇండ్లల్ల గూడ మొదట్ల ఎతిరేకించినా తర్వాత అలవాటైపొయ్యిన్రంతా. ఫస్టుల్నైతే 'వో కాఫిరాం కె సాథ్ దోస్తానా క్యావ్ రే?' అని మా యింట్ల.. 'ఆ తుర్కోనితోని సావాస మేందిరా' అని మా నరేందర్రెడ్డి వాళ్ళింట్ల ఒకటె అరుసుల్లుండేటియి.

నేను మా దోస్తులిద్దరిండ్లకు ఎళ్లడం, తినడం, ముచ్చెట్లు చెప్పుకుంట పండుకోవడం అన్నీ చేసేది. మా ఇల్లు మాత్రం జర ఇరుగ్గుండేది. మా చెల్లెండ్రు, మా అన్న, మా అమ్మీ అబ్బా అంతా ఉంటరు గాబట్టి మా దోస్తులెక్కువగ మా ఇంటికి రాకపొయ్యేది. వచ్చినా, వాళ్లు రాంగానే నేను ఆళ్లతోపాటు బైటికెల్లి పొయ్యేది. ఇగ మా పర్శరాములైతె ఎక్కువగ రోడ్డుమీదనే కలిశేది. రోడ్డుమీది లింగమ్మ హోటల్ కాడ కలిషినమంటె ఇగ అడ్డించి మా తిరుగుళ్ళు షురూ...

ఆ యేడు ఎండాకాలం అనుకోకుండ మా ఇంట్ల, మా నరేందర్ వాళ్ళింట్ల పెండ్లిండ్లు

ఒక్కసారె వచ్చినయ్. నరేందర్ వాళ్ళ పెద్ద చెల్లె పెండ్లి. మా ఇంట్ల మా అన్న పెండ్లి. ఇగ జూస్కో ఒకటె హడావుడి, పెండ్లి పనులు – పై తిరుగుళ్ళు....

మేం ముగ్గురం ఇంకా మా దోస్తులంమంతా కల్సి పల్లె కుంటలకు పోయి సర్కారు చెట్లు కొట్టి పందిరి గుంజలు మోసినం, మూడు రోజుల దాన్క ఫస్టు మా ఇంటి ముందల అందరం గల్సి పందిర్లేసినం. కొద్దిగ సొప్ప అడిగె తెచ్చినం. కొన్ని కమ్మలు అడిగి కొట్టిపిచ్చుకొచ్చినం. సరిపోనికాడికి ఆయిల్ మండలు కొట్టుకొచ్చినం. మా ఇంటి కాడ అయ్పోంగనె మా నరేందర్ వాళ్ళింటికాడ గుడ అట్లనె పందిర్లేసినం. పొద్దుగూకెసరికి అందరం అలిసిపోయి తాళ్ళల్ల కూసోని కల్లు తాగొచ్చేది.

దోస్తులమంత తలా ఒక పెండ్లి పని పంచుకొని చేసుకుంట బోవుడు బలె అన్పించింది. సొంత ఇండ్లల్ల కార్యమన్నట్లె పనులన్ని ఎంతగనమో మనసు బెట్టి జేస్కున్నం.

ముందుగాల మా అన్న పెండ్లి.. అందరం గల్సి పెండ్లికి సూర్యాపేట్ కెల్లినం. ఆ నికేఖానీ అయిందాన్క.. దావత్ కాడ.. యమ ఖుషీ చేసినం. పెండ్లి పిలగానోల్లమైతిమి. అన్ని బాజాప్త అడిగి తెప్పిచ్చుకొనుడు – తినుడు –పైంగ హాట్‌హూట్ అనుడు.. జల్వా (పిలగాన్ని పిల్లను ఒకలకొకల్ని చూపెట్టే కార్యక్రమం) అయితుంటె సూడాలె మా మజా.. ఒకటే జోకులు.. పిల్లోల్లను ఏడ్పించడానికి యమ మాటలు. ఎక్కడ్లేని ఎత్తులు ఏశినమనుకోరాదురి. మా పర్శరాములు హుషారుగ మాటలందిస్తుంటె మేం అనుడు. మొత్తానికి అంతా అయ్‌నంక పిల్లను దీస్కొని బయలెల్లొచ్చినం.

ఇగ రెండోరోజు మా ఇంట్ల వలీమ. మేమిగ పొద్దుగూకె తలికి ఇంటముంగల ఒక టెంట్ గూడ ఏసి కుర్సీలు గిట్ల ఏసినం. దావత్‌కు అన్ని ఏర్పాట్లు చేసినం. మా భాయ్ మంచిగ తయారై పూలు తొడిగి సింహాసనమసొంటి కుర్చీల కూసున్నడు. ఆయన కూసున్న కాడ ఎనక మంచిగ డెకరేట్ చేసుంటిమి. వచ్చేటోల్లందర్తోని అలాయిబలాయి తీసుకుంటున్నడు మా భాయ్.

చీకటి పడుతుంటె పిల్లోల్లొచ్చిన్రు.. అన్ని తతంగాలైనంక ఇంక దావత్ షురువైంది. ఊర్లొవాల్లంతా పదో ఇరవయ్యో కట్నం సదివిచ్చుకుంట అన్నానికి కూసోబట్టిన్రు.

మా దావత్ కాడ మాత్రం శానా పనుంటుంది. మేం ఉన్నోళ్లం కాకపొయ్‌నా దావత్ కాడికొచ్చేసరికి నవాబ్‌శకలు మాత్రం పోనివ్వలె! టేబుల్ సిస్టమాయె. టేబుల్లు కుర్సీలు ముందే పర్సి ఉంచినం. ఇగ టేబుల్లమీద దస్తరఖాన్లు పర్సుడు, చీనీ ప్లేట్లల్ల బగారన్నం, కూరప్లేట్లల్ల మేకమాంసం కూర, ఆనక్కాయ దాల్చ, పెరుగుపచ్చడి వగైరా అన్నీ అయ్‌పోతాఉంటె తెచ్చి పెట్టుకుంటపోవడమే.... ఆఖర్న మీఠా ప్లేట్ల డబల్ కా మీఠా తలా ఒకటి తెచ్చి పెట్టుడు.. మల్ల దమ్ముదమ్ముకు దస్తర్‌ఖాన్లు దులిపి వచ్చుడు..

తుర్కోల్లిండ్లల్ల దావత్ అంటె వంటలు గిట్ల మస్తు మజాగుంటయని ఊర్లోల్లు పిలవనోళ్లు గూడ ఒకటే రాబట్టిన్రు.. ఇగ జూస్కో, ఎన్ని రౌండ్లు వడ్డించినా జనం అయ్‌పోతనె లేరు. వడ్డించడంల నేను పర్శరాములు యమ ఫాస్టు. మా నరేందర్‌కు అంత అలవాటు లేదు. మా చుట్టాల పోరలు ముగ్గురు నల్గురు, నేను, మా పర్శరాములు వడ్డించి వడ్డించి థకాయించి పొయ్‌నం. మిగతా మా ఊరి దోస్తులకు మా ఇంట్లల్ల మా చుట్టాలల్ల అంత చనువు ఉండదు కాబట్టి ఆళ్లెవ్వరూ వడ్డన దిక్కు రాలె.

సగం జనం అట్లనె ఉండంగ బగారన్నం సరిపోదని సమజ్ కాంగనె అంతా పరేశాన్ పరేశాన్! మల్ల తెల్లన్నం పొయ్‌మీద ఎక్కించనె ఎక్కిచ్చిన్రు, మా మామలు, చిన్నాయనలు..

ఇగ మధ్యల మా భాయ్‌ని తింటాన్కి లేపుకొచ్చిన్రు, ఆయన బామ్మర్దులు, ఇంక అటువైపు మొగోళ్లు కొందరు 'దూలా' ఎమ్మటి కూసోడం మర్యాద అనేది పక్కన పెడితె ముక్కలు గిట్ల బాగ తినొచ్చు అనేదే ఎక్కువ. ఇగ అటువైపోళ్లను తృప్తి పర్చాలనె మేం గూడ, బాగనె వడ్డించినం. అయ్‌పోతా ఉంటె మాంసం కూర తెచ్చిపెడతనె ఉన్నం. దాల్చ మాత్రం ఒక్కడు గుడ ముట్టుకోలె. దాల్చ రుచి తెల్సినోళ్ళు మాత్రం మస్తు కుదిరిందని అనబట్టిన్రు. పిల్లోల్ల కోసం జేబట్టి డబల్ క మీఠా నాలుగు అన్నం ప్లేట్లల్ల తెచ్చిపెట్టినం. ఆళ్ళు ఇష్టమున్నంత పెట్టుకొని తింటాన్కి.

మొగోళ్లంత అయ్‌పొయ్యేసరికె పదైంది. అప్పటికి వడ్డిస్తానికి ముందుకొచ్చిన పోరగాళ్లంత జారుకున్నరు. నేను మా పర్శరాములే ఆఖరి రౌండుకి వడ్డిస్తూ నిలబడ్డం.

అదయిపోంగనె ఇగ ఆడోళ్లవంతు. ఆళ్లకు తెల్లన్నమే గతైంది. కూర గూడ సూశిసూశి మొదటి రౌండుకి - పిల్లోల్ల వరకు వడ్డించిన్రు. తర్వాతోల్లకు అది గూడ లేదు.

నేను మా పర్శరాములు బైటికొచ్చి మా భాయ్ దగ్గర రెండు కుర్సీలేసుకొని కూసున్నం. మా నరేందర్‌ను మా భాయ్ ఎమ్మటె అన్నానికి బలవంతంగ గూసోబెట్టినం గాబట్టి ఆయన తినేసే ఉన్నడు. మేమిద్దరం, మా మామయ్యలు, మా అమ్మానాయ్‌నలు, మా చెల్లెండ్లు అప్పటిదాన్క అన్నంతినే ఆలోచనే చెయ్యలె. ఆడోల్లకు మా చెల్లెండ్లు, మా అమ్మ, మా అత్తమ్మలు, చిన్నమ్మలు వడ్డించబట్టిన్రు.

ఆల్లు మెల్లంగ తిని లేస్తూ మూడు రౌండ్లకు అయ్‌పొయ్యేసరికి 12 దాటింది. ఇగ అప్పుడు 'రారి' మనం తిందాం, అని మావోళ్లు నన్ను పర్శరాముల్ను పిలవబట్టిన్రు. తిననోళ్లమంత ఓ పదిమందిమైనం వడ్డించి, వడ్డించి, ఆ అన్నం కూరల్ని - ఆటి వాసన చూసి చూసి ఎందుకో తినబుద్దే అయ్‌తలెదు మాకు. అయ్‌నా వడ్డిస్తాన్కి ఎవరికి చేతగాల్లె. నేను వడ్డిస్తలేరి అని మా నరేందర్ అన్నీ తెచ్చి పెట్టబట్టిండు. ముక్కలు అయ్‌పాయె, పెరుగుపచ్చడి గుడ అయ్‌పొయ్యింది. మిగిలింది తెల్లన్నం,

దాల్చ. బగారె బైగన్ కూర ఏసుకోని తలా కొద్దికొద్దిగా తిన్నం. ఆఖరికి మాకు డబల్‌కా మీఠా గూడ మిగల్లె.

***

రెండ్రోజులు రెస్టు తీస్కున్నమో లేదో మల్ల నరేందర్ ఇంట్ల పెండ్లి రానె వచ్చె. మల్ల ఆడ గుడ హడాహుడి. బైటిపనులన్ని సూసుకొనుడు. ఆ ఇంట్ల నరేందర్ ఒక్కడే కొడుకు కావడంతోని మేం మరింత పట్టించుకొని చెయ్యబట్టినం. ఊర్ల ఉన్న ఆల్ల చుట్టాలైనా అంతా తిని కూసొనేటోళ్ళేగాని ఒక్కడు ఒక్క పనికీ వంగేటోడు గాడు.

మా నరేందరోల్లు రెడ్డోల్లెగాని అతి మంచితనాన్కి పోయి చితికిపోయినోళ్ళు. ఊర్ల ఉన్నది మూడే మూడు రెడ్డోల్లిండ్లు. పైంగ మా తరానికొచ్చేసరికి మా మూడిండ్ల ఇదే మొదటి కార్యం. దాంతోని రెడ్డోల్ల ఇండ్లల్ల తరీఖ ఏందో మాకు మా దోస్తులకేం సమజ్‌గాక తిరిగిన కాన్నే మల్ల మల్ల తిరగాల్సి వచ్చింది.

ఇగ తెల్లారి లగ్గమనంగ రాత్రంతా నేను కాయితాలు డిజైన్ డిజైన్‌గ కట్‌చేసి ఇస్తా ఉంటె అందరు కల్సి అతుకుబెట్టినం. తెల్లారగట్ల ఒక్క కునుకు తీసినమో లేదో - చలో లేప్తనె ఉండె. మల్ల ఉరుకులు పరుగులు...

పెండ్లి పిలగానోల్లొచ్చిరి. ఆల్లను డప్పులతోని ఊర్లకు తోల్కొచ్చి అన్నీ చేసి చూస్తె బాపనాయన రాలె. ఎందుకు రాలేదో ఏందో అని అదొక పరేశాను. మా దోస్తొకడు పెండ్లికొచ్చిన ఒక బండేసుకుని పక్కూర్కి ఉర్కిండు బాపనాయన కోసం. ఆఖరికి ఇంకో రెండు లగ్గాలు చూస్కొని బాపనాయన వచ్చేసరికి పొద్దుగాల 9.46కి కావాల్సిన లగ్గం మిట్టమధ్యాన్నం ఒంటిగంటకైంది.

అదయ్‌పోంగనె ఇగ చలో అన్నానికి కూసుంటాన్కి బంతులు రెడి. తింటాన్కి అందరూ రెడీనే - వడ్డిస్కాన్ని ఎవడూ రాడె?! మల్ల నేను, మా పర్శరాములే సాయమాన్ల వరుసగ కింద సాపలు, బస్తాలు పర్సి దనదన ఇస్తరాకులు పర్సుకుంట పాయ్‌నం. ఇంకో ఇద్దరు తోడురాంగ దబదబ అన్నం కూరలు తెచ్చి ఫస్టు అన్నం మా పర్శరాములు పెట్టుకుంట పోతుంటె నేను స్టీల్ బకెట్ల కూర తెచ్చి గంటెతోటి ఏస్కుంట పొయ్‌న. మా పర్శరాములు పనిల యమ ఫాస్టు. ఊర్లె అందర్నీ పలకరించినట్లె, బంతిల కూసున్నోల్లను గూడ, 'ఏమన్నా.. సాలానె?' 'ఏం తాత! ఇంకింత పెట్నానే..?' 'ఇంకొద్దిగ పెట్టుకోవే కక్కయ్య!' అని నోటినిండ పల్కరించుకుంట రెండు చేతుల్నిండా అన్నం పెట్టుకుంట ముందుకెళ్లిపోతుంటె నాకెంత కుశాలనిపించబట్టిందో..... నేను సగం మందిగ్గూడ కూర ఎయ్యక ముందె మా పర్శరాములు అన్నం పెట్టడం అయ్‌పోగొట్టి, నిలబడి, 'గంత మెల్లగ చేస్తవేంది బాబా' అన్నడు నా దిక్కు చూసి నవ్వుకుంట.

మల్ల మల్ల అడిగి పెట్టుకుంట కూసున్న ఊరోళ్లల్ల వరసైనోళ్లతోని పరాష్కాలాడుకుంట మా పర్శరాములు ఆ బంతిసుట్టు కలె తిర్గుతుంటె నేను మజ్జెల నిలబడ్డ, చారు, కూర దగ్గర పెట్టుకొని. నీళ్ళు పోసేటోళ్లు నీల్లు పోస్తనె ఉన్నరు...

మా ఊర్ల మా తరంతోనె కమ్యూనిస్టు పార్టీ మొదలైంది. సిపిఐ పెట్టిన ఐదారుగుర్ల మా నరేందర్ ఒకడు. దాంతోని మా కమ్యూనిస్టు దోస్తులు ఎక్కువే వొచ్చిన్రు. మా నరేందర్ జేబట్టే మా పర్శరాములు గూడ ఆ పార్టీల సభ్యుడైండు. ఇటు మా ఇంట్లనేమొ అంత కాంగ్రెస్. దాంతోని నేనేమో ఇండిపెండెంట్ అయ్‌పొయ్‌న... నేనిట్ల ఆలోచిస్తుండగనె బంతి లేవనె లేసింది. మా పర్శరాములు 'బాబా!' అని పిల్చేసరికి నేను ఈ లోకంల కొచ్చిన.

తిన్న ఇస్తరాకులు తీస్తాన్కి సాకలి పుల్లయ్య కన్పించలె. దాంతోని ఇగ నేను, పర్శరాములే చెరిన్ని ఇస్తరాకులు ఎత్తి బయట గంపల ఏస్తుంటె సాకలి పుల్లయ్య ఊర్కొచ్చిండు. 'మీరెందుకు తీస్తున్నరయ్యా' అని బాధపడుకుంటనె పొర్క తీస్కొని కిందపడ్డ అన్నం మెతుకులు, బొక్కలు ఒక మూలకు ఊడ్వబట్టిండు. మల్ల నేను మా పర్శరాములు ఇస్తరాకుల కట్టలు చేతుల్ల పట్టుకొని నిలబడ్డం, ఏద్దామని...

అంతల లోపల ఏందో గడ్‌బడ్ షురువైంది. అందరు లోపల్కి పోతున్నరు. కొందరేందో గుసగుస మాట్లడుకుంటన్నరు. నాకేం సమజ్‌గాలె. నేను గూడ జర లోపలి దిక్కు పొయ్‌న.

ఎవరో ఒక పెద్దాయన ఏందో అరుస్తున్నడు. ఒకరిద్దరు ఆయనను సమ్‌జాయించబోతున్నరు గని ఆయన ఇంటలేడు. గాని, ఆ పెద్దాయన దిక్కే శానామంది మాట్లడ్తున్నట్టనిపించేసరికి నేనింకొంచెం ముందలికెల్లిన. అంతల్నె మా నరేందర్ వాళ్ల నాయ్‌న బయట్నించి జల్దిజల్ది వచ్చుకుంట 'ఏందే.. ఏందే.. ఏమైందే..?' అని అత్రమాత్రంగ ఆ పెద్దాయన దగ్గర్కి పొయిండు.

'ఏందంటున్నా వింక! మేం మీకెట్ల కన్పిస్తున్నంరా? రెడ్డి పుట్క పుట్టలేద్రా మీరు? మాదిగోంతోని అన్నాలు పెట్టిస్తార్రా మాకు?!'

నా తల తిరిగిపోయింది... చేతిల్నుంచి కొన్ని ఇస్తరాకులు జారిపొయ్‌నయ్. దస్తర్‌కాడ మా తుర్కిండ్లల్ల ఇట్లాంటి మాటలు వినకపోవడం వల్లనేమొ ఒళ్ళంతా కరెంట్ షాక్ కొట్టినట్లు అయ్యింది. మా పర్శరాములు యాడ ఇంటడో, ఇంటె ఎంత బాధపడతడో అనిపించి గిరుక్కున ఎన్కకు తిరిగిన.

అప్పట్కె అక్కడ మా పర్శరాములు కన్పించలె... ఇస్తరాకులు మాత్రం కింద పెట్టేసి ఉన్నయ్!

*

'గమనం' ప్రత్యేక సంచిక

దావా

అడుగులు దబదబ పడ్తున్నయ్. కండ్లెంట నీళ్ళు దారగ కార్తున్నయ్. ముంతాజ్ బేగం మనసు మనసుల లేదు. గల్లీల్నుంచి మెయిన్ రోడ్ మీదికి రాబోతు కాలికి డాంబర్ రోడ్డు ఎడ్జ్ తాకి బోర్ల పడబోయి సంబాలించుకున్నది. దూరంగ పోలీస్ స్టేషన్..! ఆమె గుండెలు మరింత ఊటగ కొట్టుకోబట్టినయ్. భయం జొరబడ్డట్టయి ఆమె ఒళ్ళు వణకబట్టింది. చేతివేళ్ళు బుర్ఖా అంచుల్ని గట్టిగ పట్టుకున్నయ్. ఆ పోలీస్ స్టేషన్‌లనే తన కొడుకు ఉన్నడనిపించేసరికి ఆమె కళ్ళల్ల మరిన్ని నీళ్లు ఊరుకుంట చెంపల మీదికి కారిపోతున్నయ్. ఆమెకు తెలియకుంటనె అడుగులు స్టేషన్ దిక్కు పడ్తున్నయ్.

స్టేషన్ గేటుదాంకపోయి లోపల్కి పోవాల్నో లేదో తెల్వక కొద్దిగ ఎన్కముందాడి చిన్నగ లోపల్కి పోయింది. పక్కపక్క నుంచి స్టేషన్‌ముందల గార్డు డ్యూటీ చేస్తున్న పోలీస్‌వాలా దగ్గర్కి పొయ్యింది.

'క్యాహోనా? అన్నడా పోలీస్‌వాలా ముంతాజ్ బేగం దిక్కు చూస్కుంట కొంచెం గట్టిగ.

'బేటా! అందర్ మేర బేటా హై. ఉస్‌కు దేఖ్‌న దిల్‌బోల్తా హై, జర ఉస్కు బతావ్‌నా బేటా!' భోలాగ అడిగింది ముంతాజ్‌బేగం.

'ఏం చేసిండు నీ బేటా? ఏం కేస్‌ల ఒచ్చిండు?'

'నాకు తెల్వదు బేటా. కేస్ లేదు ఏం లేదు. ఉత్తపున్యాన్కి నా కొడ్కును పట్టుకొచ్చిన్రు. పదేను దినాలైపొయ్‌నయ్. బేటా, నా కొడుకు మంచోడయ్యా. ఎవల జోలికి పోడు.

ఆడే చెడ్డపని చెయ్యడు. ఆని గునం నాకు తెల్సు బేటా..'

'బడెసాబ్ లేడు. కల్ ఆవ్, జావ్.'

'నై బేటా! బడెసాబ్ ఆయ్‌తక్ యాఁ బైఠ్‌తీమ్. నా కొడుకును సూడకుంట ఉండలేకపోతున్నయ్య. జర ఎట్లన్న చెయ్యి.'

'ఆడ కూసో, సాబ్ వచ్చినంక పూఛో' అన్నడు పోలీస్‌వాలా కొద్దిగ దయ చూపెట్టుకుంట.

ముంతాజ్‌బేగం చిన్నగ మెట్లు ఎక్కి పక్కన ఏసున్న బెంచిమీద కూసున్నది. కండ్లు తుడుచుకొని ముక్కు చీదింది.

'సాబ్ అబ్ ఆతే బేటా?' అనడిగింది.

'నై మాలూమ్' కొంచెం విసుగ్గ అన్నడు పోలీస్‌వాలా.

ముంతాజ్‌బేగంకు మాటిమాటికి ఏడుపొస్తున్నది, అక్కడ్నే.. ఈ స్టేషన్‌లనే.. లోపల అర్రలల్లనె తన కొడుకు ఉన్నడనుకునేసరికి ఉబికుబికి కన్నీళ్లొస్తున్నయ్..

రెండ్రోజులు ఆన్ని సూడుకుంటె పానంల పానం ఉండకపొయ్యేది.. ఆదు గుడ ఏ ఊరికన్న పొయ్‌నా ఒకట్రెండు రోజులకన్న ఎక్కువ దినాలుండకపొయ్యేది.. ఆన్ని అన్యాలంగ పట్టుకొచ్చిన్రు. ఎంతజేసినా వొదిలిపెడ్తలేరు. నాల్గురోజులు ఆళ్ళ నాయన ఎవలెవలి కాడికో తిర్గి చూసిండు. ఒకలిద్దరు ఛోటామోటా లీడర్లు స్టేషన్‌దాంక వచ్చి ఎస్సైని అడిగి చూసిన్రు. 'మాకు తెల్వదా! మీరొచ్చి చెప్పాల్నా? అన్నడంట ఎస్సైసాబ్. శానా కంత్రోడంట. ఎవ్వల మాట ఇంటలేడంట. ఎమ్మెల్యే దగ్గర్కి గుడ పొయిండు పాషమియ.. 'ఆ ఎస్సై రవికాంత్ రెడ్డి మంచోడు గాదయ్య. వాడు ఎవలమాట ఇనడు. పొయ్యి కాదనిపించుకొని అనోసరంగ ఉత్త చేతుల్తోని ఎనక్కు రావాలె. మీరే ఎల్లి అడుగున్రి...' అన్నడంట. కమ్యూనిస్టు లీడర్ దగ్గర్కి గుడ పొయ్‌చూసిండంట పాషమియ.. అంతకు ముందురోజే ఇంకో పిలగాని కోసం ఆళ్ళు స్టేషన్‌కు పొయ్యొచ్చిన్రంట. అదే చెప్పి.. 'ఆ ఎస్సై పిల్లగాల్లకు ఏందేందో సంబందాలంటగట్టి కేసును షానా పెద్దగ చేసి కూసున్నడు. ఇప్పుడేం చేస్తట్టు లేదు'.. అన్నడంట. ఇగ పాషమియ ఇంట్లనించి కదుల్తలేడు..

ఆలోచించుకుంట ఏడ్సుకుంట కండ్లు తుడ్సుకుంట ముక్కు చీదుకుంట శానాసేపు కూసుంది ముంతాజ్ బేగం. మద్యల రెండుసార్లు పోలీస్‌వాలాని అడిగింది–

'ఎస్సైసాబ్ ఇంకా రాలేదేంది బేటా' అని.

'ఏమో అమ్మా. మరి వస్తడో రాడో' అన్నడు పోలీస్‌వాలా.

ఆఖరికి పొద్దుగూకుంతుండేసరికి ఆశొదులుకొని లేసింది ముంతాజ్‌బేగం–

'క్యా కరూఁ.. బేటా?' అన్నది.

'కల్ పొద్దుటి పూట అవో అమ్మా. ఎస్సైసాబ్ ఉంటడు' అన్నడు పోలీస్‌వాలా.

భారంగ కదిలింది ముంతాజ్ బేగం. ఆమెకు అక్కడ్నించి కాళ్ళు కదుల్తలెవ్వు.. 'జర మెరె బేటేకు బతాదేవ్‌నా బేటా!' అన్నది ఆశగ.

'నై అమ్మా! సాబ్ పర్మిషన్ ఇస్తెనె చూడాలె' అన్నడు పోలీస్‌వాలా.

ముంతాజ్ బేగంకు పోబుద్ధికాకున్న నాలుగడుగులు పొయ్యి మల్ల ఎన్కకు మల్లి స్టేషన్ దిక్కు చూసింది. ఆ గోడల మధ్యల్నె తన కొడుకు ఉన్నడనుకునెసరికి మల్ల ఆమెకు కండ్లు ఉబికి కన్నీళ్ళు దారలు కట్టినయ్. ఆపుకోలేక ఇగ బైటికే పెద్దగ ఏడ్వబట్టింది.

'చలో జావ్ అమ్మా జావ్. ఈడ ఏడ్సుకుంట నిలబడొద్దు. చలో జావ్' అన్నడు లోపల్నించి ఇంకొక పోలీస్‌వాలా వొచ్చి.

కదిలింది ముంతాజ్‌బేగం, ఏడ్పుల్నుంచే తిట్టబట్టింది, పోలీసుల్ని కొద్దిసేపు, తమ నిస్సహాయతని కొద్దిసేపు...

***

గూట్లోంచి కిందబడ్డ తన పిల్లకోసం ఒకటే అరుసుకుంట అటు ఇటు చక్కర్లు గొడుతున్నది కాకి..

***

రెండోనాడు పదిగంటలకల్లా మల్ల స్టేషన్ కాడికొచ్చింది ముంతాజ్‌బేగం. స్టేషన్ కాడంత ఏందో హడాహుడి.. దగ్గర్కె రానియ్యలె, బైట డ్యూటీ చేస్తున్న ఇంకో పోలీస్‌వాలా.

శానాసేపు దూరంగనె నిలబడి ఏడ్సుకుంట స్టేషన్ దిక్కు చూడబట్టింది ముంతాజ్‌బేగం.. ఆ గోడల మధ్యల్నె తన కొడుకుండు. కని చూడనిస్తలేరు. కలలు గని.. కడుపుల పడ్డంక – కడుపుకు కష్టం రాకుంట మోసి.. పానం పోయిరాంగ కని.. నోరు కట్టేసుకొని కడుపు కొట్టుకొని.. పానం కన్న ఎక్కువగ కనిపెట్టుకొని పెంచుకుంటె.. అద్దరాతిరి దొంగలల్లెక్కొచ్చి, చిన్నప్పట్నించి ఒక్క దెబ్బన్న కొట్టకుంట పెంచిన నా కొడ్కుని లాఠీలతోని కొట్టుకుంట బూట్లతోని ఎక్కడ బడితె అక్కడ తన్నుకుంట గుంజుకుపొయిన్రు... ఎందుకట్ల జేస్తున్నరంటె ఇంటున్నరా? ఎవరో ఏందో చేసిన్రని బజారు బజారంతా పట్టుకొని పోతె ఎట్ల?... స్థిరంగ స్టేషన్ దిక్కు పొయింది ముంతాజ్‌బేగం.

బైటి గేట్ కాణ్ణె ఆపేసిండు పోలీస్‌వాలా

'నై బేటే, నిన్నొస్తే ఇయాల రమ్మన్నరయ్యా. లోపల నా కొడుకుండు. జర చూసి పోతయ్యా.'

'ఒక్కసారి చెప్తే అర్థం కాలేదా? ఇవాల పెద్దసార్లు వస్తున్నరు. ఎవర్ని చూడనియ్యరు. వెళ్ళమ్మా.'

ఇంకేందో చెప్పబొయ్యింది ముంతాజ్‌బేగం. పోలీస్‌వాలా గట్టిగ ఎల్లిపొమ్మని చెప్పేసరికి ఎనక్కుమల్లింది. కొద్దిసేపు అంతకుముందు నిలబడ్డ కాణ్ణే నిలబడి కండ్లు తుడచుకొని ఇంగ ఫాయ్‌దా లేదని ఇంటిదిక్కు కదిలింది.

***

'సర్! ఈ బూఅమ్మ చాలాసేపట్నుంచి ఇక్కడ కూసుంది సార్. అహ్మద్ ఈమె కొడుకంట సార్. ఒకసారి చూసి పోతనంటుంది. నాలుగు రోజుల్నుంచి రోజు వస్తుంది సార్' మెట్లు దిగి బయటికి పోతున్న ఎస్సై రవికాంత్‌రెడ్డికి చెప్పిండు పోలీస్‌వాలా.

'...రెండ్రోజుల తర్వాత రమ్మను' జీప్ ఎక్కినంక అన్నడు రవికాంత్ రెడ్డి. జీప్ ఎల్లిపొయ్యింది.

ముంతాజ్ బేగం దిక్కు మల్లిన ఆ పోలీస్‌వాలా గుండె బరువెక్కి పొయ్యింది...

ముంతాజ్ బేగం ఎగాదిగ చూస్కుంట నిలబడి ఉంది. కండ్లన్ని లోపలికి పీక్కుపొయ్యి, జీవంలేని కనుగుడ్లతోని ఎగాదిగ చూస్తున్నది. ఒంటిమీద వెలిసిపొయ్‌న బుర్ఖా.. మొత్తం అరిగి అప్పుడో ఇప్పుడో తెగేటట్లున్న స్లిప్పర్లు, వాటిల్ల యాడికాడికి పగుళ్ళు దేరిన బక్కపల్చని కాళ్ళు.. పొడుగాటి ఎముక పీలికల్లాంటి ఏళ్ళున్న చేతుల్ని నలుపుకుంట నిలబడి ఎగాదిగ చూస్తున్నదామె...

***

కాకి అరుసుకుంట చక్కర్లు కొడతనె ఉంది..

***

'కొద్దిగ ముందు రావొద్దా! సారు నువ్వొచ్చేముందె వచ్చి బైటికి పాయె' అన్నడు పోలీస్‌వాలా.

'నై బేటా! ఇయాల ఎటుబడి అహ్మద్‌ను కలవ వచ్చున్నవు గద, అని కిష్టమని దోసకాయ పప్పుచేసి, కవాబులు ఏంచుకొని టిఫిన్ కట్టుకొని వచ్చేసరికి లేటైంది బేటా' అన్నది గాబరాగ ముంతాజ్‌బేగం.

ముంతాజ్ బేగం రోజు వచ్చిపోతున్నది చూసి బాధనిపించింది ఆ పోలీస్‌వాలా జానయ్యకు. ఊకె తిరుగుతున్న ఆమె పరిస్తితి చూళ్ళేక నిన్న మల్ల రవికాంత్ రెడ్డిని అడిగిండు. సప్పుడు చెయ్యకుంట ఎల్లిపొయ్యిండు రవికాంత్ రెడ్డి. ముంతాజ్‌బేగంతోని ఏం చెప్పాల్నో తెల్వక-

'రేపు రా బూఅమ్మా! రేపెట్లన్న చూపెట్టుండొచ్చులే' అన్నడు. దాంతో ఖుషయిపొయ్యి ఎల్లి ఉండె ముంతాజ్ బేగం. ఇప్పుడు చూస్తె ఎస్సైసాబ్ వచ్చిపొయినంక వచ్చె. ఏం

ఫాయ్‌దా అని ఆలోచిస్తుండు జానయ్య.

ముంతాజ్ బేగం మాత్రం ఎంతకూ కదలకపోవడం చూసి 'ఇంకెవరు లేరా బూఅమ్మ నీకు? ఎవరన్న వచ్చి అడగొచ్చుగ? నువ్వొకదాని వొస్తె ఎస్సైసాబ్ పట్టించుకుంట లేడాయె' అన్నడు జానయ్య.

కండ్లల్ల గిర్రున నీళ్ళు చిమ్మినయ్ ముంతాజ్ బేగంకు. తలకాయ దించుకొని చేతిలున్న టిఫిన్ దిక్కు చూస్తున్నది. టబటప కన్నీళ్ళు కార్తున్నయ్. మల్ల తలకాయెత్తి-

'మెరె బేటెకు అన్నం పెడ్తున్నరా బేటా? ఆడు ఆకలికి ఆగేటోడు కాడు. టైమయ్యిందంటె పచ్చడితోనన్న రెండు ముద్దలు తినంది ఉండలేడు.. అసలు ఆడు ఎట్లున్నడయ్య..? ఆన్నెందుకు నాకు చూపెడ్తలేరు?' ఏడుపుకు మాటలు గొంతుదాటి రావడం కష్టం గున్నది ముంతాజ్ బేగంకు.

ఏం చెప్పాల్నో సమజ్‌కాలె జానయ్యకు. అతనిగ్గూడ ఆమె ఏడుపును చూస్తె కండ్లల్ల నీల్లు తిర్గినయ్-

'అసలు గడ్‌బడ్‌లైనప్పుడు ఏ ఊరన్న పంపక ఇంట్ల ఎందుకుంచినవమ్మ నీ కొడుకును! ఆన్నిప్పుడు కొట్టి కొట్టి సంపుతున్నరు...'

'క్యావ్!? ఏంది.. ఏంది బేటా? ఆన్ని.. నా కొడుకును కొడుతున్నారా..!?'

పరేశానయ్యి జానయ్య చట్‌న సంబాలించుకొని-

'అహఁ.. కొడ్తలేరు గని ఒకటే అడుగుతున్నరు' అన్నడు.

'ఏమడుగుతున్నరయ్యా.. ఏమడుగుతున్నరు ఆన్ని'

'అదే, నీకేమన్నా సంబందా... నీకు గొడవల్తోని సంబందముంటే చెప్పమని...'

'ఆనికి గొడవలతోని సంబందమేందయ్యా!?' ముంతాజ్ బేగం గొంతు పూడుకు పొయ్యింది. 'ఆడు ఇంట్లనించి బైటికె ఎల్లడయ్యా. ఇక్కడ సదువు ఐపోయినంక హైద్రాబాద్ పోతనంటె పైసల్లేక పంపలె. అట్ల పంపినా బాగుండు.. సదువాదిలేసినంక ట్యూషన్లు చెప్పుకుంట ఇంట్లనె ఉంటుండు. ఆళ్ళ అబ్బ అరటి పండ్లమ్ముతడు. ఆయన తెచ్చే పైసలు ఏ మూలకు సాల్తయ్. ఇంకో పిల్ల పెండ్లికుండె...' ఏడ్పు గొంతుతోటే చెప్పుకు పోతున్నది ముంతాజ్ బేగం.

'రేపు జర జల్దొచ్చి నువ్వే ఎస్సైసాబ్‌ని అడుగు బూఅమ్మ. అట్లన్న ఇంటడేమో..' జానయ్య.

'అది కాదు బేటా! మా గల్లీల నా కొడుకుతోపాటు రమేష్ అనే పిల్లగాన్ని గుడ పట్కొచ్చిన్రయ్యా. ఆ పిలగాడు పొద్దున నేనొస్తుంటె దూరంగ నన్ను చూసి తప్పుకొని పోతుండు. మరె ఆ పిలగాన్ని వదిలేసినంక నా పిలగాన్ని ఎందుకు వదిలిపెడ్తలేరయ్యా!?'

'అయ్యో! నీ ఒక్కదాని కొడుకేనా అమ్మ. ఇంకో పదిమంది దాంక తుర్కోల్ల పోరగాల్లున్నరు. ఆల్ల గురించి ఎవరడుగుతరమ్మ. పైసలున్నోళ్ళు, పరపతున్నోళ్ళు ఒకలిద్దర్ని ఇడిపించుకు పొయిన్రు. నీలాంటోళ్ళు ఒకలిద్దరు ఇట్ల తిరుగుతనే ఉన్రు. కొంతమంది అసలీడికి వస్తాన్కె భయపడుతున్నరు. ఈ ఎస్సైసాబేమో మంచోడు కాదమ్మ. ఎవల మాట ఇనడు. ఎందుకోగని ఇట్ల లోపల పడ్డ తుర్కోల్లని వదిలిపెడ్తాన్కి అస్సలు పానం దరియ దాయనకు... నేను రేపు ఎఎస్సైసాబ్ కన్నా చెప్పి చూస్త. రేపు రా బూఅమ్మా..'

***

'సర్, అహ్మద్ తల్లి అంట సర్, రోజు తిరుగుతుందంట. ఒక్కసారి అహ్మద్‌ను చూసిపోత నంటుంది..' ఎఎస్సై ఎస్సైకి చెప్తుండు.

ఎస్సై వరండాల ఆగి ముంతాజ్ బేగం దిక్కు చూసిండు. ముంతాజ్ బేగం ఎస్సై దిక్కు రెండడుగు లేసి–

'సాబ్! మేరా బేటా భోలా భాలా హై సాబ్. ఏకీ బేటా హై సాబ్. ఆడు లేకుంటె ఇల్లంత చిన్నబొయ్యింది సాబ్. ఇంట్ల ఎవరికి అన్నం నీల్లు సయిస్తలెవ్ సాబ్.. ఆని చెల్లె అన్నంగుడ ముట్టలేదు సాబ్.. జర అన్ని ఎట్లన్న వదిలిపెట్టురి సాబ్..' అనుకుంట ఏడ్సుకుంట, ఏడ్పును ఆగబట్టుకుని 'ఆన్ని ఒక్కసారి చూసన్నపోత సాబ్.. ఇంట్ల అందర్కి జర భరోసాగుంటది.. జర చూడనీరి సాబ్...'

ఎ ఎస్సై దిక్కు మల్లి ఇంగ్లీష్‌లో– 'అతను కదిలె స్థితిలో కూడ లేడు. చూపెడితె విషయం బైటికి తెల్సిపొయ్యి గొడవైతది. ఆమెను కొన్ని రోజులాగి రమ్మను...' అని లోపలి కెల్లిపొయిండు ఎస్సై రవికాంత్ రెడ్డి.

ఎస్సై ఏం చెప్పిండో సమజ్‌గాక ఆత్రంగ ఎఎస్సై దిక్కు చూసింది ముంతాజ్ బేగం.

ఎఎస్సైయేమో జానయ్య దిక్కు చూసి ఏమన్న సమజాయించి పంపమని ఇంగ్లీష్‌లనె చెప్పుకుంట లోపలి కెల్లిపొయిండు.

జానయ్య ఆమె దిక్కు చూస్కుంట దగ్గరికొచ్చిండు–

'ఇప్పుడు చూపెట్టడం కుదరదంట బూఅమ్మా. నాలుగు రోజులాగి రమ్మంటుండు...'

'కైకు బేటే! ఎందుకు చూపెట్టరు. నా కొడుకును నాకు చూపెడ్తాన్కి ఇన్ని రోజుల్నుంచి తిప్పుకుంటున్రు. ఆడేం తప్పు చేసిండని ఆన్ని ఇడ్సిపెడ్తలేరు? కమ్‌సెకమ్ చూడనిస్తలేరు. నేనింక ఊకోను. అడిగెటోడు లేడనేగదా మీరిట్ల జేస్తున్నది...'

గట్టిగ మొత్తకోబట్టింది ముంతాజ్‌బేగం.

ఎస్సై లోపల్నించి ఏందో గద్దించిండు. టకటక ఇద్దరు పోలీస్‌వాలాలు బైటికురికొచ్చి–

'ఓ అమ్మా! ఇక్కడ సప్పుడు చెయ్యొద్దు. చలో, జావ్ ఇక్కడ్నించి జావ్..' అని పెద్దగ అనబట్టిన్రు.

ఇగ ఏడ్పు తన్నుకొస్తుంటె తిట్టడంగుడ రాని ఆ తల్లి వచ్చీరాని 'బద్వా' ఇయ్యబట్టింది.. నాలుగు దినాలాగి రమ్మని జానయ్య చెప్తున్నా ఇంటలేదు.. ఒక పోలీస్‌వాలా వొచ్చి ఆమె రెట్ట పట్టుకొని బైటికి గుంజుకుపోయిండు...

***

పోలీస్ స్టేషన్ వరండాల గార్డ్ డ్యూటీలో ఉన్న జానయ్యను గేట్లనుంచే చూసింది ముంతాజ్‌బేగం. జానయ్యను చూడంగనె పానం లేషొచ్చినట్లయి ఆత్రంగ దగ్గరికొచ్చింది–

'బేటా! ఇయాల్ననా నాకు నా కొడుకుని చూపెడ్తరా? అన్ని ఎప్పుడు వదిలిపెడ్తరటయ్యా?? ఎస్సై సాబ్ ఏమన్నా చెప్పిండా!?' ఆశగా అడుగుతున్నది..

ఏం చెప్పాల్నా అన్నట్లు పరేశాన్‌గ చూస్తున్నడు జానయ్య. కొద్దిసేపు ఏం మాట్లాడలె.

'క్యావ్ బేటా! ఏం మాట్లాడవేంది బేటా?' అన్నది మల్ల ముంతాజ్ బేగం గుబులుగ..

'నేను నిన్న డ్యూటీ దిగిపొయ్యేటప్పుడు అహ్మద్ స్టేషన్‌లనె ఉన్నడు బూఅమ్మ. ఇయాల డ్యూటీ కొచ్చేసరికి లేడు. రాత్రికి రాత్రి ఇక్కడ్నించి ఎక్కడికో మార్చేసిన్రటమ్మా... మరె యాడికి తీస్కెల్లిన్రో నాకు తెల్వదు...' .. .. జానయ్య ఇంకా ఏందో చెప్తున్నడు. కని ముంతాజ్ బేగంకు ఇగ ఏం ఇనబడ్తలె.

ఇన్ని రోజులు ఈ గోడల మధ్యల్నె తన కొడుకుండని పానం ఉగ్గబట్టుకుంది. ఈడ్నించి ఇంకేడికో తన కొడ్కును తీస్కెల్లి పొయ్యిన్రనేసరికి ఆమె ఒళ్ళంత చచ్చుబడిపోయినట్లైంది. చక్కరొచ్చినట్లయి ధబ్‌మని కింద కూలబడిపోయింది ముంతాజ్ బేగం..

***

కాకిపిల్లను కుక్కలు ఎటో ఎత్తుకెల్లిపొయ్‌నయ్...

*

2001, డిసెంబర్; 2004, వతన్ ముస్లిం కథలు

వతన్

సురేష్ వస్తున్నడని యాదయ్య ఫోన్ చేసినప్పట్నుంచి బేచైన్ బేచైన్గ ఉంది సుల్తాన్కు......

దుకాన్ల కూసుండు గని మనసు అక్కడ లేదు. ఏందేందో ఆలోచన్లు.. ఎవరెవరో ముసురుకుంటున్రు.. ఎక్కడెక్కడివో సన్నివేశాలు.. దృశ్యాలు.. ఎటూ పాలుపోతలె.. లేషిండు.. బైటికొచ్చిండు.. తన దుకాన్ ఉన్న వరుసల ఉన్న దుకాన్లన్నింటి దిక్కు అటోపాలి ఇటోపాలి సూషిండు. అన్ని దుకాన్ల కాడికీ మనుషులు వస్తూపోతూ ఉన్నరు.. తన దుకానమే ఇట్ల పడావు పడిపోయిందేందా– అన్పించింది.. ఒక్కపాలి తన దుక్నం దిక్కు సూసుకుండు.. మూలలన్నీ బూజు పట్టి.. పాత టీవీలు, రేడియోలు, టేప్ రికార్డర్లు, అమ్ముడుపోంగ మిగిలిపోయిన సామాన్లూ అన్నీ దుమ్ము పట్టి.. ఏదో ఒక రకమైన పాత వాసన.. దుమ్ము వాసన.. ప్చ్! తన వల్ల కాదిక.. గుండెల్లో ఏదో గుబులు.. ఒక్కసారిగ ఆవరించిన భయం.. ఏం చేసేది.. కడుపులో మండుతున్నది.. కడుపు మంటా.. ఆకలి మంటా..!? ఏమో.. హుం! లోపలి కొచ్చి తాళాలు తీసుకొని బైటి కొచ్చిండు.. షట్టర్ గుంజి తాళమేసి మెట్లు దిగి నడవబట్టిండు.. కాళ్లు ముందుకు పడతలేవు.. కాళ్లకు ఒక్కో ఆలోచనా, ఒక్కో దృశ్యమూ చుట్టుకోబట్టినయ్..

కేవలం పదేళ్లు.. పదేళ్లలో ఇంతగా ఎట్ల మారిపోయింది తన జిందగీ..? పదేళ్ల క్రితం ఒక్క వెలుగు వెలిగిన తను.. తన ఇల్లు.. దుకానం.. ఇంతలోనే ఇంతగనం ఎట్ల దిగజారిపోయింది పరిస్థితి.. అష్ట దరిద్రం అలుముకుంది.. దరిద్రమేనా.. లేకుంటే తన లోపమేమైనా ఉందా.. లేదంటే తన కల్చర్లో ఉందా.. లేక తన మూలంలోనే ఉందా..!?

తను దుబాయ్ పొయ్యొచ్చినంక సైకిల్ మోటర్ కొనుక్కుండు, ఇంట్లకు ఎన్నో వస్తువలు కొన్నడు. షాపు పెట్టుకుండు. టీవీలు, టేప్ రికార్డర్లు, రేడియోల దుకానం.. కొత్తల ఎంత కళకళ లాడేది.. దుబాయ్ పొయ్యొచ్చిన్నని మొదట్ల ఒకటే బంధువుల రాకపోకలు, చీటికిమాటికి తోబుట్టువులు పెట్టించే ఖర్చులు.. రెండు మూడేండ్లల్లనే అంతా ఖాళీ అయ్పాయె. మిగిలింది దుకానం, షాహీన్ ఒంటిమీది నగలు..

కంప్యూటర్లు, వీసీడీలు, డీవీడీలు రావడంతోని టేప్లు, రేడియోలు కొనే దిక్కే లేకుంటయ్యే. రిపేరుకు గూడ ఎవ్వరొస్తలేరాయె.. అసెంబుల్డ్ టీవీలు ఎవరడుగతనె లేరు– ఇల్లు గడువుడే కష్టమైతుంటే మంచి కంపెనీల టీవీలు తెచ్చిపెట్టడం యాడైతది.. అట్లట్లా షాపు బూజు పట్టె.. వర్కర్లను తీసేయాల్సొచ్చె.. ఇంట్ల ఖరీదైన వస్తువలు,

షాహీన్ సొమ్ములు ఒక్కటొక్కటి కరిగిపాయె.. ఆఖరికి తన బండి గూడ మొన్ననె అమ్మి మడిగె కిరాయి కట్టాల్సి వచ్చె...

సైకిల్ మోటరేదో తన మీదికే వస్తుందేమీ.. భయంగ పక్కకు జరిగిండు సుల్తాన్. పక్క నుంచి దూసుకు పొయింది హీరోహోండా. అట్లా చూస్తున్నడా సుల్తాన్.. లేదు.. సుల్తానే హీరోహోండా మీద స్పీడుగా వెళ్లి తన ఇంటిముందు బ్రేక్ కొట్టి ఒక్కసారి హారన్ కొట్టి దిగి సైడ్ స్టాండ్ వేసి దర్వాజ దిక్కు కదిలిండు.. లోపల్నించి తన చిన్నారి బిడ్డ ఉరుక్కుంట వస్తున్నట్లు ఘుంగురూ చప్పుడు..

'గిర్‌జాతీ మున్నీ! హల్లు.. హల్లు!' వెనక పాజేబ్‌కీ ఛన్ ఛన్..

షాహీన్ ఉరుకొచ్చి మున్నీని ఎత్తుకుంట వచ్చి దర్వాజా తీసింది.. పర్దా జరిపితే అందమైన రెండు చంద్రబింబాలూ.. వెనక చంద్ర లోకం..!

ఇప్పుడేమై పోయింది అదంతా.. !?

దర్వాజా ముందు నిలబడి బేడెం సప్పుడు చేసిండు. లోపల్నించి ఏ సప్పుడూ లేదు.. మెత్తటి అడుగుల శబ్దం సన్నగ.. బేడం తీసింది షాహీన్.. చంద్రబింబంపై నల్లటి మచ్చ! మెళ్లో చంద్రహారమూ లేదు.. వెనక చంద్రలోకమూ లేదు.. అంతా బోసిపోయిన హాలతు! అంతా లూటిపోయిన లోకం..!

మున్నీ, చాంద్ బడికి పొయిన్రు.

'క్యావ్.. ఆజ్ దేర్ హుయ్?' అడిగింది షాహీన్.

'క్యా బీ నై' అనుకుంట కాళ్లు చేతులు కడుక్కొని తువాల్‌తోని తుడుసుకుంట మసేరి మీద ఒరిగిండు.. కింద సాప పరిషి దస్తర్‌ఖాన్ ఏసి అన్నం తీస్తున్నది షాహీన్.

'క్యావ్‌జీ! సుస్త్ హై క్యావ్?' అన్నది దగ్గరికొచ్చి నుదురుమీద చేయ్యేసి చూస్కుంట.. కండ్లల్ల గిర్రున నీళ్లు తిరిగినయ్ సుల్తాన్‌కు.. షాహీన్ కండ్లబడకుంట సూసుకోవడం ఎంత కష్టం..!

***

మల్ల దుకాన్‌కొచ్చి తీసి కూసుండు. గంట తర్వాత మల్ల ఫోనొచ్చింది, 'ఏందిరా.. వస్తున్నవ్‌గ నువ్వు?' యాదయ్య అడుగుతుండు.

'రాలేనురా.. నాక్కొంచెం పనుంది!' అన్నడు సుల్తాన్.

'నువ్వు రాకపోతే వాడు బాధ పడతడ్రా! అంత ఇంపార్టెంట్ పనా అంటడు. వాన్ని పంపించేటప్పుడు మనమంతా ఎంత హడాహుడి చేసినం. ఇన్నాళ్లకు వాడొస్తే నువ్వు రానంటవేందిరా!?'

'ఏమోరా.. నాకు రాబుద్ధయిత లేదు! ఎందుకో సమజైతలె గని నేను రాన్రా.. ప్లీజ్.. నన్ను బలవంతం చెయ్యకు.. నువ్వెళ్లిరారా..'

'అరేయ్! నువ్వు దుబాయ్ నుంచి వచ్చినప్పుడు వాడు ఎంత హంగామా చేసిండో మరిషిపోయ్‌నవా!?'

'ప్లీజ్ బై! నన్నొదిలెయ్' ఫోన్ పెట్టేసిండు సుల్తాన్.

బేచైన్ బేచైన్‌గా ఉంది.. సురేష్‌ను చూడాలనే ఉంది.. కాని ఎందుకో పోబుద్ధి అయితలె.. కారణం తన బీదరికమో లేక మరొకటో సమజైతలేదు.. తను దుబాయ్ నుంచి వచ్చినప్పుడు వాడు నిజంగనె ఎంత హడాహుడి చేసిండో..

ఎయిర్‌పోర్ట్‌కి షాహీన్, అమ్మీ చాంద్‌ని తీసుకొని వచ్చిన్రు.. అబ్బాజాన్, చెల్లెండ్లు వహీదా, షాహెదా, భాయ్‌జాన్‌లు, తమ్ముండ్లిద్దరూ.. అంతా వచ్చిన్రు.. ఎంత ఎదురుచూపో.. తనకే ఎవర్ని ముందు కళ్లారా చూసుకోవాలో అర్థం కాలేదు.. అమ్మీని చూస్తే ఏడుపాగలేదు, గుండెలకు అదుముకొని బోరున ఏడ్చేసిండు.. షాహీన్, చెల్లెండ్లు తనను అల్లుకుపోయి ఏడుస్తున్నరు.. ఎన్నడూ ఇల్లొదిలి పోని తను దుబాయ్‌కి ఎల్లి ఐదేండ్ల తర్వాత వచ్చేసరికి తన్నుకొచ్చిన దుక్కమది..

జిగ్రి దోస్తులు సురేష్‌తోని, యాదయ్యతోని అలాయ్ బలాయ్ తీసుకుండు. అబ్బాజాన్, తమ్ముండ్లిద్దరితోని కలిసినంక ఇంటికి బయల్దేరినం. ఆ రాత్రి అందరూ మా ఇంట్లనే ఉండిపోయిన్రు.. నన్నూ, షాహీన్‌ను కూర్చోబెట్టించి తను తెచ్చిన పెద్ద పూలదండలు ఏసి, మిఠాయ్ తినిపించి హంగామా హంగామా చేసిండు సురేష్! ఎందుకిట్లా అంటే– 'నాకు చెయ్యా లనిపించింది.. నువ్వు పోయేటప్పుడు మీవాళ్లు చేసిన్రు కదా, నాకు నువ్వొచ్చినంక చేయాలనిపించింది' అన్నడు. ఆర్ద్రంగా, ఆత్మీయంగా అల్లుకుపొయిండు తను..

తెల్లార్లూ అందరు మాట్లాడుకుంట ఉండిపోయిన్రు.. సురేష్, యాదయ్య తను లేనప్పుడు నల్గొండల, తమ దోస్తులల్ల జరిగిన సంగతులన్ని చెప్పిన్రు.. ఎవరెవరు ఎట్ల సెటిలయిన్రో చెబుతున్నరు..

తనకు కూడా పాస్‌పోర్టు తీయాల్సి వచ్చిందని సురేష్ చెప్పిండు. తను ఆశ్చర్యపొయిండు..

'ఏందిరా! నేను దుబాయ్ ఎల్తున్నంటే ఎంత విమర్శించినవ్ నువ్వు. ఇక్కడ ఏదో ఒకటి చేసుకొని బతకలేమా అంటివి.. వేరే దేశాలకు వెళ్లేవాళ్లంటే నీ కసహ్యమంటివి.. నువ్వు మాత్రం ఆ పని చేయనంటివి.. ముస్లింలు ఊఁ అంటె దుబాయ్‌కి ఉరుకుతుంట రేందిరా అని ఎద్దేవా చేస్తివి కదరా.. ఇయాల నువ్వెందుకు బయల్దేరినవ్ చెప్పు..' నిలదీసినంత పని చేసిండు తను.

'లేదురా, మా నాయ్న, మా కక్కయ్యలు బలవంతం చేసిన్రు.'

'అవన్నీ వంకలు చెప్పకురా! మనకు ఏ మూలో అంగీకారం కుదరకుంటే ఎవరెంత

చెప్పినా ఒప్పుకోలేం. సరే, ఇప్పటికైనా ఒప్పుకుంటవా, బతకడానికి ఏ దేశమైనా వెళ్లిరావలసి వస్తుందనీ?'

'లేదురా, ఎంతైనా మాతృదేశాన్ని కాదని వెళ్లడం మాత్రం సరైంది కాదనే ఇప్పటికీ నమ్ముతున్నా. పుట్టి పెరిగిన ఊరిని వదిలేసి అంతంత దూరం ఎట్ల పోతర్రా'

'సరైందని ఎవరంటున్నార్రా.. మాలాంటి వాళ్లు తప్పనిసరి పరిస్థితుల్లో వెళ్లాల్సివస్తున్నది. నీలాంటి వాళ్లకు ఆ పరిస్థితి కూడా లేదుకదా! అయినా మీవాళ్లు నిన్ను పంపుతున్నారంటే మీకూ మాకున్న తేడా చూడు!'

'తేడా ఏముందిరా'

'ఎందుకు లేదు, నేను దుబాయ్ వెళ్తానంటే మావాళ్లు అస్సలు ఒప్పుకోలే. కాని నాకు ఎటూ ఉద్యోగం రాదని సమజైపోయింది. అప్పులవాళ్ల బాధ భరించలేక ఇటు నాకు అటు మావాళ్లకు నిద్ర కరువైంది.. భవిష్యత్తులో పరిస్థితి ఇంకా దిగజారేటట్టు కనిపించే ఈ నిర్ణయం తీసుకోవాల్సి వచ్చింది. కాని నిన్ను చూడు, మీవాళ్లే బలవంతంగా పంపిస్తున్నారంటే ఎంత తేడా ఉందో..'

'సరె, నీ ఒక్కని గురించి వదిలెయ్, ముస్లింలు చాలామంది దుబాయ్ పోవడాన్ని ఎక్కువ ఇష్ట పడతలేరా?'

'అరె నాయ్నా, ఎట్ల చెప్పాల్రా నీకు! అందరి పరిస్థితులు దాదాపు ఇట్లనే ఉన్నయ్‌రా. వాళ్లంతా ఇష్టమై ఏం పోతలేరు. భార్యను, పిల్లల్ని, తల్లి దండ్రుల్ని, తోబుట్టువుల్నీ, ముఖ్యంగా పుట్టిన గడ్డనీ వదిలి ఎవడైనా సముద్రాలు దాటి ఎందుకు పోవాలనుకుంటడ్రా? ఒక్కడు ఇంటిల్లిపాదిని సాదాలే.. ఒక్కో ఇంట్లో పెండ్లి కాని చెల్లెండ్లుంటరు, చేతకాని ముసలోల్లుంటరు, నాలాగా నౌకరీలు దొరకని తమ్ముం డ్లుంటరు. ఒక్కొక్క ఇంట్లో ఎన్నెన్ని బాధలుంటయో నీకేం సమజైతదిలేరా? ముస్లింల కేమన్నా భూము లున్నయా? వృత్తులున్నయా? రిజర్వేషన్లున్నయా? ఎంతకని ఆ రోడ్ల మీది చిల్లర వేపారాలు చెయ్యమంటవ్? చేసిన రోజు తిండి, లేకుంటే పస్తులేనాయె'

పక్క షాపు షట్టరు గుంజుతున్న సప్పుడయ్యేసరికి లేషిండు సుల్తాన్. లైట్లు బంద్‌చేసి షట్టర్ గుంజి తాళాలేసి ఇంటిదిక్కు నడువబట్టిండు..

***

రెండ్రోజులైనంక-

ఎప్పటి లెక్కనె సుల్తాన్ షాపుల కూసొనుండు, పరధ్యానంగ. సురేష్ లోపలి కొచ్చిండు! కొద్దిసేపు నమ్మలేకపొయిండు సుల్తాన్.

'ఏంద్రా సుల్తాన్! నేనొచ్చిన్నని తెలిసి కూడా రాలేదేందిరా' అన్నడు సురేష్ దగ్గరికొస్తూ.

'ఎట్లున్నవ్‌రా? ఎన్నాళ్లాయెరా నిన్ను చూడక..' అంటూ అల్లుకుపోయిండు సుల్తాన్.

ఇద్దరి కండ్లల్ల నీల్లు తిరిగినయ్. గుండెలు పొంగినయ్. కాసేపు అట్లనే అల్లుకుని ఉండిపోయిన్రు ఇద్దరూ. తర్వాత విడివడి షేక్‌హాండ్ ఇచ్చుకుని ఆత్మీయంగా చేతులు పట్టుకొని కాసేపు ఎవరెట్లున్నది అడుక్కున్నరు. తర్వాత కుర్చీల్ల కూసొని మాట్లాడుకో బట్టిన్రు.. సుల్తాన్ బైటికెల్లి చాయ్ చెప్పిండు.

చాయ్ తాక్కుంట అమెరికా విశేషాలు చెప్పబట్టిండు సురేష్. అన్యమనస్కంగా వింటూ ఊఁ కొడుతుండు సుల్తాన్. కొద్దిసేపటికి సురేష్ చెబుతున్న మాటలు చెవికెక్కబట్టినయ్..

'... గ్రీన్ కార్డు వచ్చేసిందిరా అక్కడ నాకు. ఇప్పుడు నా మిసెస్ ప్రెగ్నెంట్. అక్కడే కనాలనుకుంటున్నం. అక్కడ కంటే పిల్లవాడికి అమెరికా పౌరసత్వం వస్తుంది...'

ఇంకేం వినిపించడం లేదు సుల్తాన్‌కు..

లేచి వెళ్లి సురేష్ గల్లా పట్టుకుని లేపిండు. ఆవేశంగా అరుస్తూ నిలదియ్యబట్టిండు–

'ఏరా.. నేను దుబాయ్ ఎళ్తుంటే ఎంత ఎక్కిరించినవో గుర్తుందా నీకు? ముస్లింలంతా పుట్టిన గడ్డమీద ప్రేమ లేనోళ్లు కాబట్టే అంత ఈజీగా దుబాయ్‌కి వెళ్లగలుగుతున్నరని అన్నవు గుర్తుందా? ఇవాళ నువ్వు పుట్టిన దేశాన్ని వదిలి అమెరికాలో స్థిరపడ్డవ్. గ్రీన్ కార్డు వచ్చిందని గొప్పగ చెబుతున్నవ్. నీ కొడుకును కూడా అక్కడే పుట్టిస్తే అమెరికా పౌరసత్వం దొరుకుతుందని సంబరపడుతున్నవ్! ముస్లింలు అమెరికా వెళ్లగలరా?! దుబాయ్‌లాంటి దేశాలకు పొయ్యి అక్కడ రెక్కలు ముక్కలు చేసుకొని ఏండ్లకేండ్లు పడక సుఖానికి దూరమై, తల్లి ప్రేమకు దూరమై, పిల్లల ప్రేమకు దూరమై బతుకుతున్రు. అక్కడ రోగమొచ్చినా రొష్టొచ్చినా పట్టించుకునేవారే లేకుంట బతుకుతున్రు. చస్తే మా శవాలు కూడా ఇక్కడికి పంపుకోలేని పరిస్థితిరా మాది! ఎన్నాళ్లున్నా తిరిగి వెనక్కి వచ్చేసి మాతృగడ్డమీదనే జీవిస్తున్న మేం గొప్పా?! మీరు గొప్పా?! మా బతుకు దెరువు కోసమే అయినా దేశానికి వేలవేల విదేశీ కరెన్సీ తీసుకొస్తున్నది మేమా? పరాయి అమెరికాలోనే స్థిరపడుతున్న మీరా? ఇక్కడ విద్యలన్నీ నేర్చి పరాయి దేశానికి అమ్ముడుపొయ్యే మీరు గొప్పోల్లా? ఏ విద్యలు లేక పరాయిదేశం పోయి కూలిపనో, పాకిపనో చేసి దేశానికి విదేశీ మారకద్రవ్యం తెస్తున్న మేమా..? ....'

సురేష్ లేచి వచ్చి 'సుల్తాన్! సుల్తాన్! ఏంరా అంత పరధ్యానం??' అంటూ కుదిపేసరికి ఈ లోకంలకొచ్చి పడ్డడు సుల్తాన్. తన ఊహకు నిర్వేదపు నవ్వొకటి అతని పెదవులపై పూసింది.

*

10 జూలై 2005 ఆదివారం ఆంధ్రజ్యోతి

ఉర్సు

ఉరుకురికి ఇమ్లిబన్ బస్‌స్టాండ్ చేరుకున్న. నల్గొండకు టికెట్ తీస్కొని బస్సెక్కి కూసున్న. బస్సుతోపాటు నా ఆలోచనలు గుడ కదిల్నయ్... ఇప్పట్కె లేటైంది.. మా చెల్లెండ్లు గయ్యి మంటరు. మమ్ముల 8 గంటలకె గుట్ట కాడ ఉండాలని గట్టిగ చెప్పి, నువ్వేమో ఇప్పుడా వచ్చేది అని కస్సుమంటరు...

నల్గొండ పోతున్నమన్నా.. నల్గొండ మదిల మెదిలినా.. ముందుగాల ఆ రెండు గుట్టలె యాది కొస్తయ్. టౌనంత ఆ గుట్టల ముందల, మధ్యల్నె ఉండటం గమ్మత్తు. అందుల ఒక గుట్ట- లతీఫ్ షా వలి పహాడ్- లతీఫు సాబు గుట్ట. ఆ గుట్ట మీద లతీఫ్ షా వలి దర్గా ఉండబట్టి ఆ పేరొచ్చింది. ఎత్తైన గుట్ట. ప్రతి ఏడాది అక్కడ ఉర్సు సాగుతది. గుట్ట ముందంతా తిరునాల.. జాతర.. సందడే సందడి. పిల్లలకు పండగ. పెద్దలకు ఉర్సుకు రావడం.. గుట్ట ఎక్కడం ఒక రివాజు.. ఒక రిలీఫ్...

ఉర్సు అనంగనె అందమైన రుక్సానా యాదికొస్తది. కండ్లల్ల ఆ రూపం నిండి కన్నీళ్లతో పాటు ఒలికిపోతది. ఏదో తప్పు చేసిన ఫీలింగ్ చంపేస్తది..

బస్సు దిల్‌సుఖ్‌నగర్ బస్టాంట్‌ల ఆగి మల్ల కదిలింది..

చిన్నప్పుడు ఉర్సు కోసం ఎంత ఎదురుచూసేదో.. ఉర్సు వస్తుందంటె మనసు ఉరకలేసేది. రెండు మూడు రోజుల ముందే పొద్దుటి పూట మా ఊర్లెకు గుట్ట మీద సున్నం వేసిన మెట్లు మబ్బుల్లకు దారేసినట్లు కనిపించేవి.. రాత్రి పూట మెట్లెంట వేసిన లైట్లు పూల జడ మాదిరి కవ్వించేవి.. ఎప్పుడెప్పుడు శుక్రారం వస్తదా.. జనంల పడి రంగుల నవ్వుల్ల పడి గుట్ట మీదికి పతంగి లెక్క ఎగరాల్నా అని మనసు

ఉరకలేసేది...

బేస్తవారం నాడు పొద్దుగూకేసరికి అందరం తయారై గుట్టకాడికి చేరుకునేది. అయాల సందల్. గంధం. లతీఫు సాబుకు సందల్ (గంధం), సెహ్రా వగైరా ఎక్కిస్తరు. గుట్ట ముందంత జనం కిటకిట లాడేది... పెద్దోల్లల్ల ఆడోళ్లంతా గుట్ట దామన్‌ల (దాపున) కూసునేది. మగోళ్లు పిల్లలకు తిర్నాలల ఏమన్న కొనిస్తానికి పొయ్యేది. కొద్దిగ పెద్దగున్న పిల్లలు సావాసగాళ్లతోని తామే తిర్నాల గల్లీలన్నీ తిరుగు తుండేది. ఎన్ని రకాల బొమ్మలో.. ఎన్నెన్ని మెరుపులో..! బొమ్మల్ని దాటి కొద్దిగ వయసు పెరిగితె.. కళ్లద్దాలు.. బెల్టులు.. టోపీలు.. తీరు తీర్ల సోకులబడే సామాను.. ఆడపిల్లలకైతె ఎక్కడ్లేని వింతలు.. చిన్నపిల్లల తర్వాత ఆడపిల్లల సామానె ఎక్కువుండేది.. వో..! ఝుంకాలు.. ముక్కు పుల్లలు.. తీరొక్క గొలుసులు.. ఉంగరాలు.. అరష్ – కాజల్ – సుర్మా డబ్బాలు.. గాజులు.. చెప్పులు.. బుర్ఖాలు.. బట్టలు..

అసలు అదొక రంగుల లోకం.. ఆ రంగుల్లో తీరొక్క రంగులమై కలిసిపొయ్యేది.. ఆ రంగు రంగుల గాలి బుగ్గల్లో మేమంతా ఊహించని రంగులమై తేలిపోయేది...

జామ్ మజీద్ ఏరియా నుంచి సందల్ ఊరేగింపుగా వచ్చేది. ఆ సమయం దగ్గర పడుతుంటె గుట్ట ముందంతా జనం కిటకిటలాడిపొయ్యేది. గుట్ట మీదికి పొయ్యే దారికి అటూ ఇటూ తాళ్లు పట్టుకుని పోలీసోల్లు నిలబడ్డా దారి మీదికి తోసుకొస్తుండేది. ముందంత మగవాళ్లు ఎక్కువగా తెల్లని బట్టల్లో, ఆ తరువాతి వరుసలంతా ఆడవాళ్ల నల్లని బుర్ఖాలు... పిల్లలంతా తల్లిదండ్రుల చేతుల్లో... సందల్ ఊరేగింపు తొలి కమాన్ కాడికొచ్చే సరికి జనం సముద్రపు అలల్లెక్క కదిలేది.. తొలి మెట్టు కాన్నుంచి సందల్ ముందు కెళ్లడమే కష్టంగుండేది.. ప్రతి ఒక్కరు సందల్ ముట్టుకొని కళ్ల కద్దుకోవాలని ఆరాటం.. పిల్లల నుదుటికి అద్దాలని తోపులాట... ఓఫ్.. ఆ దృశ్యమంతా చూస్తేనె మజా...

బస్సు హయాత్ నగర్ బస్టాండ్‌ల నిలబడ్డది. టికెట్లు తీసుకోనోళ్లు ఒకరిద్దరు తీసుకునేందుకు దిగుతున్రు. డ్రైవర్‌కు చెప్పి కొద్దిగ రోడ్డుమీదికి పొయ్యి ఒక చాయ్ తాగిన. మల్ల వచ్చి కూసున్న. బస్సు కదిలింది..

నాకు ఉర్సు అనంగనె నల్లని బుర్ఖాలె మదిల మెదుల్తయ్. బహుశా వయసొచ్చిన తొలినాళ్లలో ఆ బుర్ఖాల వెంట పడ్డందుకె కాబోలు..

డిగ్రీ రెండో సంవత్సరంల వచ్చిన ఉర్సులనె ఎదురుపడ్డవి ఆ కళ్లు. చంద్రగోళాల్లాంటి ఆ కళ్లు.. చుట్టూ నల్లటి మబ్బులతో.. ఆ పెద్ద పెద్ద కళ్లు.. అందమైన కళ్లు.. తెల్లని ఒంటి రంగు నడుమ నల్లని కాటుక మధ్య తెల్లని కళ్లు.. మధ్యలో నల్లని కనుపాపలు.. నన్నెంత ఆకర్షించినయో.. వాటి వెంట నేను పడ్డనో అవి నా

వెంట పడ్డయో తెలియదు.. కాని ఒకరికి తెలియకుంట ఒకరం మళ్ల మళ్ల ఎదురుపడ్డం. పడ్డప్పుడల్లా పరిచయస్తుల్లెక్కనె ప్రేమగ చూసుకున్నయ్ మా రెండు జతల కళ్లు...

ఇక అది మొదలు- ఆ ఉర్సు సాగిన వారం-పది రోజులు.. రోజు టంచనుగ గుట్ట కాడికెళ్లడం, సైకిల్ పక్కన పెట్టి ఆ తిరునాల దుక్నాల మద్యన తిరుగడం.. కొనేదేమీ లేకున్నా ఏదో కొనేటోడి లెక్కనె వెతుకుతూ తిరిగేది.. కొనే వస్తువు కోసం కాదు, ఆ కమ్మని రుచి నిచ్చే కళ్ల చూపుల్ని తాగడానికి. ఆ కళ్ల నవ్వులో తేలిపోడానికి.. చివర్లో షాపులొక్కొక్కటి ఎత్తేస్తుంటే ఆ రోజు కష్టపడి అడగనే అడిగిన- 'ఏం పేరు?' అని. 'రుక్సానా' అని చెప్పింది. నా పేరు అడిగింది. 'యూసుఫ్' అని చెప్పిన. ఏం చదువుతున్నవంటె ఇంటర్ సెకండియర్ అని చెప్పింది. పక్కన సహేలీలు జోకులేస్తు కిల్లున నవ్వుతున్నరు. ఏ కాలేజి, మిగతా వివరాలడిగిన. ఆఖరికి 'కొద్దిగ ఆ నఖాబ్ తొలగించ రాదూ.. మొఖమన్న చూస్త' అని బతిలాడిన. 'కల్ మిలేంగే' అని వెళ్లిపొయింది.

నా గుండెలే అంత ఊటగ కొట్టుకుంటున్నయంటె ఆ పిల్ల గుండెలు మరెంత కొట్టుకున్నయో అనుకొన్న. అయాల రాత్రి నిద్దర పట్టలె. ఎప్పుడు తెల్లార్తదా.. ఎప్పుడు పొద్దు గూకుతదా.. అని ఒకటె ఆరాటం..

అయాల నా బలవంతం మీద ఒక సహేలీని బతిలాడు కొని దుకాణాలను దాటి కొద్దిగ గుట్ట పైకి మెట్ల పక్కకు.. వచ్చి బండరాళ్ల సాటున కూసున్నది. వాళ్ల వెనక నడుచు కుంట వెళ్లి పక్కన కూసున్న.

'ఇప్పుడన్నా నఖాబ్ తీయరాదూ!' అన్న.

ముడి విప్పి నఖాబ్ తొలగించింది రుక్సాన. పండు వెన్నెల జాబిల్లి లెక్క మెరిసింది ఆ మోము. 'వాహ్!' అనుకోకుండ ఉండలేకపొయ్న.

'కైసీ హూఀ?' అన్నది నవ్వుకుంట.

'ఆకాశంలో చాంద్ మాయమై ఇక్కడ తేలినట్లుంది' అన్న. నవ్వు వెన్నెల మళ్లీ కురిసింది. అట్లా అర్ధగంటసేపు గుండెల లయల వేగాల్ని, సప్పుడుల్ని కొలుచుకుంట మాట్లాడుకున్నం..

అది మొదలు.. రోజు ఎక్కడో ఒక తాన కలుసుకునేది. కనబడని రోజు నాకుగాని, తనకు గాని మనశ్శాంతి ఉండకపొయ్యేది.. అట్లా ఆ ఏడాది చివరికె ఇంటర్ తర్వాత తనను చదువు మాన్పించేస్తారట అని ఒకసారి కలిసి వెక్కివెక్కి ఏడ్చింది రుక్సానా. ఏం చెయ్యాల్నో తోచలేదు. ధైర్యం చెప్పడానికి నా కాడ ఏ తొవ్వా కనిపించలె. నాకు ముగ్గురు చెల్లెళ్లు. ఒక చెల్లె షాదీ అయిపొయ్‌నా ఇంకా ఇద్దరు చెల్లెళ్లు పెండ్లి కున్నరు.

చదువు మధ్యల ఉంది. ఏం చెయ్యగలను?

'నన్ను పెండ్లి చేసుకోవా!?' నోరు తెరిచి అడిగింది రుక్సా నా. గుండెలు పిండేసినట్లు బాదపడ్డ. ఎట్ల చేసుకోను? ఏం చేస్తున్నని చేసుకోను. ఇంటి పరిస్థితేం బాగలేదు. తను ఇప్పుడు పెళ్లి చేసుకుంటె ఇల్లు ఆగమైపోతది. ఎట్ల.. ఎట్ల..

'ఎట్లన్న చేసి రెండు మూడేళ్లు ఆపలేవా మీ ఇంటోళ్లను?' అన్న.

'లేదు, ఈ ఎండాకాలమె పెండ్లి చేసేస్తరంట. మా ఫుప్పమ్మ (అత్తమ్మ) కొడుకు తొందరపెడుతుండు' అన్నది.

'ఏం చేస్తడు మీ ఫుప్పమ్మ కొడుకు?'

'మెకానిక్!'

'మెకానికా? మెకానిక్‌కు ఇంటర్ చదివిన పిల్ల ఎందు కంట? మీవాళ్లకన్నా బుద్ధి లేదా?'

'మావాళ్ల తాహతు అంతే!'

'మరి ఎందుకు చదివించిన్రు?'

'నేనే చదువుకుంటనని కొట్లాడి కొట్లాడి చదువు కుంట వస్తున్న.'

'మరి ఇప్పుడు కూడ కొట్లాడు, అతన్ని చేసుకోనని.'

'వింటలేరు.'

'మరేం చేస్తవ్?'

'నువ్వే చెప్పాలె'

'నేనిప్పుడే చేసుకోలేను రుక్సానా! ఇంట్ల ఇద్దరు చెల్లెళ్లు న్నరు. ఇంటి పరిస్థితి అంత బాగలేదు..' అని నచ్చ చెప్పబోయిన.

'మరెందుకు ప్రేమించినవ్? అంతకుముందే ఎందుకు ఇవన్నీ ఆలోచించలేదు?' ఉక్రోషంగా అడిగింది రుక్సానా.

ఏం చెప్పాల్నో సమజ్ కాలేదు..

అంతే.. ఏడ్సుకుంట వెళ్లిపోయింది.. ఎంత పిల్చినా ఆగలేదు. వెంట సైకిలేసుకుని పోతనె ఉన్న. తను బుర్ఖా లోపల్నే పెద్దగ ఏడుస్తున్నట్టు తెలుస్తనె ఉంది. నేను బతిలాడుతున్న. వాళ్ల ఇంటి గల్లీ వచ్చేసరికి నా సైకిల్‌కు బ్రేకులు పడినై. తను ముందుకెళ్లిపోయింది. ఇంట్లకు పోతూ ఒక్కసారి వెనక్కి మళ్లి చూసింది. అది ఆఖరి చూపు అవుతుం దని నేనస్సలు అనుకోలేదు. కాని అదే ఆఖరి చూపు!

ఇక ఎన్నిసార్లు ఆ ఇంటి చుట్టూ చక్కర్లు కొట్టిన్నో.. ఏనాడూ రుక్సానా కనిపించలేదు. ఆ ఇంటి ముందలికి పోంగనె రుక్సానా కోసమే వేయించిన సైకిల్ బెల్లు 'టింగ్.. టింగ్' మని మోగించేటోన్ని. ఆ బెల్లు ఇనంగనె బైటికురికొచ్చే రుక్సానా

ఆ తర్వాత ఎన్నిసార్లు మోగించినా బైటికి రాలేదు. కొన్ని దినాలు పిచ్చోన్నై పొయ్‌నంత పనైంది. అన్నం సయించేది కాదు. నిద్దర పట్టేది కాదు. ఇంటి బైట మంచం ఏసుకొని పండుకుంటే పైన ఆ జాబిలిలో రుక్సానా మొఖమే కన్పించి బోరున ఏడ్చేవాణ్ణి. పట్టక పట్టక నిద్ర పడితె తెల్లార్లూ రొక్సానా కలలే.. నా పరధ్యానానికి మా ఇంటోళ్లంతా పరేశానయ్యేది..

ఆ ఎండాకాలం చివర్లో రుక్సానా ఇల్లు షాదీ కళతోని కళకళలాడింది. నాకు సమజైపోయి షానా ఏడ్చిన. ఒకరోజు పెళ్లి కూడా అయిపొయింది! ఆ రోజు పిల్లను పోగొట్టుకున్న కాకి తిరిగినట్టు ఆ ఇంటి చుట్టూ తిరిగిన. కాని ఏం లాభం?

***

బస్సు పెద్ద గడియారం సెంటర్ల ఆగంగనె దిగి గుట్ట దిక్కు జల్ది జల్ది నడిచిన. గుట్ట ఉన్న రోడ్డు మొదుగాలనె పెద్ద కమాన్ కట్టిన్రు. దాని మీద పెద్ద పెద్ద అక్షరాలతోటి ఉర్దూల, తెలుగుల, ఇంగ్లీషుల 'లతీఫ్ షా వలీ ఉరుస్' అని ఉంది. కమాన్ దాటి ముందలికి అడుగెయ్యంగనె అటుపక్క ఇటుపక్క నాలుగ్గిల్లల బండ్లు, దుకానాలు మొదలైనయ్. దాటుకుంట గుట్ట ముందుకెల్లిన. పైకి చూస్తె చిన్నప్పటి సంబరమంత కళ్లముందు కదలాడింది. చెట్లు బాగ పెట్టిన్రు. జనం బాగున్నరు. జల్ది జల్ది కుడి పక్క యాపచెట్ల కిందికి పొయ్‌న. అక్కడ నిలబడి ఉన్నరు మా చెల్లెండ్లు. నన్ను సూడంగనె వాళ్ల మొఖాలు ఎలిగినయ్. అంతల్నె ఇంత సేపా? అన్నట్లు కస్సుమన్నై. వాలేకుమ్ సలామ్‌లు చెప్పుకుంట అందర్నీ తేరిపార జూసుకున్న. పిల్లలు నన్ను అల్లుకు పొయిన్రు. బాగోగులు అడిగి.. 'చలో చలో' అన్న. అప్పటికి 8:30 అయింది.

మా ముగ్గురు చెల్లెళ్లు, వాళ్ల పిల్లలు, మా తమ్ముడు- వాని బార్య అందరం కదిలినం. నేను ఊరి ముచ్చట్లు అడు గుతున్న. తమ్ముడు, చెల్లెండ్లు చెప్తున్నరు. అమ్మ గుట్ట ఎక్కలేనని రానన్న విషయం అంతకు ముందే ఫోన్ల చెప్పిన్రు. మా ఆమె జొరమొచ్చి వస్తలేదని నేను గుడ చెప్పి ఉంటి..

అయాల ఉర్సు తొలి రోజు కాబట్టి గుట్ట మెట్లెంట జనం యమున్నరు. పది, పదకొండు గంటలకు ఇంకా పెరుగుతరు. ఎనిమిదిన్నరకే- అప్పుడే ఎక్కి దిగేటోల్లు దిగుతనె ఉన్నరు.

తొలి కమాన్ కాడి తొలి మెట్టు మొక్కి కదిలినం. అక్కడున్న ఫకీర్ కష్కోల్ ఘల్ మనిపించుకుంట.. మోర్చా కట్టతోని మా తలకాయల మీద దీవిస్తున్నట్టుగ మెల్లగ కొడుతున్నడు. నేను జేబుల్నుంచి చిల్లర తీసి ఫకీర్ చేతిలున్న కష్కోల్‌ల ఏసి కదిలిన. ఫకీర్ అందరి కణతలకు ఊది రాస్తున్నడు. మెట్లకు రెండు పక్కల ఫకీర్లు కూసొని 'అమ్మా! అమ్మా!' 'బాబా! బాబా!' అని ఖైరాత్ అడుగుతున్రు. గుడ్డోల్లు.. కుంటోల్లు..

కుష్టోల్లు.. వాళ్లను చూస్తె షానా బాదనిపిస్తుంటది. అందరం.. ముఖ్యంగ చిన్నపిల్లలు తమ తల్లిదండ్రులు ప్రత్యేకంగా ఫకీర్లకు వెయ్యడానికనే ఇచ్చే చిల్లరను వాళ్లందరికీ వేస్కుంట గుట్టెక్కడం చేస్తుంటరు.

నేను మా చిన్న చెల్లె చిన్న బిడ్డను ఎత్తుకొని మెల్లగ మెట్లు ఎక్కుతున్న. చిన్నప్పుడు లెక్క పెట్టిన గుర్తు లెక్కన 14 వందల మెట్లేమో ఉంటయ్. అప్పుడు ఒక్కరోజె రెండ్రెండు సార్లు ఎక్కి దిగేది అని యాజ్జేసుకుంట దిగేటోళ్లను, ఎక్కేటోళ్లను పరికించుకుంట ఎక్కుతున్న.

'ఏమేం తెచ్చిన్ర'ని అడిగిన పెద్ద చెల్లెను.

'ఏముంది, రోటీ-దాల్!' అన్నది చెల్లె.

'అంతేనా!?' అన్న నిరుత్సాహంగ.

మా రెండో చెల్లె ఉండబట్లేక 'నీ పసంద్ గూడ తెచ్చినం లే భాయ్' అన్నది.

'తలాయించి తెచ్చిన్రా?' అనడిగిన నోరూరంగ.

'ఆ! కిలోన్నర తెచ్చి సగం తలాయించినం, సగం కూర వండి తెచ్చినం' అన్నది.

మా చుట్టాలు, పరిచయస్తులు, ఆళ్లీల్లు కలుస్తుంటె పలకరించుకుంటనె ఎక్కుతున్నం.

'అమ్మహ్! నా కాళ్లు నొస్తున్నయ్. కొద్దిసేపు ఆగుదాం' అన్నది పెద్ద చెల్లె.

మెట్లకు కొంచెం పక్కకు జరిగి బండల మీద కూసున్నం. మా తమ్ముడు, వాని బార్య ముచ్చట్లు పెట్టుకుంట మా కన్న కొద్ది దూరం ఎల్లిపొయిన్రు. వాళ్ల పెళ్లయినంక వచ్చిన తొలి ఉర్సు ఇది. మేం ఆగింది చూసి మల్ల ఎనక్కు వచ్చిన్రు ఆళ్లు.. ఎండ ఊట గైతున్నది. దూపయినోళ్లు బాటిల్లల్ల తెచ్చిన నీళ్లు కొద్దికొద్దిగ తాగిన్రు. పిల్లలకు తాపిచ్చిన్రు.

కిందికి చూస్తె గుట్టకు ముందలి నల్గొండ అంత కనిపించబట్టింది. ఎడం పక్క కొద్దిగ కనిపిస్తున్నది. కుడిపక్క గుట్ట ఎత్తుగ ఉండడంతోని అవతలి దిక్కు కనిపిస్తలేదు.

మల్ల షురూ ఐనమ్. పైకెక్కుతున్న కొద్దీ కింద ఇండ్లు బొమ్మరిళ్ల లెక్క, రోడ్లు గీతలల్లెక్క కనిపిస్తున్నయ్. మల్ల ఒకింత దూరం ఎక్కినంక మల్లొకచోట ఆగినం. మా తమ్ముడు వాని బార్యకు మా ఊరి రోడ్డు, దూరంగ కనిపిస్తున్న చెట్లను చూపించుకుంట అదే మా ఊరు అని చెప్తున్నడు. నేను గూడ ఆ రోడ్డెంట చూపు పోనిచ్చి మా ఊరు-కేశరాజుపల్లిని ఎతుకుతున్న.

మల్ల ఎక్కేటోల్లను చూసిన. ముస్లింలెంత మంది ఉన్నరో, ముస్లిమేతరులు అంతకన్న ఎక్కువే ఉన్నరు. ఇది అసలు బహుజన సంస్కృతి అంటే.. అనిపించింది. దర్గా ముస్లింది కాబట్టి ఎక్కేటోళ్లెవరి నుదుళ్లమీద బొట్లు లెవ్వు. వాళ్ల బట్టలను బట్టి, భాషను బట్టి తెలుస్తుంటది. నిజానికి కొన్ని జమాత్‌లు చేస్తున్న ప్రచారంతోని ముస్లింలు

ఒకవైపు, హిందుత్వ సంస్థలు, పార్టీలు చేస్తున్న ప్రచారంతోని ముస్లిమేతరులు మరోవైపు దర్గా సంస్కృతికి దూరమవుతున్నరు. కాకపోతె జనాభా పెరుగు తున్నది కాబట్టి ఎప్పటిలెక్కనె దర్గాలు కళకళలాడుతనె ఉన్నయ్. కాని మజీదులల్ల మౌలానాలు దర్గాల కాడికి పోవొద్దని, అక్కడ సిజ్దా చెయ్యొద్దని చెప్తున్నరట. అది తెలిసి షాన బాధైంది తనకు.. ఈ ఉర్సుల భవిష్యత్తు చివరికి ఏమైతదో ఏమో..!

నా చూపు కింది నుంచి పైకి ఎక్కుతున్న ఒక బుర్ఖాపై పడింది. దూరంగ ఆ మొఖం ఎక్కడ్నో చూసినట్లే అనిపించింది. వెంట ఒక ఆడపిల్లున్నది. ఒక చిన్న పిలగాని చేయి పట్టుకొని మెల్లగ మెట్లు ఎక్కిస్తున్నదామె. అట్లనె చూస్తున్న. ఇంకింత దగ్గరి కొచ్చింది. ఒక్కసారిగ గుండె ఆగి మల్ల కొట్టుకున్నట్లనిపించింది. ఆమె.. ఆమె.. రుక్సానా! అట్లనె స్థాణువు లెక్క నిలబడిపోయ్న. మెదడు మొద్దుబారి పొయింది. రుక్సానా దగ్గరి కొస్తున్నది.

మా చిన్న చెల్లె 'చలేంగే?' అనడుగుతున్నది.

రుక్సానా మాకు సమానంగా వచ్చేసింది. కాని మా దిక్కు చూడలేదు. దాటి వెళ్లిపోతున్నది.

'రుక్సానా!' అనే పిలుపు నాకు తెలియకుంటనె బైట పడ్డది.

పరేశాన్‌గ చూసింది రుక్సానా. కొద్దిసేపు ఎవరో ఏమిటో సమజ్ కానట్లుంది. తర్వాత గుర్తు పట్టింది. కాని ఏదో గుబులుగా చూసింది. నా చుట్టూ ఉన్న అందర్నీ కొంచెం బెదురుగ చూసింది. నేను తేరుకొని–

'ఇదర్ ఆవో రుక్సానా!' అన్న.

'సలామలైకుమ్' అనుకుంట పిలగాన్ని మెల్లగ నడిపించు కుంట మా దిక్కు వచ్చింది.

'కైసె హై?' అన్న.

'హై ఐసె!' అన్నది తలగుడ్డ విప్పుకుంట.

మావోళ్లు పరేశానై చూస్తున్నరు.

రుక్సానకు మావోళ్లను పరిచయం చేసిన. మా చెల్లెండ్లు సలామ్ తీసుకుంట, షేక్‌హ్యాండ్‌లు ఇచ్చుకుంట అసలు తనెవరన్నట్లు నా దిక్కు చూసిన్రు.

నేను కాలేజ్ చదివేటప్పుడు ఈ ఉర్సుల్నే పరిచయం అయిందని చెప్పిన. అనుమానంగ చూసిన్రు గని సర్దుకున్నరు.

రుక్సానానె చూస్తున్న నేను. తను గూడ నన్నే చూస్తున్నది. నేను చూడంగనె చూపు తిప్పుకుంటున్నది. మంచి నీళ్లు అందిచ్చిన. 'హై' అన్నది. కొంచెం గాభరా పడుతున్నది. పిలగాన్ని ఎత్తుకున్న. ముద్దుగున్నడు. పిల్లలు ఇద్దరు గుడ తెల్లగ ఉన్నరు. ఆడపిల్లలు రుక్సానా లెక్కనె ఉన్నరు.

నాకు షానా ఖుషీగ ఉన్నది, రుక్సానా కలిసినందుకు. ఒక్కసారిగ మేము కలిసి తిరిగిన జ్ఞాపకాలు, గుట్ట పరిసరాల్లో పెట్టుకున్న ముచ్చట్లు మనసు చుట్టూ ముసిరినయ్. భారంగ నిట్టూర్చిన.

మా రెండో చెల్లె- 'ఎక్కడ ఉంటరు?' అని మాట్లాడించింది రుక్సానను. అందరి అటెన్షన్ అటు మళ్లింది.

'యహీ, హైదర్‌ఖాన్ గుడె మె' అన్నది రుక్సానా.

'ఒహో, నల్గొండల్నె ఇచ్చిన్రా' అనుకున్న.

'ఇన్‌కె అబ్బా నై ఆయె?' అని పిల్లల్ని చూపెట్టుకుంట వాళ్ల నాయ్‌న గురించి అడిగింది పెద్ద చెల్లె.

'నై. ఆయనక్కొంచెం పని ఉండి రాలె' అన్నది రుక్సానా.

'చలింగే?' అన్నడు మా తమ్ముడు.

అందరం కదిలినం.

నేను రుక్సానా కొడుకుని ఎత్తుకొని ఉండేసరికి మా తమ్ముడు మా చిన్నచెల్లె బిడ్డను ఎత్తుకున్నడు.

మా రెండో చెల్లె ఏదో ఒకటి మాట్లాడించుకుంట రుక్సానా ఎంట మెట్లెక్కబట్టింది. నేను రుక్సానా బిడ్డని ఏం చదువుతున్నవని అడుగుతూ మెట్లెక్కుతున్న. ఎనిమిదేళ్ల పిల్ల. ఆ పిల్ల మాట్లాడుతుంటె సేమ్ అప్పుడు రుక్సానా మాట్లాడుతున్నట్లె అనిపించింది.

మా తమ్ముడు మా మర్దలు ముందు, వాళ్ల కన్నా ముందు చెల్లెండ్ల పిల్లలు నలుగురు, మా రెండో చెల్లె-రుక్సానా-పెద్ద చెల్లె ఒకసరిగ, ఆ వెనక నేను, నాతోపాటు రుక్సానా బిడ్డ, మా వెనక మా చిన్న చెల్లె తన ఐదేళ్ల కొడుకు చెయ్యి పట్టుకొని.. నడస్తున్నం.

మా చిన్న చెల్లెకు మద్యలో ఈ రుక్సానా ఏంది షర్బత్‌లో పుల్లలాగా అనిపిస్తున్నట్లుంది. కొంచెం మొఖం మాడ్చుకుంది.

దగ్గరికొచ్చేసినం. ఇంకొద్దిగ ఎక్కితె దర్గా కాడికి చేరుకుంటం.

ఎనక్కి తిరిగి చూసింది రుక్సానా. తన కొడుకును క్షేమంగానే నేను ఎత్తుకొని ఉన్న. నేను చూడంగనె ఎక్కడ్లేని ఆనందం ఆ కళ్లలో క్షణంలో కురిసింది.. మళ్ల ముందుకు మళ్లింది.

ఇక్కడ కొద్దిసేపు ఆగుదాం అన్న నేను. ఒక్కసారి కిందికి చూడొచ్చని. పోరగాన్ని ఎత్తుకొని మెట్లెక్కుతుంటె అలిపి రొస్తున్నది గుడ.

మళ్ల అందరం ఆగి గుట్ట చుట్టూ ఉన్న పరిసరాల్ని చూడబట్టినం. కుడి వైపున లతీఫు సాబు గుట్టకు సమానమైన ఎత్తున ఉన్నది కాపురాల గుట్ట. దాని మీద కోట గోడలు కనిపిస్తున్నయ్. రెండు గుట్టల నడుమ జామ్ మజీదు ఏరియా ఇండ్లు

ఇరుకిరుగ్గా కనిపిస్తు న్నయ్. గుట్ట పైకి చూసినం. దర్గా కనిపిస్తున్నది. దాని పక్కన చెట్టు. దానికి పెద్ద పెద్ద ఆకుపచ్చ జెండాలు ఎగురుతున్నై.

మళ్ల కదిలినం. దర్గా దగ్గరపడ్డది. మెట్లకు రెండు దిక్కులా ఫకీర్లు గుడ్డలు పర్చుకొని 'బాబా! బాబా!' అని అరుస్తున్నరు. జేబులున్న చిల్లరంత వేసుకుంట ముందుకు కదిలినం. మెట్లు అయిపోంగనె, రుక్సానా దగ్గరగ నడిచి మాతోనే ఉండమని చెప్పిన. అందరం దర్గాకు ఎడమ దిక్కు ఉన్న పెద్ద బండరాయి దిక్కు నడిచినం. బండరాయిని ఆనుకొని ఉన్న చెట్టు మా ఊర్లెకు హిప్పి కటింగోని లెక్క కనబడుతుంటది. బండరాయి వెనక చెట్ల కింద సోటు సూసుకొని కూసున్నం.

కొద్దిసేపు సేద తీరినంక మా తమ్ముణ్ని, మరదల్ని మేమొచ్చినంక పోదురు, అక్కడ్నె కూసొమ్మని చెప్పి నేను, మా చెల్లెండ్లు, రుక్సానా కలిసి దర్గా కాడికి పొయ్నం. నేను తలకు దస్తీ కట్టుకున్న. మా చెల్లెండ్లు, రుక్సానా కొంగులు తలనిండా కప్పుకున్నరు. దర్గా కాడికి పోంగనె ఊద్, ఊద్‌బత్తీల వాసన, మల్లెపూలు, గులాబీల వాసన కలగలిసి అదో లోకంలోకి తీసుకెళ్తు న్నది. అందరం దర్గా చుట్టు తిరుగుతున్న వాళ్లతోపాటు మూడుసార్లు తిరిగినం. తర్వాత మా చెల్లెండ్లు ఒక తలుపు నుంచి బయటే నిలబడి కొబ్బరి కాయలు కొట్టించి, తెచ్చిన మిఠాయి ఫాతెహా ఇప్పిస్తున్నరు. వాళ్లు లోపలికి వచ్చేది లేదు. నేను మగవాళ్లు లోపలికి వెళ్తున్న తలుపుల్నుంచి లోపలికి వెళ్లిన.

దర్గా మధ్యలో లతీఫ్ సాబ్ మజార్ (సమాధి) ఉంది. దాని నిండా పూల చాదర్‌లు నిండి అంత ఎత్తుగ కనిపిస్తున్నది. కొద్దిసేపు ఆ అద్భుతమైన దృశ్యాన్ని చూస్తూ నిలబడిపోయిన. పైకి చూసిన. గుమ్మటం లోపలి భాగం భలే ఉంటంది చూడ్డానికి! లోపల మందెక్కువైతున్రు. నేను ఇక కదలాలె. లోపల ఫాతెహా లిస్తున్న ముజావర్లు పెద్ద పెద్ద గడ్డాలతోని ఉన్నరు. నేను మజార్ ఎడమ పక్క కెల్లి మోకాళ్ల మీద కూసొని చేతులు మజార్ మీది పూల మీద ఆన్చి తల వంచి నుదురు ఆ పూలలోకి ఆన్చిన. మొఖమంతా ఆ పూలలోకి మెత్తగా కూరుకుపోయి కమ్మని హాయి నిచ్చింది. గుండెల నిండా పూల ఘుమ ఘుమ. కొద్దిసేపు అట్లనె ఉండిపొయ్న. తర్వాత మెల్లగ లేషిన. ఎదురుంగ చూస్తె అవతలి గుమ్మంలో నన్నే చూస్తు నిలబడి ఉంది రుక్సానా. మా చెల్లెండ్లు పక్కకు తొలుగుతున్నరు ఫాతెహాలిప్పిచ్చుడు అయిపోయి. రుక్సానాను కొద్దిసేపు కన్నార్పకుండా చూసిన. తను కూడా అలాగే చూస్తున్నది. ఎన్ని భావాలో ఆ చూపుల్లో.. గుండె బరువెక్కింది.. మెల్లగా బైటికి కదిలిన. తను గూడ వెనక్కి మల్లింది.

బైటికొచ్చి దర్గాకు ఎడమ పక్కన ఉన్న చెట్టు దిక్కు చూసిన. ఆ చెట్టుకే మా అమ్మ చాలాసార్లు జెండా ఎక్కించేది.. పరేషాన్లు తీరాలనో.. మా చెల్లెండ్ల పెండ్లిళ్లు కావాలనో, మేము పరీక్షల్లో పాస్ కావాలనో, మాకు ఉద్యోగాలు రావాలనో.. ఏవి

తీరినయో, ఏవి తీరలేదో మా అమ్మకే తెలుసు. అమ్మ చెప్పినట్లు చిన్నప్పుడు అమ్మ వెంట ఆకుపచ్చని జెండా పట్టుకొని గుట్ట మీదికి పరుగెత్తుతుండేది.. అంతే!

అందరం కలిసి మల్ల బండరాయి వెనక్కి వచ్చేసినం. మేం రాంగనె మా తమ్ముడు, మర్దలు బయల్దేరిన్రు దర్గా కాడికి. పిల్లలు అటు ఇటు తిరుగుతున్నరు. ఆ బండరాయికి ఒక పక్కనుంచి ఓ పది మెట్లు కట్టి ఉన్నయ్. అవెక్కితే అక్కడ బండలోకి ఒక చెల్మె ఉంటది. మా చిన్నప్పుడు అందులో ఎప్పుడూ నీళ్లు ఊరి ఉండేవి. మంచినీళ్లు. తాగడానికి ఎంత తీసుకున్నా మల్లీ ఎప్పటిలెక్కనె ఉండేవి. తర్వాత కొన్నాళ్లకు అది ఎండిపోయింది. ఆ స్వచ్ఛమైన చెల్మలో ఎవరో అన్నం తిన్న చెయ్యి కడిగిన్రని, అందుకని అది ఎండి పోయిందని చెప్తరు. ఇంకా గుట్ట చుట్టు అట్లాంటి వాస్తవ వింత కథలెన్నో ఉన్నై.

మా చెల్లెండ్ల పిల్లలు వచ్చి మా చెల్లెళ్లు తెచ్చిన మిఠాయి, కొబ్బెర ముక్కలు తలా కొంచెం తీసుకొని తిని మాయమైన్రు. రుక్సానా బిడ్డ చిన్నోన్ని తీసుకొని ఎటో పోయింది. మా చెల్లెండ్లు గుడ ఎటో తప్పుకున్నరు. దాంతో రుక్సానా, నేను మిగిలినం.

'ఎట్లున్నవ్?' అనడిగిన.

'బానె ఉన్న. తర్వాత నీకెప్పుడు గుర్తు రాలేదా నేను?'

'అసలు మర్చిపోతేగా' అన్న.

'నేను ప్రతి ఏడాది ఈ గుట్టెక్కినప్పుడల్లా నీకోసం వెతుక్కునేది. ఒక్కసారన్నా కనిపించలేదు గనీ..' నారాజ్‌గ అన్నది.

'అవునా.. నేను ఎక్కినప్పుడు గుడ చూసేది గానీ మరి ఇద్దరం ఒక్క టైంలో ఎక్కినట్లు లేదు. అయినా ఈ మధ్య షానా ఏండ్లయింది ఎక్కక' అన్న.

వాళ్లాయన గురించి అడగాలని నోటిదాంక వచ్చింది. మధ్యలో ఆయన టాపిక్ ఎందుకులే- అని ఊకుని..

'చదువు అక్కడితో ఆపేసినవా?' అనడిగిన.

ఏదో ఆలోచిస్తున్నది రుక్సానా. నేనడిగింది వినిపించుకు న్నట్లు లేదు. నేను తనకు అన్యాయం చేసిన్నన్న బాధ నా మనసుల మెలిపెడుతున్నది..

'అప్పుడెందుకు.. మళ్ల నాతోని కలవడానికి ఒక్కసారన్న రాలేదు?' మళ్ల అడిగిన.

'అప్పట్కె నీతో మాట్లాడుతుంటె చిచ్చా చూసి మా ఇంట్ల చెప్పిండు. నువ్వేమో అప్పట్లో పెండ్లి చేసుకునేటట్లు లేదంటివి. ఇంకేం చెయ్యను. మా బావతోని షాదీ పక్కా చేసిన్రు. నేనింకా చదువుకుంటనని ఎంతగనమో చెప్పి చూసిన. ఎవ్వరు వినలె..'

'సరె, ఇప్పుడు అంతా మంచే కదా..'

బదులేం చెప్పకుండ అదోలా చూసింది రుక్సానా.

నాకేం అర్థం కాలె.

'నువ్వు షానా గుర్తొచ్చేటోడివి. ఎందుకో తెలియదు, ఆ ఒక్క ఏడాదిల్నె నిన్ను షానా ఇష్టపడ్డ. మా బావ మెకానిక్ కావడం వల్లనో, నువ్వు చదువుకుంటుండడం- నాకు కూడ చదువంటె ఇష్టం ఉండడం వల్లనో కావొచ్చు. నిన్ను చేసుకోలేక పొయ్‌నందుకు మనసు ముడుచుకుపొయింది. బైట పడతానికి షాన్నాళ్లు పట్టింది. నీకేంది, మగవాడివి.. నువ్వు బాగనె ఉన్నవ్.'

నేనేదో చెప్పబోయిన. అంతల్నె రుక్సానా పిల్లలు వచ్చిన్రు. ఇక ఒక్కొక్కరు అందరు వచ్చి కూసున్నరు. మా చెల్లెండ్లు రుక్సానా మంచిగ మాట్లాడుకుంటుంటె సంతోషమేసింది.

నేను రుక్సానానె చూసుకుంట ఉన్న. నిండు చందమాఁవ లెక్క వెలుగుతున్నది ఆ మోము. అప్పటి కన్నా ఇప్పుడు ఒక నిండుదనం కనిపిస్తున్నది రుక్సానాలో.

తను కూడా మధ్య మధ్య నన్ను చూస్తున్నది.. ఆ చూపులో ఏదో ఆత్మీయత! దగ్గరితనం!

అవునూ.. రుక్సానా భర్త ఎందుకు రాలేదు? వీళ్లు అంత బాగా కలిసి ఉండరా!? అని నా లోపల ఏవో అనుమా నాలు...

అందరి టిఫిన్లు ఇప్పి కొసరి కొసరి వడ్డించుకుంట ముచ్చట్లు చెప్పుకుంట అందరం తిన్నం.

మా చెల్లె కొడుకు అడిగిండు- 'ఈ దర్గా ఇంపార్టెన్స్ ఏంది మామా!' అని.

నేను దర్గాల గురించి కొంచెం వివరంగ చెప్పబట్టిన- 'ఈ దర్గాలన్ని సూఫీలవి. వాళ్లు ఇస్లాం వ్యాప్తి కోసం పనిచేసినోళ్లు. వాళ్ల మంచితనం, నిర్మలత్వం, గరీబోళ్లకు, సమాజంల అణచబడ్డ మాల-మాదిగోళ్లకు, సూదరోళ్లకు, పేదోళ్లకు ఆత్మీయులుగా ఉన్న వాళ్ల తీరు.. వాళ్లని దేవుళ్లను చేసింది. వాళ్లు చనిపోయిం తర్వాత ఏర్పడ్డ దర్గాలే ఇవి. వీటి దగ్గరికి ముస్లింలతో సమానంగా ముస్లిమేతరులు గూడ వస్తుంటరు. ఇట్ల ముస్లింలు, 'హిందువులు' కలగలిసిపోవడం ఒక మంచి సంస్కృతి...'

'అందుకోసమే మా అన్నయ్య ప్రతి ఏడాది ఉర్సుకు అందరం కలుద్దామని ఈసారి ఇట్ల మొదలుపెట్టించిండు' అన్నది మా రెండో చెల్లె.

తర్వాత ఎన్నెన్ని ముచ్చట్లో...

అందరం ఇక వెనక్కు మళ్లినం. ఈసారి మా చెల్లెళ్లు, తమ్ముడోళ్లే ముందు నడుస్తుంటె నేను, రుక్సానా కొంచెం వెనగ్గా మెట్లు దిగుతున్నం. రుక్సానా కొడుకును నేనే ఎత్తుకునే ఉన్న.. నా గురించి, మా బేగం గురించి ఇంట్రస్టుగ అదొ ఇదొ అడుగుతున్నది రుక్సానా. నేను ఆ అందమైన మొఖం చూడ్డంలోనే తన్మయత్వం

పొందుకుంట మెట్లు దిగుతున్న.

గుట్ట ముప్పావు వంతు దిగంగనె బ్యాగుల్నుంచి సెల్ తీసి ఎవరికో ఫోన్ చేసింది రుక్సానా.

అరె, ఫోన్ నెంబర్ తీసుకోనే లేదు, గుట్ట దిగంగనె తీసుకోవాలనుకున్న.

షానా తొందర్గ గుట్ట దిగేసినట్లు తోచింది.

గుట్ట మొత్తం దిగి యాప చెట్ల కిందికొచ్చినం. పొద్దు గూకెసరికి జనం పెరిగిన్రు. గోల గోలగుంది. కొద్దిసేపట్ల రుక్సానా ఎల్లిపోతది కదా.. ఎట్ల? అని దిగులుగ అనిపిస్తు న్నది. ఫోన్ నెంబర్ అడిగిన. ఏదో మాట్లాడుకుంట నెంబర్ ఇవ్వనే లేదు. మళ్ల అడిగిన. మళ్ల మాట మార్చింది గని నెంబర్ ఇవ్వనె లేదు. కొంచెం బాదేసింది..

'మీ ఆయన మంచిగ సూసుకుంటడా నిన్ను?' అని అడిగిన.

'మా ఆయన మొదట్లో షానా మొండిగా ఉండేటోడు. కొన్నాళ్లు కష్టాలు పడ్డ. ఇప్పుడు కొంచెం మారిండు. హిందీ విద్వాన్ దాకా పరీక్షలు రాసి మొన్ననే డిఎస్‌సి రాసిన. తప్పక పాసైత. టీచర్ జాబ్ చెయ్యాల్నని ఉంది' అన్నది నిశ్చయంగ.

అంతల్నె రుక్సానా సెల్ మోగింది. దాంతో– 'మా ఆయన వచ్చిండు' అని ఆత్రంగ పిలగాన్ని తీసేసుకుంది. మా చెల్లెండ్ల దిక్కు మళ్లి, 'ఆపా! నేను పొయ్యొస్త.. మళ్ల ఉర్సుల కలుద్దాం' అని మా చెల్లెండ్లకు బాయ్ చెప్పి, నాకు చేత్తోపాటు చూపులతో గుడ బాయ్ చెప్పి కదిలింది.

వాళ్లాయన ఎట్లున్నడో అనే ఆత్రంతోటి రుక్సానా పొయ్యే దిక్కే చూస్కుంట నిలబడ్డ. రుక్సానా దగ్గరికి వాళ్లాయన వచ్చి ఆమె సంకల్నుంచి కొడుకును తీస్కొంట ఏందో అడుగుతుండు. రుక్సానా సంతోషంగ ఏందో చెప్తున్నది. వాళ్లాయన చూస్తానికి బాగున్నడు. మొత్తానికి ఆళ్లు షానా హుషారుగ పిల్లలతోపాటు ఉర్సుల కలిసిపొయిన్రు.

ఫోన్ నెంబర్ తీసుకోలేదన్న బాధ నాలో ఎగిరిపొయింది. రుక్సానా తన భర్త, పిల్లలతోని ఖుషీగనే ఉన్నది. అది చాలు అనిపించింది.

మా చెల్లెండ్ల దిక్కు మల్లిన. ఆళ్లు ఆళ్ల దోస్తులెవరెవరో కలిస్తే మాట్లాడుతున్నరు. మా చుట్టాలు గుడ ఉన్నరు ఆళ్లల్ల.

చుట్టు వాతావరణం ఎంత సందడిగ ఉందో.. ఎన్నెన్ని రకాల చలనాలో... చెట్ల కింద గుంపులు గుంపులుగా ముచ్చట్లు పెట్టుకుంట ఎంత మందో.. ఈ ఉర్సు ప్రతి ఏడాది ఇట్ల అందర్నీ కలపడానికే ఉన్నదనిపించింది. రుక్సానాను చూడాలన్నా మళ్ల ఉర్సు కోసం ఎదురు చూడాల్సిందే అనుకుంట కదిలిన.

*

17 జులై 2011, ఆదివారం ఆంధ్రజ్యోతి

ఖిబ్లా

దుకాన్ బంద్‌చేసి ఇంటిదిక్కు నడుస్తున్నడు ఉస్మాన్. గల్లీలన్ని చీకటిగ ఉన్నయ్. పందులు, కుక్కలు అటిటు తిరుగుతున్నయ్. ఆటిని తప్పుకుంట సన్నని గల్లీలకు తిరిగిండు ఉస్మాన్. ఉస్మాన్ మనసులా గల్లీగూడ షానా ఇరుగ్గుంది. కింద నాపబండలు సిమెంటు చేసి ఉన్నయ్. ఒక పక్కనుంచి మోరీ ఉన్నది. ఓపెన్ పాయ్‌ఖానాలు ఉన్న ఇళ్ళు జేబట్టి గల్లీలున్న మోరీలంతా పాయ్‌ఖానా వాసన కొడుతుంది. ఆడాడ పందులు జేరి గడ్‌బడ్ చేస్తున్నయ్. ఒక్కోతాన రెండుమూడు చేరి కొట్లాడుకుంటున్నయ్..

జానిభాయ్ ఇంట్ల అరుస్తున్నడు.. ఇయాల గూడ తాగొచ్చినట్లుంది. కమాలుద్దీన్ ఇంట్ల పెద్దపెట్టున నవ్వులు వినిపిస్తున్నయ్.. చుట్టాలెవరో వచ్చినట్లుంది.

ఇంకొక నాలుగిండ్లు దాటిండు ఉస్మాన్.

పిల్లలు నిద్రపోయింది చూసి సన్నగా ఏడుస్తున్నది ముంతాజాపా.. హిందూ ముస్లిం గొడవల్ల పాషాభాయ్ చచ్చిపోయి సంవచ్చరమైపోయింది. ఆ పిల్లల్తోటి ఎట్ల బతుకుతదో ఏమో ముంతాజాపా..

తమ ఇంటి దర్వాజా ముందల ఆగి గొళ్ళెం సప్పుడు చేసిండు ఉస్మాన్.

'ఆఁ.. ఆరిమ్!' అనరిచింది సాజిదా, లోపలేదో పనిల ఉన్నట్లుంది. అంతల మంజ్లీ బహెన్ పర్వీన్ వచ్చి దర్వాజా తీసింది.

పర్దా పక్కకనుకుంట లోపలికొచ్చి కాళ్ళు చేతులు కడుక్కుంటానికెళ్ళిండు ఉస్మాన్.

ఇల్లు శానా ఇరుకిరుగ్గా ఉన్నది. తాతలనాడు కట్టుకున్నది. అటు చిన్న పొయ్యిల్లు. ఇటు ఉస్మాన్–సాజిదా పండుకునే అర్ర. మజ్జెల చిన్న సాయమాన్. కవేలీ కప్పు. ముందలంగ సన్నని గల్లీ... ఇటేపు బైటి దర్వాజ. అటేపు ఆఖర్న మూలకు అవతల గల్లీలకు ఓపెన్ పాయ్‌ఖాన ఉంది. దాని గుమ్మానికి పర్దాలెక్క ఒక బస్తా ఏలాడగట్టి ఉంది. దాని పక్కన ఇవతలగా మిగిల్న చిన్న జాగాల హమామ్‌లెక్క కింద రెండు పగిలిన నాపబండలేసి చుట్టూ పాతచీరలు, దుప్పట్లు చుట్టి ఉన్నయ్.. సాయ్‌మాన్‌ల

ఒక సన్నని నులకమంచం, ఒక పాత కుట్టుమిషిన్, ఓ మూలన చక్క టేబుల్ మీద బిస్తర్లు..

కాళ్ళు చేతులు కడుక్కొని తువాల్‌తోని తుడుసుకుంట సాయమాన్‌లకొచ్చి నిలబడ్డడు ఉస్మాన్. బోరియా (చాప) ఏసి దస్తర్‌ఖాన్ పర్చి అన్నం తీస్తున్నది సాజిదా. పర్వీన్ జగ్గుతో నీళ్లు, గ్లాసు పెట్టింది.

'సబ్‌జనే ఖాలీయే?' అన్నం పెట్టుకుంట అడిగిండు ఉస్మాన్.

'అబ్బీచ్, థోడీదేర్ పహలే ఖాలియే భయ్యా' పక్కన గోడ వారగా ఇంకొక చిన్న బోరియా ఏసుకొని కూసొని చీరకు చమ్కీలు కుడుతున్న మూడో చెల్లె నస్రీన్ జవాబిచ్చింది.

ఉస్మాన్ అన్నం తింటున్న బోరియాకు సమాంతరంగా ఏసున్న సన్నని మంచం మీద అంతసేపు ఒరిగివున్న సైదాబేగం లేసి కూసొని తలాపుకున్న పాన్‌డబ్బా చేతిలకు తీస్కొని పాన్ చేస్కుంట అడిగింది.

'ఆజ్ దేర్ హుయి క్యావ్ బేటా, ఉస్మాన్?' ఆమె ఉస్మాన్ కోసం ఎప్పట్నించో ఎదురు చూస్తున్నట్లుంది.

సాజిదా వచ్చి ఉస్మాన్ కెదురుంగ కూసొని రికాబీ (ప్లేటు) తీసుకొని అన్నం పెట్టుకుంటున్నది.

'ఆఁ!.. జమీర్ భాయ్, ఆయన దోస్తొకాయన వచ్చి ఉండె. మాట్లాడుకుంట కూసున్నం' చెప్పిండు ఉస్మాన్ (ఉర్దూల్నె..)

అంతల్నె గుర్తొచ్చి

'మధ్యానం భయ్యాకుంచిన చీలా(ఆమ్లెట్) పెట్టిన్రా?' అన్నది సైదాబేగం.

'పెట్టలె, ఉట్టిమీదుంది' అన్నది నస్రీన్.

పర్వీన్ ఎళ్ళి తెచ్చి భయ్యాముందు పెట్టింది.

కొద్దిసేపు ఎవరేం మాట్లాడలె. సైదాబేగం మెల్లగ లేసి ఎళ్ళి గల్లీల అవతలి గొడెమ్మటున్న మోరీ(గవాషీ)ల ఊసి వొచ్చి కూసొని,

'ఆ అన్నారం వాళ్ళు పర్వీన్‌ను చూస్కపోతాన్కి వస్తమని చెప్పి పంపిన్రు బేటా' అన్నది.

అందరు ఉస్మాన్ జవాబ్‌కోసం ఎదరు చూస్తున్నట్లనిపించింది. పర్వీన్ పొయ్యింట్లకు పోయి చాటుకు గోడ గిల్లుకుంట నిలబడింది. నస్రీన్ చమ్కీలు కుట్టుకుంటనె ఇటు వింటున్నది. సాజిదా తలవంచి అన్నం తింటున్నది.

ఆలోచించుకంటనె అన్నం తిన్నడు ఉస్మాన్. లేసి గలాసు తీస్కొని పోయి బైట కడుక్కొని వచ్చి జగ్గుల్నించి నీళ్ళు పోసుకొని తాగిండు. తువాల్ తీస్కొచ్చి

తుడుసుకుంట.

'అబ్ నక్కో అమ్మీ' (ఇప్పుడొద్దమ్మా!) మన చేతిల ఇప్పుడు పైస గూడ లేదు. ఎంత తక్కువ లేన్‌దేన్ (కట్నం+సామాను) ఇచ్చి చెయ్యాల్నన్నా తక్వల తక్వ లక్ష రూపాల పైన కావాలె. మరె అన్ని పైసలు యాణ్ణించి తెస్తం? మల్ల ఖర్జా చెయ్యాలె. పెద్ద చెల్లె షాదికి చేసిన ఖర్జానె ఇంకా తీర్చలేకపోతుంటిమి. అబ్బాజాన్ బీమారైనప్పుడు చేసిన ఖర్జా అట్లనె ఉండె. మిత్తీలు కడ్తానికె పైసలు సరిపోతలేవాయె. ఇప్పుడీ షాదీ పెట్టుకుంటె శానా కష్టమైతదమ్మీ. మొత్తం ఖర్జానె తేవాల్సొస్తది. అయ్‌నా మనకిప్పుడు ఖర్జా ఇచ్చేటోల్లెరి? లేట్ అయిందేదో అయింది. ఇంకొన్ని రోజులాగుదాం' అనుకుంట సైదాబేగంకి దగ్గరగ మంచం మీద కూసున్నడు ఉస్మాన్. మల్లా తనే అన్నడు.

'శానా రోజుల్నుంచి నేను దుబాయ్ పోవాల్నని అనుకుంటున్న అమ్మీ. ఇయాల జమీర్‌భాయ్‌తోని వచ్చిన కమాలుద్దీన్ ఒక ఛాన్సుందని చెప్పిండు. రేపెవరికో కలుపుతనన్నడు. ఈసారి ఎటుబడి దుబాయ్ ఎళ్ళేది పక్కా అయితదనిపిస్తుంది. ఎల్లిన్నంటె మన పరేశాన్లన్ని దూరమైతయ్..'

'మరె అటు పొవ్వాల్నన్నా పైసలు కావాలెగ.. యాడ తెస్తం?' అన్నది సైదాబేగం ఆలోచించు కుంట.

'అరవై డెబ్బయి వేలయితయట. ఎట్లన్న చేస్త అమ్మీ.... ఆఖరికి ఇల్లు రహనుబెట్టయినా పోత. అడ పగలూ రాత్రి కష్టపడైనా తిరిగొచ్చి పర్వీన్ షాదీ చేస్త. ఈ ఒక్క ఏడు ఓపిక పట్టాలె అమ్మీ' ఎంతో నమ్మకంగ చెప్తున్నడు ఉస్మాన్.

'ఏమో బేటా! నాకు శానా బయంగా ఉంది. ఎట్ల చేస్తవొ ఏమొ... అనుకుంట ఇంకో పాన్ చేస్కుంటాన్కి పాన్‌డబ్బా చేతిలకు తీస్కున్నది సైదాబేగం.

సాజిదా అన్నంగిన్నెలని తీసి, బోరియా చుట్టి మూలకు పెట్టింది. పర్వీన్ పొయ్యింట్లనుంచి బైటికి రాలెదు. నస్రీన్ లేసి పొర్క తీస్కొని ఊడుస్తున్నది. పక్కలేసుకుంటాన్కి.

'నువ్వే బయం పెట్టుకోకు అమ్మీ! అన్ని నేను చూసుకుంటగ, నువ్వార్కె పరేశాన్ కాకు. అయ్‌నా నువ్వే అంటుంటవుగ, ఎట్లయ్యేదుంటె అట్లయితదని.. ఫికర్ జెయ్యకుంట ఆరాం చెయ్యి అమ్మీ...' అనుకుంట లేసి తాము పండుకునే అర్రలకు పొయ్యిండు ఉస్మాన్.

పొయ్యింట్ల అన్ని సర్దిపెడుతున్నది సాజిదా. పర్వీన్ బైటికొచ్చి బోరియా ఏసి బిస్తర్ (పక్క) ఏస్తున్నది. సైదాబేగం నోట్ల పాన్ ఆడించుకుంటనె మంచం మీద ఒరిగి ఆలోచిస్తు, చేతివేళ్ళతో తలల పేలకోసం చూస్తున్నది. పర్వీన్ బిస్తర్ ఎయ్యడం అయిపోంగనె, నస్రీనేమొ అర్రలకు పోయి మసేరిమీద పడుకొనున్న ఉస్మాన్ పెద్దబిడ్డ

షెహనాజ్‌ను ఎత్తుకొచ్చి కింద పండుకోబెట్టింది. తను చమ్కీలు కుడుతున్న చీరెను, చమ్కీల డబ్బా, దారపుండ తీస్కాని తన బిస్తర్‌పైన కూసుంది.

పర్దా లోపలికని, గొళ్ళెం పెట్టి దర్వాజాకు అడ్డంగ పక్కనున్న పెద్దరాయి పెట్టి వచ్చింది పర్వీన్. బైటిలైట్ బంద్ చేసి నస్రీన్ పక్కన ఒరిగి అటు తిరిగి పండుకుంది.

'ఆ వసంతాంటి బ్లౌజ్ కట్‌చేసి పెడితివిగా, కుట్టి పండుకోరాదూ' అన్నది నస్రీన్, పర్వీన్నుద్దేశించి.

'ఆc.. రేపు కుడతాన్లే' అన్నది పర్వీన్ చికాగ్గా. ఆమె తలనిండా ఆలోచన్లు ముసురుకున్నయ్... ఇప్పటికే తనకు ఇరవై నాలుగేళ్ళు.. ఇంకో ఏడు ఆగాల్సిందేనా?.. తన తోటోళ్లందరి పెండ్లిళ్ళయి పోయి ఒక్కొక్కరికి ఇద్దరు, ముగ్గురు పిల్లలు.. వాళ్ళు కలిసినప్పుడల్లా తనకేదోగ ఉంటది.. అయినా ఇంకా పెండ్లి కాకుండా ఒంటరిగ ఉండటం కూడా ఎంత బేచైన్‌గా ఉంటుందో.. ఒక్కోసారి ఏదో ఒకటి చేసెయ్యాలనిపిస్తది.. తను మంచినీళ్లకు పోయినప్పుడు ఆ ఆఖరింటాయన తనకింక పెండ్లి కాలేదనేగా అట్ల మాట్లాడిండు.. తను కోపంగా వచ్చేసినా, మళ్ళీ అతను కనబడ్డప్పుడు చూడాలనే అనిపిస్తుంటది.. ప్చ్.. ఏం చెయ్యాలె...

సాజిదా పొయ్యింట్ల లైట్ బంద్ చేసి గొళ్ళెంపెట్టి తమ అర్రలకు పోయి దర్వాజా పెట్టింది పిల్లగాన్ని పక్కకు జరిపి ఉస్మాన్ పక్కన ఒరిగింది. అప్పటిదాన్క రకరకాలుగా ఆలోచిస్తున్న ఉస్మాన్ ఆమెకెల్లి మళ్ళిండు...

'నువ్వు దుబాయ్‌కి పోతానంటె నాకేదో గుబులుగుంది. అన్నన్ని రోజులు ఎట్లుండాలె? పిల్లలు గుండె బగలరూ?'

'ఏం చేస్తం.. ఉండాలె! ఒక్క ఐదేళ్ళన్న పొయ్యొస్తె ఈ పరేశాన్లు తీర్తయ్.. అప్పుడన్న కొంచెం నిమ్మలంగ ఉండొచ్చు. ఇప్పుడు 'నీంద్' ఉంటలేదాయె – 'చైన్' ఉంటలేదాయె...'

ఉస్మాన్ మీద చెయ్యేసి పండుకుంది సాజిదా. ఉస్మాన్‌కు నిద్రొస్తలేదు బుర్రనిండా ఆలోచనలు...

రోజంతా 'ఘడికి దుకాన్'ల కూసొని, వచ్చిన గిరాక్ పోవద్దని పదిరవయ్ రూపాలు తక్కువకమ్మినా, కళ్ళు పీక్కుపోంగ పాత గడియారాలెంత బాగుచేసినా పరేశాన్లు తీర్తలేవాయె. పైసలు సరిపోతలెవ్, వచ్చిన పైసలు ఇల్లు గడుస్తానికె సరిపోతుండె, మరె అప్పులెట్ల తీరాలె? ఇద్దరు చెల్లెండ్ల షాదీలెట్ల జెయ్యాలె? ఇటు పెరిగి వస్తున్న తన ఇద్దరు పిల్లలు– మల్ల కడుపుతోనున్న సాజిదా, అటు చెల్లెండ్లు–అమ్మీ ఎవ్వరూ ఖుషీగ ఉన్నట్లు కనిపించరు.. తను పొద్దున్లేస్తె జల్దిజల్ది తయారై దుకాన్ కెళ్ళిపోతడు. మల్ల పిల్లలంత నిద్రపోయినంక ఇంటికొస్తడు. ఒక ముద్దుముచ్చట లేదు. ఎటన్నపోయి

వద్దామన్నా పైసల్తోని పని.. చేతిల చిల్లర పైసలు గూడా ఉండవొక్కొపాలి. వాళ్ళ చదువులకు... బట్టలకు.. ప్చ్.. ఈ పరేశాన్లిట్లుండంగ అటు భాయ్‌జాన్(బావ) తనకేదన్న సహారా చూపెట్టాల్నని పోరుతున్నడంట.. మధ్యల చెల్లె పిసుక్కు చస్తున్నది.. ఏం చెయ్యాల్నో తోచని జిందెగీ అయ్‌పొయింది..

ఉస్మాన్ మెల్లంగ కుడివైపుకు తిరిగి పండుకున్నడు.. ఉహుం.. నిద్ర పట్టేటట్లేం కన్పిస్తలె.. మౌనంగ కండ్లముందు తచ్చట్లాడే పర్వీన్ మెదులుతున్నది మెదడు నిండా.. ఎన్ని పెండ్లి చూపుల్లో దుల్హనై కూచున్నది పర్వీన్.. నిజంగా దుల్హన్ అయ్యేదెప్పుడో..?? పర్వీన్ ఆఖరి పెండ్లి చూపులు ఉస్మాన్ కండ్లముందు తిరుగుతున్నయ్...

ఆ రోజంతా ఒకటే హడావుడి. అన్ని అరేంజ్ చేసి ఆ వచ్చినోళ్ళకు అందంగా తయారైన పర్వీన్‌ను చూపెట్టడం ఐనంక లోపల్కి తీస్కెళ్ళింది పక్కింటి ఖాల. దూలేవాలె పిల్ల బాగుందని ఖుష్షయ్యి, తర్వాత ఫేరీజ్ (కట్నం, ఇతర సామాన్ల లిస్టు) ఇచ్చిన్రు. అది తీస్కొని చూసిన ఉస్మాన్‌కు కండ్లు తిరిగినట్లనిపించింది. ఐదు తులాల బంగారం, 50 వేలు నగదు, 20 తులాల వెండి, ఒక హీరో హోండా, అల్మారీ, కలర్ టీవీ, టైటాన్ రిస్ట్‌వాచ్, టేబుల్ ఫ్యాన్, మసేరీపలంగ్-బిస్తర్, టేబుల్-నాలుగు కుర్చీలు, పెద్దపెద్ద దేక్చీలు (డేగీసలు).. దగ్గర్నించి దువ్వెన అద్దం దాంక వరుసగ చాంతాడంత లిస్టు.

కిందివంటే ఎట్లాగు ఇవ్వక తప్పవు. పై పెద్ద పెద్ద సామాన్లే అంత ఎక్కువెక్వ తమ వల్లకావని ఆలోచనల్లో పడ్డడు ఉస్మాన్. అది సమజైన పిల్లగాని తండ్రి, 'కాస్త ఆలోచించుకునే చెప్పురి, కుచ్ పర్వానహీం!' అన్నడు.

ఉన్నదున్నట్లు చెప్తెనె బాగుంటదనుకుండు ఉస్మాన్.

'ఇంతమొత్తం మేం ఇవ్వలేం. నేను అస్ఘర్ ఖాలుకి ముందే చెప్పిన, జోడేకీ రఖమ్-దహేజ్ మోతాదుకు మించి ఇవ్వలేమని, మరె మీకాయన ఏమని చెప్పిండో తెల్వదు. మిమ్మల్నిక్కడిదాంక అనవసరంగా పిలిచినట్లయింది. మాఫ్‌కర్నా' అన్నడు ఇబ్బందిగ.

'అరెరె.. అట్ల కాదు భాయ్.. కొంచెం తగ్గిద్దాం గానీ మీరెంత ఈయగల్గుతరో చెప్పురి. ఎవరి తాహత్‌కు దగ్గట్లు ఆళ్ళిస్తరు. మాఫ్‌కర్నా అని అనాల్నా మీరు. పిల్ల మా అందరికీ నచ్చింది. శానా దిక్కుల తిరిగినం. దహేజ్ బాగనే ఇస్తమన్నరు గానీ పిల్ల నచ్చక మేం ఒప్పుకోలె. ఫేరీజ్‌ల గూడ మేం ఎక్కువేం ఎయ్యలె. ఇయ్యాల్రేపు చిన్నదో పెద్దదో సర్కారీ నౌకరీ ఉన్నోళ్ళంటె జనం ఇరగబడ్తున్నరు. మీకు తెలియంది గాదు. మీరు ఎంతియ్యగలరో చెప్పురి. మాకిష్టమైతె రిష్తా పక్కా చేస్కుందాం' అన్నది పిలగాని ఆపా.

కొద్దిసేపు ఎవరూ ఏం మాట్లాడలె...

పక్కింటి ఖాలా ఉండబట్లేక పొయ్యింది.

'ఇయ్యాల్రేపు అటెండర్ నౌకరీగ్గూడ లక్షలడ్గుతున్నరమ్మ! ఆడపిల్లలున్నోల్లుంటరు, గరీబోల్లుంటరు, ఎట్ల ఇయ్యగలుగుతరు. జర ఆలోచించాలె. మీరంతంత అడిగితె యాణ్ణించొస్తయ్... పెద్దపిల్ల పెండ్లిచేసిన పరేశాన్లె తీరలేదాయె. చెప్పమంటే ఏం చెప్తడు బేటా. ఇప్పటికె ఒక్కని రెక్కల కష్టమ్మీద ఇల్లు నడుస్తున్నది..'

'అట్లంటె ఎట్ల! లక్ష రూపాలన్న లేంది ఈ రోజుల్ల ఆడపిల్ల లేస్తదా? మేం ఇచ్చి చెయ్యలేదా మా ఆడపిల్లకు..' అన్నది ఆ పిలగాని తరపు చుట్టం ఒకామె విసురుగ.

ఇక బాగుండదని మజ్జెల కల్పించుకున్నడు ఉస్మాన్-

'అచ్ఛా! నేను నాలుగైదు రోజుల్ల ఏ విషయమైంది చెప్పి పంపిస్త' అన్నడు.

దాంతో ఎవరేం మాట్లాడ్తాన్కి లేకపొయ్యింది.

తప్పక చెప్పి పంపించమని మల్లమల్ల చెప్పి ఎళ్ళిపొయిన్రు ఆళ్ళు. పొయ్యేటప్పుడు పిలగాని ఆపా, పర్వీన్ ఉన్న అర్రలకు వచ్చింది. పైట కప్పుకుని తలొంచుకు కూర్చున్న పర్వీన్ చుబుకం కింద చూపుడు వేలుపెట్టి మొకాన్ని పైకెత్తి తన కుడిచేత్తో పర్వీన్ బుగ్గల్ని సుతారంగ నిమురుకుంట తన చేతిని తన పెదాల దగ్గరకు తీస్కొని ముద్దు పెట్టుకొని ఎల్లిపొయ్యింది.

ఆల్లటు ఎల్లంగనె సైదాబేగం అన్నది ఆత్రంగ-

'మనం ఎంతియ్యగలమో ఒక్కమాట చెప్తే బాగుండేదిగా బేటా!'

పర్వీన్ లోపలి అర్రల్నుంచి బైటికొచ్చి భయ్యా జవాబ్ కోసం చూస్తున్నది.

'ఎన్ని సంబంధాలు చూడలేదమ్మీ! ఎంత తగ్గిచ్చినా సగానికి సగమైతే తగ్గించలేంగా, ఆళ్ళకు సగం అనిపించిందే మనకు డెబ్బయ్ ఎనభై వేలకొస్తది. మల్ల దావత్ ఖర్చు ఎటులేదన్నా ముప్ఫయ్ వేలన్న ఐతది. అంత మనవల్ల కాదు అమ్మీ! ఈ రిష్తా మనకు తగ్గది కాదు. ఏం చేస్తం ఉస్మాన్ గొంతు ఒణికింది.

పర్వీన్ కళ్ళల్ల గిర్రున నీళ్ళు తిరగడం చూసి ఉస్మాన్ మనసు విలవిల్లాడింది. ఏం చెయ్యగలడు? ఎవరేమి మాట్లాడలె. పర్వీన్ లోపలికెళ్ళిపొయింది. ఎళ్ళి సమ్‌జాయించమన్నట్లు సాజిదా దిక్కు చూసిండు ఉస్మాన్.

నస్రీన్ కింద పర్చిన చద్దర్లు, బోరియాలు తీయడానికి వాటిపైనున్న జగ్గులు, నీళ్ళగ్లాసులు, చాయ్‌కప్పులు, ఇతర్ - సుర్మా - సోంప్ - ఇలైచీ-ఛాల్యా పెట్టిన కష్తీ.. అన్నీ తీస్తున్నది. సైదాబేగం పరేశాన్‌గా తన మంచం మీద కూసొని పాన్ చేస్కుంట.

'ఎవ్వరు చూసినా లక్షలడుగుతుండె. యాభై అరవై వేలల్ల పెండ్లంత అయ్‌పొయ్యేట్లు కన్పిస్తనే లేదాయె. ఈ పెండిండ్లెట్లయితయో- ఈ పరేశాన్లెప్పుడు తీర్తయో...' ఇంక

ఏదో అనబోతుంటె, అప్పటిదాన్క స్టూల్‌మీద కూసున్న పక్కింటి ఖాలా లేషి,

'పరేశానైతె ఏమొస్తది సైదాపా! 'ఖిస్మత్ కా జోడా' ఎక్కడున్నదో ఏమో! అల్లాకే దర్బార్‌మె దేర్‌హై మగర్ అంధేర్ నహీఁ. ఇయ్యాల కాకపోతె రేపైతయ్ పెండిండ్లు, ఉస్మాన్ బేటా ఉండంగ పరేశానెందుకు? బేటా అన్ని ఆలోచించే చేస్తడు. నువ్వేం ఫికర్ పెట్టుకోకు' అనుకుంట బైటికి నడిచింది..

ఆ విషయాలన్ని ఒక్కొక్కటె కళ్ళముందు తిరుగుతుంటె ఆ రాత్రంతా 'జగ్‌నే కీ రాత్' అయ్యిపోయింది ఉస్మాన్‌కు. తన ముప్ఫయ్యేళ్ల జీవితానికి అలా ఎన్నివందల రాత్రులు జగ్‌నేకీ రాత్‌లై గడిచిపోయ్‌నయో..

***

తర్వాత రోజునుంచి ఉస్మాన్ దుబాయ్ ఎల్లే పనులల్ల పడిపొయ్యిండు. పాస్‌పోర్ట్ ఎప్పుడో తీసే ఉన్నది. కాబట్టి ఆ పని తప్పింది. మొత్తం ఖర్చు అరవైవేల పైనయితయని లెక్క జెప్పిండు కమాలుద్దీన్ ములాఖత్ చేసినాయన.

బిస్మత్‌కొద్దీ దుకాన్ ఉన్నదున్నట్లు కొంటాన్కి ఒక బేరం కుదిరింది. దుకాన్‌ల ఉన్న మాల్ అంతా కలిసి పద్నాలుగు వేలు, మడిగెకు అడ్వాన్స్ ఇచ్చిన పదివేలు కలిపి ఇరవై నాలుగువేల రూపాలొచ్చినయ్.. సాజిదా ఒంటిమీదున్న తులం బంగారం అమ్మేసిండు. జమీర్‌భాయ్, ఒకతాన పదివేలు మిత్తికి ఇప్పిచ్చిండు. ఇంకోతాన ఇల్లు రాసిచ్చి పదిహేనువేలు తెచ్చిండు.... దుబాయ్ ఎళ్ళినంక తనక్కూడా ఏదన్న అవకాశం చూసి పిలిపించుకొమ్మని దగ్గరి చుట్టం ఒకాయిన – ఐదువేలు ఇప్పించిండు..!

దగ్గరి దోస్తులు, చుట్టాల దగ్గర్కి చెప్పులరిగేటట్లు తిరిగి తిరిగి ఒకరి దగ్గర ఐదొందలు, ఇంకొకరి దగ్గర వెయ్యి.. అట్లా మిగతా పైసలు సర్దుకున్నడు ఉస్మాన్. అన్నన్ని దిక్కుట్ల అంతంత ఖర్జా చేస్తుంటే గుండెల్ల గుబులు ఎక్కువైంది ఉస్మాన్‌కు..

చూస్తుండంగనే దుబాయ్ పయనమయ్యే రోజు రానేవచ్చింది. ఇగరేపు పయనమనంగా అయాల రాతిరి 'గుల్పోషి' కార్యక్రమం ఒకటి జరిగింది.

ఉస్మాన్ పెద్ద చెల్లె నుస్రత్, భాయ్‌జాన్, ఆళ్ళ ఇద్దరు పిల్లలు వచ్చిన్రు. దగ్గరి చుట్టాలు, పక్కింటి ఖాలా, గజ్‌దా-హార్ (మెరుపులు చుట్టిన పులమాల)లు తెప్పిచ్చిన్రు.

ఉస్మాన్‌ను, సాజిదాను పక్కపక్కన కూసోబెటిన్రు. ఇద్దరి మధ్యల చిన్నపిల్లగాన్ని కూసోబెట్టిన్రు. ఉస్మాన్ తలకు పోలిగ దస్తీ కట్టుకున్నడు. సాజిదా తలనిండా పల్లో (కొంగు) కప్పుకున్నది.

ఇంటినిండా జనం అనిపిస్తున్నరు. మంచం మీద, స్టూల్లమీద మగోళ్ళు కూసున్నరు. ఆడోళ్లంతా ఎదురుంగ ఒక పక్కన నిలబడ్డరు. పిల్లలంతా సుట్టు మూగిన్రు.

మొదలు నుస్రత్ కిష్తీలో పూలమాలలు, సందల్ (గంధం) తీసిన గిన్నె, పావుకిలో

మిఠాయి డబ్బాపెట్టి మీదంగ ఒక మెరుపుల గుడ్డ కప్పి తెచ్చింది. లోపలి అర్రల్నుంచి, రెండు చేతుల్తో కిష్తి పట్టుకొని, ఆడోళ్ళను తప్పుకుంట ముందుకొచ్చింది. కిష్తీ భయ్యా భాబీ ముందు పెట్టి మెరుపుల గుడ్డ పక్కకు జరిపింది. ముందుగాల సందల్ గిన్నె తీసుకొని ఉస్మాన్ మెడపైభాగంలో గదుమకు అటుఇటు తన కుడిచేతి మధ్య మూడువేళ్ళతో సదల్ పెట్టింది. ఛాతీముందు వీపుమీద అదే చేత్తో అద్ది తర్వాత మళ్ళా సందల్ గిన్నెలో వేళ్ళు ముంచి భాబికి గూడా అట్లనె పెట్టింది. మధ్యల కూసున్న కలీమ్‌కు గూడా పెడుతుంటే 'ఆ పిలగాన్కి బాగా పుయ్యి' అన్నదొక బుడ్డమ్మ(ముసలమ్మ). నుస్రత్ మురిపెంగ నవ్వుకుంట భతీజా (అన్నకొడుకు)కి పెట్టేసి-

తర్వాత పూల హార్‌లు తీసి భయ్యాకు భాబీకి ఏసింది. సన్నని పూల గజ్‌రాలు చేతుల మణికట్లకు చుట్టింది. మిఠాయి డబ్బా తీసి అందుల్నుంచి ఒక మైసూర్‌పాక్ సగం భయ్యాకు తినిపించింది. ఒక లడ్డూ తీసి భాబీకి తినిపించబోయింది. సాజిదా నోరు కొద్దిగా తెర్చింది. 'ఆహా... ఇంకా తెరువు' అని ఊరించింది నుస్రత్. అందరూ పరాష్కానికి అదో ఇదో అంటున్నరు. సాజిదా మొకమంత నవ్వు పులుముకొని ఇంకొద్దిగ నోరు తెరిచింది. నుస్రత్ తన చేతిలున్న లడ్డూ మొత్తం సాజిదా నోట్లో కుక్కింది.. కొందరు నవ్వుకుంటగ, కొందరు నుస్రత్ తరపునుంచి, ఇంకొందరు సాజిదా తరపున, పరాష్కాలాడుతున్నరు. కలీమ్‌కు గుడ మిఠాయి తినిపించి, ముగ్గురు మీద నుంచి చేతులు తిప్పి వేళ్ళు కణతలకు నొక్కుకుంట విరిచింది నుస్రత్. పటపటా సప్పుడొచ్చింది.

'అమ్మో! భయ్యా భాబీల మీద ప్రేమ బాగనె ఉందే...' అని ముసలమ్మలంటుంటె, నవ్వుమొకంతో ఖాళీకిష్తీమీద మల్లా మెరుపుల గుడ్డ కప్పుకొని ఇవతలికి వచ్చేసింది నుస్రత్. తర్వాత అదే లెక్కన మిగతా వాళ్ళంతా పూలు తొడిగిన్రు. ఒక్కొక్కళ్ళు వేళ్ళు ఇరుస్తుంటె కొందరివి సప్పుడొచ్చి, కొందరివి సప్పుడు రాక రకరకాల పరాష్కాలతో, నవ్వుల్తో ఆ సాయమానంతా హుషారుగ తయారైంది. ఆఖర్న పర్వీన్, నస్రీన్ గూడ తామెన్నాళ్ళనుంచో దాచిపెట్టుకున్న పైసలేసుకొని తెప్పిచ్చిన హార్‌లు గజ్‌రాలు భయ్యాభాబిలకు తొడిగిన్రు...

'ఇగ ఉఠో' (ఇగ లేవురి) అన్నరెవరో. ముందు భాయ్‌జాన్‌ని కలవమని ఒకరు, అమ్మిని కలవమని ఇంకొకలు అంటున్నరు..

ఉస్మాన్, సాజిదా పైకి లేసిన్రు. మెడలనిండా హార్‌లతో ఎంతో కళగ ఉన్నరిద్దరు. 'అస్సలామలైకుమ్' అని తలవంచి ఉస్మాన్‌కు సలామ్ చేసిన సాజిదా వంగి కాళ్ళు మొక్కింది. 'అస్సలామలైకుమ్' అని కొందరు ఆడోళ్ళు, పర్వీన్-నస్రీన్ అంటుంటె 'వాలెకుమ్ అస్సలామ్' అనుకుంట, తనకన్న పెద్దవయసు ఆడోళ్ళకు సలామ్ చేస్కుంట,

ముందు భాయ్‌జాన్‌ని తర్వాత వేరే మగవాళ్ళని అలాయిబలాయి తీసుకొని సైదాబేగం దిక్కు కదిలిండు ఉస్మాన్.

'అస్సలామలైకుమ్ అమ్మీ' అని వంగి తల్లికాళ్ళు మొక్కిండు.

'సౌ సాల్ బుడ్డె బుడ్డె పండ్లా హోకె జియో బేటా.. అల్లా అచ్ఛా రఖ్ఖో.. నేక్ హిదాయత్ దేవ్, కమాయ్‌మె బర్కత్ దేవ్...' అని దీవించుకుంట ఉస్మాన్ బుజాలు పట్టుకొని పైకెత్తి, ఒక్కసారిగా-

'వో బేటా!! నిన్ను సూడకుంట అన్ని రోజులెట్లుండాలయ్యా.. నువ్వు మమ్మల్నొదిలి అంతంత దూరం ఎల్లిపొయ్యి ఎట్లుంటవయ్యా.. దేశం కాని దేశం పోవాల్సిన పరేశానొచ్చింది కొడకా నీకు...' అనుకుంట పొగిలి పొగిలి ఏడువబట్టింది సైదాబేగం. ఉస్మాన్‌కు గూడా ఏడుపు ఆగలె.. చిన్నప్పట్నించి ఒక్క పదిరోజులన్నా వదలి ఉండని తల్లిని గుండెలకు హత్తుకుని బోరుమన్నాడు. అంతే, ఆ ఇల్లంత ఏడ్పులతో ఘొల్లుమన్నది. అంతసేపూ ఉగ్గబట్టుకున్న దుక్కం ఉబుకుబికి వస్తుంటే ఆళ్ళిద్దర్ని పట్టుకొని సాజిదా, పర్వీన్, నస్రీన్ పెద్ద పెట్టున ఏడుస్తున్నరు. ఎందరు ఓదార్చినా, ఎంత సమ్‌జాయించినా ఆ చెల్లెలు, ఆ భార్య, ఆ తల్లీకొడుకులు ఎంతకూ ఆ దుక్కాన్ని ఆపుకోలేకపోయిన్రు. వీళ్ళ ఏడుపుచూసి ఏం అర్థంకాక చిన్న పిల్లలిద్దరూ ఒకటే ఏడస్తున్నరు. ఈ ఏడుపులు విని, వచ్చిన సుట్టుపక్కల ఇళ్ళవాళ్ళూ, చుట్టాలూ అంతా కళ్ళనీళ్ళు పెట్టుకుంటున్రు...

***

రెండోరోజు పయనమై ఎళ్ళిపొయ్యిండు ఉస్మాన్...

లోపలి అర్రలో సాజిదాను దగ్గర్కి తీసుకొని ముద్దు పెట్టుకున్నడు. ఉస్మాన్‌ను హత్తుకుపోయి మల్లా పొగిలిపొగిలి ఏడ్చింది సాజిదా. సమ్‌జాయించి, తల నిమిరి, ఎర్రబడ్డ ఆ కళ్ళు తుడిచి 'పిల్లలు జాగ్రత్త. అమ్మీవాళ్ళు జాగ్రత్త' అని చెప్పి 'ఏమన్న ఇబ్బంది అనిపించినా సర్దుకుపోవాల్నన'ని చెప్పిండు. బయట పిల్లలిద్దర్ని దగ్గరకు తీసుకొని ముద్దు పెట్టుకున్నడు. గుడ్ల మీద మబ్బుల్లా కమ్ముకున్న నీళ్ళను కనబడనివ్వకుండా తుడుచుకున్నడు.. గుండెలమీద కమ్ముకున్న బాధ చెమ్మను తుడిచేదెవరు?!

సైదాబేగం కాళ్ళు మొక్కి పొయ్యొస్తని చెప్పిండు. సైదాబేగం గుండె దిటవు చేసుకొని క్షేమంగా పొయ్యి రావాలన్నని ఇంకోపాలి దువా ఇచ్చింది. ఉస్మాన్ మొదటిసారి దుబాయ్ నుంచి రాంగనే జానపాడ్ సైదులు దర్గాకు పోయి కందూరు చేస్తనని మొక్కుకుంది...

చెల్లెల్లలకు పొయ్యొస్తనని, జాగ్రత్తలు చెప్పి, పక్క గల్లీలున్న సలీంభాయ్ ఇంటికి

శుక్రవారం రోజు ఫోన్ చేస్తనని చెప్పి బయల్దేరిండు ఉస్మాన్.

గల్లీ ఆఖరిదాక ఎళ్ళి సాగనంపిన్రంతా. తర్వాతి గల్లీ మలుపు తిరుక్కుంట ఒకసారి ఎనక్కు మళ్ళీ చెయ్యి ఊపిండు ఉస్మాన్. అందరి చేతులూ భారంగా ఊగినయ్? గుండె ఎంత వెక్కిందోగని ఉస్మాన్ మలుపు తిరిగి మాయమయ్యిండు. అందరి కళ్ళల్లో చెల్మలో జల ఊరినట్లు నీళ్ళు.. పళ్ళ బిగువున బిగబట్టి ఇంటికొచ్చి ఎవరికి వాళ్ళు బోరున ఏడ్చిన్రు. ఆ రాత్రంతా ఉస్మాన్ లేనితనాన్ని జీర్ణం చేసుకోలేక ఆ ఇల్లు వెక్కుతనే ఉంది...

***

ఆ రోజు జుమ్మా. ఇంట్ల పొద్దున్నుంచీ హడాహుడీ. పొద్దున వండుకొని తినంగానే సాజిదా, పర్వీన్ కలిసి ఇల్లంతా ఎక్కడికక్కడ సర్ది అలుక్కొచ్చిన్రు. అందరూ వర్సగా తానాలు చేసిన్రు. ఉతికిన బట్టలు తొడుక్కున్నరు. సాజిదా పిల్లలిద్దర్కి తానం చేయించి తాను తానం చేసింది. పిల్లలిద్దర్కి పెట్టెల్నుంచి బట్టలు తీసి తొడిగింది. కొడుక్కు తెల్ల లాల్చీ పైజామా, టోపీ, బిడ్డకు షట్‌షెల్వార్ తొడిగి వోనీ తలనిండా చుట్టింది. ముద్దుగా అనిపిస్తున్న ఆ ఇద్దర్ని జుమ్మేకీ నమాజ్ టైంకి పక్క గల్లీలున్న మజీదుకు పంపింది. ఇంట్ల తము నలుగురు జుమ్మేకి నమాజ్ చదువుతున్రు. అయాల కాసింత ఎక్కువసేపు దువా చేసిన్రు...

నాలుగెప్పుడైతదా అని సూడంగ సూడంగ నాలుగైంది. ఇంటి తలుపులన్ని ఏసి గొళ్ళెం పెట్టి సలీంభాయ్ ఇంటికెళ్ళి కూసున్రు. నాలుగ్గంటల టైంల ఫోన్ చేస్తనన్నడు ఉస్మాన్. సలీంభాయ్ ఇంట్లలేడు. షహీనా భాబీ ఉంది. ఆమె, ఆమె ఇద్దరు బిడ్డలు సఫియా, ఆసియా మాట్లాడ్తుకూసున్రు.

పొద్దు భారంగా గుంకుతున్నది!

పిల్లలిద్దరు గోలగోల చెయ్యబట్టిన్రు. ఆళ్ళను సంబాలించడం సాజిదాకు కష్టమైతున్నది. సైదాబేగం, పర్వీన్ నస్రీన్‌లు మధ్యమధ్యల దగ్గర్కి తీస్కొని గోల చెయ్యకుండ చూస్తున్రు. టైం గడుస్తా ఉంటె నలుగుర్లో ఆత్రం పెరుగుతున్నది.

సఫియా, ఆసియా పని చేస్కుంటాన్కి ఇంట్లకు పొయ్యిన్రు. సహీనా భాబి అదో ఇదొ మాట్లాడ్తున్నది. ఈళ్ళు 'ఊ' కొడుతున్రు గని మనసులన్ని ఫోన్ మీదనె ఉన్నయ్...

పిల్లలిద్దరు ఇంట్లకు బైటకురుకుతున్రు. ఆరుగంటలు కావస్తుండంగ, 'ఎందుక్కావచ్చు, ఫోన్ తప్పకుంట చేస్తనన్నోడు ఇంతదాంక చెయ్యలె అన్నది సైదాబేగం నెమ్మదిగా'

'నాకదే బయమైతున్నది' అన్నది సాజిదా.

'ఆc.. అక్కడ దగ్గర్ల ఫోన్ ఉన్నదో లేదో – అయ్‌నా భాయ్‌కి ఏమన్న పనిబడ్డదో ఏమో...' అన్నది పర్వీన్.

కాని ఆళ్ళల్ల, ఆత్రం, పరేశాని, గుండెల్నిండా గుబులు నిండుతున్నది.... దానికితోడు దుబాయ్‌కని పొయ్‌నోళ్ళు ఎన్నెన్ని కష్టాల పడ్తరో ఒక్కో 'ఖిస్సా' చెప్పబట్టింది షహీనా భాబి. అప్పటిదాన్క షహీనా భాబి ఏం చెప్పినా ఈళ్ళ మనసుకెక్కలె. దుబాయ్ సంగతులు మాత్రం ఒక్కొక్కటి గుబులు పుట్టించబట్టినయ్...

'జమీర్ అని మా చుట్టమొకాయన లారీ నడుపుతడు. డ్రైవర్ వీసా మీదనే అర్బస్తాన్ పొయ్యిండు. ట్రాల్ కొట్టి సూపెట్టమన్నరట. ఈడకన్న ఆడి బండ్లు పెద్దగుంటయంట. నడపటంల ఈయన జర తత్తర్‌బిత్తరయ్యిడంట. ఖతమ్, ఆయన్ని గొర్లు కాయ బెట్టిన్రంట. ఎంతకు జనమే కనబడక, దూపకు, ఆకలికి తట్టుకోలేక నేనెళ్ళిపోత అంటే ఎన్నో పరేశాన్లు పెట్టి, ఆఖరికి పంపిచ్చేసిన్రు. పాపం, ఈడికొచ్చినంక మల్ల లారీ నడుపుకుంట, అర్బస్తాన్ పోతన్కి చేసిన ఖర్చులకు మిత్తీలు కడుతున్నడు...' కొంచెమాగి మళ్ళీ ఆమెనె-

'ఏందో పరేశాన్లు తీర్తయని పోతరు గాని, ఆడ ఎన్నెన్ని కష్టాలు పడుతుంటరో... అసలు శానామంది ఇండ్లల్ల పని మనుషులుగనె పోతున్నరు. ఏందంటే ఇక్కడ చెప్పుకుంటె ఇజ్జత్ కచ్‌రా అని ఏదో నౌకరీ చేస్తున్నట్లు చెప్పుకుంటుంటరు. కొంతమందికి పాయ్‌ఖానాలు సాఫ్ చేసే పని దొర్కుతున్నదంట.. మల్ల ఆ మకాన్‌దార్లు సహించనె సహించరంట ఖాలా! అడేమన్న కొద్దిగ ఎదురు మాట్లాడినా కష్టమె. చిన్న తప్పు చేసినా ఆళ్ళ జిందెగీ ఖతమేనంట...' చెప్పుకుపోతున్నది.

ఇంతల సఫియా కిష్తీల చాయ్ కప్పుల్తోటి వచ్చి అందర్కి ఇచ్చుకుంట, 'నామ్' సిన్మాల గూడ ఎట్లయితది. పొయ్యిందాక దోస్తుని ఎట్లన్న పంపిచమని పానం తింటడు హీరో, ఆడికిపొయ్యి ఒక స్మగ్లింగ్ కేసుల ఇరుక్కుపోతడు. ఎన్ని పరేశాన్లు పడతడో... ఆఖర్కి మల్ల దోస్తుతోని 'నన్నెట్లన్న ఇండియా తీసుకెళ్ళిపోరా' అని ఏడస్తడు. ఆ దోస్తు ఎంతగనమో ట్రై చేస్తడు గని, లాస్టుకి పోలీసులు హీరోని కాల్చి చంపేస్తరు..' చిటికెల సిన్మా అంతా చెప్పేసింది.

'అంతెందుకు, మా నాన్యాల్ (అమ్మమ్మోళ్ళు) ఊర్ల ఒకాయన ఇట్లనె అప్పులు సప్పులు చేసి పొయ్యిండు. తీస్కపోయిన ఏజెంటు రెండోరోజు ప్లేనుందని చెప్పి బొంబాయ్‌ల ఒక హోటళ్ళ ఉంచిండంట. పైసలన్నీ తీస్కొని బైటికి పొయ్యి మల్ల రాలేదంట. ఈయన పాపం ఎతికి ఎతికి, మోసం జరిగిందని సమజై ఎనక్కొచ్చి ఇంటోళ్ళకు, అప్పులోల్లకు మొకమెట్ల సూపెట్టాల్నని హోటల్ రూంలనె ఉరిబెట్టుకొని సచ్చిపోయిండు...'

'మొన్న పేపర్ల రాలే! దుబాయ్‌కని పొయ్యి ఆడ జైల్ల పడ్డదంట ఒకాయన. ఆళ్ళింటోళ్ళు పరేశాన్ పరేశానై ఎంతగనమో ఎతికించి ఆఖర్కి ఆశొదులుకున్నరంట.

ఏడేళ్ళకు ఆయన మల్ల ఇంటికొచ్చిండంట! అట్ల జైళ్ళల్ల ఇంక శానామంది ఉన్నరని చెప్పిండంట... మోసపోయినోళ్ళు దొంగతనంగ బోర్డర్ దాటబోయి ఇంకొక దేశపోల్లకు పట్టుబడి అక్కడి జైల్లల్ల బడ్డోల్లు గూడ ఉంటరంట...'

సైదాబేగంకు, సాజిదాకు ఆ ఖిస్సాలు వింటుంటె మరింత గాభరాగ అనిపిస్తున్నది. ఇక అన్నీ ఇట్లాంటి ఆలోచనలె రాబట్టినయ్...

మద్యల రెండుసార్లు ఫోన్ మోగింది. ఈళ్ళ ఆత్రం, హుషారు పెరిగింది. రెండుసార్లు గూడ ఉస్మాన్ కాదు. షహీనా భాబి మాట్లాడి పెట్టేసింది.

శానా చీకటి పడిపోయింది. ఇక తప్పదన్నట్లు సాజిదా వంట చేస్తానని ఇంటికెళ్ళిపోయింది. ఇంకొచెం సేపటికి పర్వీన్, నస్రీన్ కూర్చొట్లు పడ్తున్న పిల్లలిద్దర్ని ఎత్తుకొని ఇంటికి పొయిన్రు. సైదాబేగం మాత్రం అక్కడ్నించి కదల్లె. మళ్ళీ వచ్చి పర్వీన్

'ఇక ఎళ్దామమ్మీ! శానా రాత్రయ్యింది. ఆళ్ళు తలుపులు పెట్టుకొని పండుకుంటరు గదా' అని చెప్పి సైదాబేగంని కదిలేసింది.

'ఒకాల ఫోన్ వస్తే ఎంటనే జర పిలవమని' షహీనా భాబీకి మల్ల మల్ల చెప్పి ఇంటికొచ్చిన్రు ఇద్దరు.

ఇంట్ల ఎవరు గూడా ఏం మాట్లాడుకోలె.. ఎవరికీ అన్నం సయించలె.. సైదాబేగమైతే ఆకల్లేదని పాన్ ఏసుకొని ఆలోచించుకుంట మంచంమీద ఒరిగి నెత్తిలో ఏలు కదలించుకుంట ఉండిపోయింది...

ఆ రాత్రి ఆ తల్లికీ, ఆ భార్యకూ నిద్రలేదు. ఆ ఒక్కరాత్రే అయితే పర్వాలేదు, అట్లా ఎన్ని రాత్రులో... రోజు రోజుకూ మంచం మీది నుంచి లేవకుండా అయ్‌పోయ్‌న ఆ తల్లికీ, పెండ్లికెదిగి, వయసు పైబడుతుంటె మనశ్శాంతి కరువైపోయిన ఆ చెల్లెల్లిద్దరికీ మరో బిడ్డ పుట్టిన సాజిదాకూ... రాత్రులు సంవచ్చరాలైపోయ్‌నయ్... అప్పులోళ్ళు పానం తింటుంటె తినే రెండు ముద్దలూ ఒంటికి పట్టకుంటయ్యింది. ఇల్లు రాయించుకున్నోడు మూడు ఉగాదులు పోంగనె ఇల్లు ఖబ్జా చేసిండు. అవమానంతోటి కళ్ళనీళ్ళు తోడురాంగ ఒక కిరాయి అర్రలకు ముడుచుకు పొయిన్రు ఆడవాళ్ళు!

ఉస్మాన్ ఏమైపొయ్యిండో తెలుసుకుంటాన్కి చేసిన కోశిష్‌లన్నీ ఒట్టివయ్‌నయ్... ఉస్మాన్‌ను తలచుకొని ఇల్లంతా బోరున ఏడుస్తుంటె బిక్కమొకంతో తాము కూడ ఏడుస్తున్న పిల్లల్ని సమ్‌జాయించే వాళ్ళేరి? ఆ కుటుంబం కళ తప్పిన కళ్ళల్ల ఉస్మాన్ రూపాన్నె నింపుకొని ఇంకా ఎదురుచూస్తనే ఉన్నది. ఖిబ్లా వైపుకు మోకరిల్లి దువా చేసుకుంట....

*

'చింత' సెప్టెంబర్ 2000

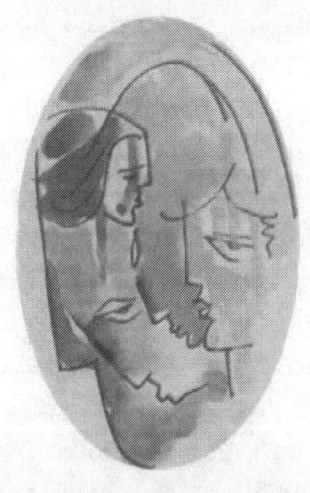

జీవం

నిద్ర లేషిన. చూస్తె, పక్కన షాహీన్ పండుకొని ఉంది. నా లెక్కనె ఎప్పటికి నిద్ర పట్టిందో ఏమొ అని సప్పుడు కాకుంట మెల్లగ లేషి రెండడుగులేషిన. అడుగులు తేలికగ పడుతున్నట్లు అనిపించింది. ఏదో అనుమానమొచ్చి వెనక్కి తిరిగి చూసిన. చిత్రం.. నేను అక్కణ్నే పండుకొని ఉన్న! ఒక్కసారిగ ఒళ్లు ఝుల్లుమనిపించింది.. కాని అనిపించ లేదు.. ఎందుకంటే నాతో ఒళ్లు లేదు. కొద్దిసేపు ఏం సమజ్ కాలె.. మెదడు మొద్దుబారిపొయింది.. కాని పోలేదు.. అది గుడ నాతో లేదు! అయోమయంగ తోచింది. ఏంది.. నేను.. నేను.. లేదు.. లేదు.. అలా ఐతానికి వీల్లేదు.. అలా జరగదు. జరగనివ్వొద్దు.. దబదబ వెనక్కి పొయ్ మల్లా నా ఒళ్లు ఉన్న చోట పండుకున్న. పండుకున్న సరె.. కాని కాళ్లు చేతులు ఆడిస్తే తేలిగ్గ ఆడుతున్నట్లు తోచింది. చూస్తె నా ఒంటి చేతులు కాళ్లు అసలు కదల్తనె లెవ్వు.. భయంగ అనిపించింది.. నిజంగా భయపడుతున్ననా.. బాధగ అని పించింది.. బాధైతె నిజంగనె కలుగుతున్నది.. అంటె.. నేను.. చచ్చిపొయిన్నా.. యమ బాధేస్తున్నది.. ప్చ్.. నేను చచ్చిపొయ్న.. చచ్చిపొయినట్లె గదా.. గుండెను మెలితిప్పి నట్లు ఫీలింగ్.. అయ్యో.. ఇంకా ఎన్నెన్ని పనులు మిగిలి పొయ్నయ్.. అప్పుడె నేను చచ్చిపొయిన్నా.. నిండా నలభై ఏళ్లు లెవ్వు.. ఇంత జల్ది ఎందుకిట్ల ఐపొయ్న.. ఛత్తెరెకీ!

అనుకుంటనే ఉన్న.. పుసుక్కున ఎక్కడ చచ్చిపోతనో.. చెయ్యాలనుకున్నవి జల్దిజల్ది చేసెయ్యాల్నని. ఛత్, చెయ్యకుంటనే ఎళ్లిపొయిన్నే.. ఇప్పుడెట్లా.. ఏం జెయ్యాలె..

లేషి కూసున్న.. చూస్తె, నా ఒళ్లు పండుకునె ఉన్నది. మొఖం ప్రశాంతంగ ఉంది. హాయిగ నిద్రపోయ్‌నట్లె ఉంది. యూసుఫ్‌ని! చచ్చిపోయ్‌న.. నన్ను నేను మొదటిసారి చూసుకున్న.. ఎంత అద్దంలో చూసుకున్నా ఇట్ల ఎప్పుడు గుడ కనిపించలేదు. అయ్యో.. అప్పుడే చనిపోవడమేంది రా.. దుఃఖంగా అనిపించింది. నా ఒంటిమీదికి వంగి నా మొఖాన్ని రెండు చేతుల్లోకి తీసుకున్న.. ముద్దొచ్చే మొఖం.. అప్పుడే ముడతలు పడిపోయింది.. నలభై ఏళ్లల్లోనే ఎన్ని కష్టాలు, ఎన్ని దుఃఖాలు.. ఎన్ని సముద్రాలు ఈదిన్నో.. ఎందరిచేత స్నేహించబడ్డనో.. ఎందరిచేత ద్వేషించబడ్డ నో..కాని మరెందరిచేతనో ప్రేమించబడ్డ.. అదొక్కటే తృప్తి..

వంగి నుదుటిపై ముద్దు పెట్టుకున్న.. రెండు కన్నీటి చుక్కలు రాలుతున్న ఫీలింగ్.. కానీ రాలడానికి నా కండ్లేవి.. అవి ఎదురుగ మూసుకుని ఉన్నయి.. ఎంత కన్నీటినో కార్చిన కండ్లు.. ఎంత కోపాన్నో ప్రదర్శించిన కండ్లు.. ఎన్నేసి ప్రపంచాల్నో చూసిన కండ్లు.. శాశ్వతంగ మూతపడ్డయ్.. ఇప్పుడేం చెయ్యాలె.. నా బేగంని లేపనా.. ఆమెంత పరేశానై పోతదో.. తట్టుకోగలుగుతదా.. అయ్యో.. నా పిల్లలు.. ఎట్లా అమాయకంగా నిద్ర పోతున్నరో చూడు.. వాళ్లకి నేను చచ్చిపొయిన్నని తెలిస్తే ఎంత ఏడుస్తరో గదా.. నేను లేకుండా వీళ్లు ఉండగలుగుతరా.. అరెరె.. ఎంత పనై పాయె.. అనుకుంటనే ఉన్న.. ఎక్కడ హార్ట్ ఎటాక్ వచ్చి చచ్చిపోతనొ అని.. మొన్ననే అనుమానమొచ్చింది.. ఎడమ చేయి తట్టుకోనంతగా నొప్పి పెట్టింది. టెస్టులు చేయించు కున్నదాకా షాహీన్ ఊరుకోలే. 'బీపీ పెరిగింది, గుండె కొట్టుకోవడంలో తేడా వచ్చింది.. జాగ్రత్త' అని చెప్పనే చెప్పిండు డాక్టర్. మనం జాగ్రత్త పడితేగా..

అసలు ఇప్పుడు హార్ట్ ఎటాక్‌తోనేనా నేను చచ్చి పొయింది.. ఏమో.. అట్ల ఏం అనిపించలేదే.. అసలు చనిపొయిన్నా.. లేక భ్రమనా.. కదిపిచూస్తే...

మెల్లగా కదిపి చూసిన.. నా ఒళ్లు కదులుత లేదు. గట్టిగ కదిపిన.. ఊఁహూఁ .. లాభం లేదు.. అసలు నేను కదపలేకపోతున్ననేమో..

ఈ సంగతి తెలిస్తె ఊర్లో మా అమ్మీ అబ్బా తట్టుకోగలుగుతరా? నా చెల్లెళ్లు గుండె బగలరూ.. నా తమ్ముడు.. వాడైతే అస్సలు తట్టుకోలేడు.. అసలు షాహీన్ ఎంత పరేశానైతది.. ఎట్ల తట్టుకుంటదో ఏమో.. అసలే ఈ మధ్య నన్ను జాగ్రత్తగ చూసుకుంటున్నది.. అనుమాన మొచ్చిందేమో..! రాత్రిళ్లు జల్ది ఇంటికొచ్చేటట్లు చూసు కుంటున్నది. ఎప్పటికప్పుడు నేనేమాత్రం అలసటగ ఉన్నా ఏమైందని మల్ల మల్ల అడుగుతున్నది. అయినా ఇట్లయి పాయె.. ఇప్పుడు చేసేదేముంది.. ఏం చేయలేం.. చచ్చి పొయిన. అంతే! మా అమ్మ ఫోన్ చేసినప్పుడల్లా చెప్తనే ఉన్నది, 'జాగ్రత్తరా .. జత్తన్ రే' అని. పట్టించుకోకపోతి..

షాహీన్‌కు మెలకువ ఒచ్చినట్లుంది. కండ్లు తెరిచింది. నాకై చూసింది. అదే నా ఒంటికై. ఆమెకేం తెలుసు, నేను చచ్చిపొయిన్నని.. అరెరె.. ఆమె పిలిస్తెనో.. కదిపితెనో నేను లేషి కూసుంటె ఎంత బాగుండు.. ఏమో అట్ల జరుగుతదేమో.. ఎందుకైన మంచిది. నా ఒంటిలోనే పండుకుంట.. అనుకుని నా ఒంటిలోకి పడుకుండి పొయ్‌న. మెల్లగ తల తిప్పి చూసిన. షాహీన్ పక్కమీది నుంచి లేషింది.

షాహీన్! నన్ను పిలువు! నన్ను పిలువు! అనుకున్న మనసులో. షాహీన్ సప్పుడు కాకుంట లేషి నన్ను పిల వకుంటనే, లేపకుంటనే బయటికి పోతున్నది. షాహీన్! నేను చచ్చిపొయ్‌నట్లున్న షాహీన్.. నన్ను నిద్ర లేపు షాహీన్..

'షాహీన్! షాహీన్!' గట్టిగ పిలిషిన. ఊఁహుఁ.. షాహీన్ అర్ర బయటికి ఎల్లిపొయింది.. నా నిస్సహాయతకు కోపం ఒచ్చింది.. గని ఏం జేసేది..

లేషి నేను గుడ బయటికి నడిషిన. చూస్తె షాహీన్ బాత్రూమ్‌లకు పొయింది. అర్రలకు చూసిన. కదలకుంట పండుకునె ఉన్నది నా ఒళ్లు. మరి ఇక్కడ నేను ఎట్ల నిలబడిఉన్న..? నిలబడి ఉన్న నన్ను నేను చూసుకున్న. ఏం కనిపిస్త లేదు. గుండెల్ల రాయి పడ్డ ఫీలింగ్.. నా ఒంటికి, నాకు ఇగ ఏం సంబందం లేదు. ఈ లోకంతోటి గుడ ఇగ ఏం సంబందం ఉండదు.. దీనికే ఇన్ని ఆరాటాలు..! ఆస్తులనీ.. సొమ్ములనీ.. సొంత ఇండ్లనీ.. సొంత మనుషులనీ.. ఛత్తెరికి!

బయట సప్పుళ్లు.. తెల్లగ తెల్లారింది. షాహీన్ బాత్రూంల నుంచి బయటికొచ్చింది. నా పక్క నుంచే మల్ల మా బెడ్‌రూంలకు పొయింది. అంటే నేను తనకు గూడా కనిపిస్తలేనన్నమాటేగా. లోపలికి పోయి నన్ను లేపు తుందా..? లేపదు. నేను లేచేదాకా నన్నెప్పుడూ లేపదు. నాకు నిద్ర పట్టడం ఎంత గగనమో తనకు తెలుసు. పొయ్ చున్నీ ఏసుకుని మల్ల బయటికొస్తున్నది. అయ్యో.. నన్ను లేపు షాహీన్! నేను లేస్తనేమో సూడు –అంటున్న నేను. అనుకుంట ఆమెకు ఎదురుపొయ్‌న. నాలోంచే నన్ను దాటుకుని బయటికి వచ్చేసింది షాహీన్. ప్ఛ్. ఇక అంతే.. మళ్లీ తన వెంట బయటికి వొచ్చిన.

మా పిల్లలు పండుకుని ఉన్న రెండు మంచాల దగ్గరికి పొయ్ ఆ ఇద్దరినీ పేరు పెట్టి లేపుతున్నది షాహీన్. నస్రీన్ స్కూల్‌కు పోవాలె. సులేమాన్ కాలేజ్‌కు.. ఇప్పటికే ఎవరో ఒకలు లేషేది. ఇయాలెందుకో ఇద్దరూ లేవలేదు. రాత్రి టీవీ ఎక్కువసేపు చూసినట్లుంది. షాహీన్ పిలిషేసరికి ఇద్దరికీ మెలకువ వొచ్చింది. నాకొచ్చిందేమో నని అర్ర లకు నా దిక్కు చూసిన. ఊఁహూఁ..!

పిల్లలిద్దరూ లేషి కాలకృత్యాల్ల మునిగిపొయిన్రు. షాహీన్ వంటలో పడిపొయింది. నన్నెవరు పట్టించు కుంటలేరు. రోజూ నన్నెవరూ పట్టించుకోవద్దనే కోరేవాణ్ణి. ఇవాళే

నన్నెవరన్నా లేపితే బాగుండనిపిస్తుంది. ఇప్పుడేం చెయ్యాలె. ఎవరో ఒకరు లేపిందాంక ఇంతేనా.. పోయి నాలో పండుకున్న. కొద్దిసేపు ఎన్నో ఆలోచనలు కుదిపేసి నయ్.. నేను చనిపాయిన్నంటే ఇయాల ఈ ఇల్లు గోలగోలైపోతది. దోస్తులు, ఉద్యమ మిత్రులెంతోమంది వస్తరు. కాని ఇక్కడ నా శవాన్ని మాత్రం ఉంచనీయరు. కిరాయి యిల్లు కదా.. సొంత యింటికి తీస్కపొమ్మంటరు. అంటే నా శవాన్ని వంద కిలోమీటర్ల అవతల మా ఊరికి తీస్కపోవాల్సిందే.. కాని ఇప్పుడు నా దోస్తులంతా హైదరాబాద్‌లనే ఉన్నరు గదా.. ఎట్ల?

ఇంట్ల ఒక్క పైస లేదు. ఎన్నడు గుడ రేపెట్ల అని సోంచాయించెటోన్ని కాదాయె. మరి ఇయాల పుటుక్కు మన్న. ఈ ఇల్లు ఎట్ల నడుస్తది? పిల్లలు, షాహీన్ ఎట్ల బతుకుతరు? పిల్లలు చదువులు ఎట్ల పూర్తి చేస్తరు? షాహీన్ అంటనె ఉండేది, 'ఎప్పుడూ సమాజం గురించేనా.. జర మా భవిష్యత్తు గురించి గుడ ఆలోచించు' అని. ఆమె భయపడినంతా అయ్యింది..

సిగరెట్ తాగాలనిపించింది. తాక్కుంట ఆలోచిద్దాం.. లేషి తలాపున ఉన్న సిగరెట్ డబ్బీ అందుకున్న. ఊఁహూ. డబ్బీ చేతిలకు రాలే. అయ్యో.. యూసుఫూ! ఇగ సిగరెట్ గూడా తాగలేవా? ఇప్పుడెట్లా చచ్చేదిరా.. చచ్చేపొయిన గదా..

'అబ్బాజాన్!' అంటూ సులేమాన్ పిలుపు వినిపించింది. వోహ్, వీడికేదో అవసరమొచ్చిన.. జల్ది నాలో పండుకోవాలె. లేస్తనేమో.. -జల్దిజల్ది నాలోకి పడుకుండి పొయ్న.. కండ్లు మూసుకున్న.

'అబ్బాజాన్! అబ్బాజాన్!' పిలుసుకుంట అర్రలోకి వొచ్చిండు సులేమాన్. నేను లేవడం లేదు. అలాగే పండుకుని ఉన్న. నాకు కన్ఫ్యూజన్‌గా ఉంది. నేనే లేవాల్నా? నా బాడీ లేస్తుందా? నేను లేస్తే నాతో పాటు బాడీ లేస్తుందేమో.. ఏమో.. లేవకపోతే..? వాడు కదిపిందాకా చూద్దాం...

వాడొచ్చి మెల్లగా కదుపుతున్నడు.. ఎక్కడ లేని సంతోషమేసింది. కండ్లు తెరిషి 'క్యావ్‌రే!' అనుకుంట లేషి కూసున్న. హమ్మయ్య లేషిన్నా! ఎక్కడ్లేని సస్పెన్స్.. ఆత్రంగా వెనక్కి చూస్తే.. నా ఒళ్లు మొద్దు లెక్క కదులుతున్నది కాని లేషి కూసోలేదు. అయ్యో! అంతా అయ్‌పోయింది..!

సులేమాన్ ఆశ్చర్యంగ అనుమానంగ ఇంకా గట్టిగ కదుపుతనే ఉన్నడు.

'అబ్బాజాన్! అబ్బాజాన్!' అని మరింత గట్టిగ ఆదుర్దాగ పిలుస్తనే ఉన్నడు. నా ఒళ్లు ఎంతకూ లేవడం లేదు. నాకిక కన్‌ఫామ్ అయిపొయింది. నేను నిజంగనె చచ్చిపొయ్న! మనసుల్నుంచి ఎక్కడలేని బాధ లుంగలు చుట్టుకుంట వొస్తున్న ఫీలింగ్..

సులేమాన్ గట్టిగ నన్ను కదుపుకుంట– 'అమ్మీ!' అంటూ వాళ్లమ్మను గట్టిగ

పిలిషిండు. వాడికి సమజైపోయింది.

'క్యావ్‌రే.. క్యా హువారే!' అనుకుంట ఆత్రంగ ఉరికొచ్చింది షాహీన్.. ఆ వెనకే నా బిడ్డ నస్రీన్...

***

నా పిల్లలూ నా భార్య ఒకర్ని పట్టుకొని ఒకరు బోరుబోరున ఏడుస్తుంటే నేను తట్టుకోలేకపోతున్న. నాగ్గూడా పెద్దగ ఏడుపొస్తున్నది. ఏం చెయ్యాల్నో సమజైత లేదు.. మజ్జెమజ్జెల ఆ ముగ్గుర్నీ ఓదార్చాలని కోషిష్ చేస్తున్న. కాని ఏం లాభం.. వాళ్లకు నేను కనిపిస్తలేను. చచ్చిపడి ఉన్న నా ఒళ్లు మాత్రమే కనిపిస్తున్నది..

ఇల్లంతా పక్క పోర్షన్లవాళ్లతోని నిండిపోయింది..

'అయ్యో! గుండెనొప్పితోటి సచ్చిపోయిండంట..'

'రాత్రి బాగనె మాట్లాడిండు.. ఇంతల్నె ఎట్ల సచ్చి పోయిండల్లా?'

'చావు చెప్పి వస్తాది..'

'మంచోడుండె..'

'మంచి మంచోళ్లనే దేవుడు జల్ది తీస్కపోతడు..'

'ఆదివారం వచ్చిందంటె యాడ్నో ఒక్కాడ మీటింగని పొయ్యేదమ్మా.. ఇంటి పట్టున ఉండేటోడు కాదు'

'అయ్యో!'

'పాపం..'

మాటలన్నీ వినిపిస్తున్నయ్ నాకు.. నేను నా పిల్లల్నీ నా భార్యనే ఓదార్చాలని చూస్తు వాళ్ల పక్కన కూసుండి పోయ్న. వాళ్లు ఒకర్ని పట్టుకొని ఒకరు ఏడుస్తనె ఉన్నరు. పక్క పోర్షన్ ఆడవాళ్లు వచ్చి గోడుగోడున ఏడుస్తున్న షాహీన్‌ను ఊకుండబెట్టాలని చూస్తున్నరు.

'...ఈ మధ్య ఎందుకో అంత హుషార్‌గ ఉంటలేదని అనుమానంగనె ఉండెనమ్మా.. ఇంతల ఇట్లైతదనుకో లేదమ్మా.. ఆయన లేకుంట మేం బతకలేమమ్మా.. ఇగ నేను, నా పిల్లలు అనాదలమైపోతిమి గదమ్మా.. అల్లా..! ఇట్లెందుకు చేసినవ్.. మమ్మల్ని ఇంత అన్యాలం చేస్తవా..?'

షాహీన్ ఏడుస్తనే ఉంది.. నా కొడుకు ఏడుస్తనే ఉండు.. నా బిడ్డ ఏడుస్తనే ఉంది...

***

ఫోన్లమీద అందరికి తెల్సిపోయింది.. హైదరాబాద్‌ల ఉన్న దోస్తులు, ఫ్యామిలీ ఫ్రెండ్స్, ముస్లిం–బహుజన–తెలంగాణ ఉద్యమ మిత్రులు అందరు వస్తున్నరు.

భావజాల పరంగా దూరమైన ఉద్యమ మిత్రులు సైతం ఎంతోమంది వొచ్చిన్రు. వాళ్లందర్నీ పలకరించాలని పించిది.. ఆశ్చర్యంగ నా దోస్తు సైదులు గూడ వొచ్చిండు. వాడు రాడేమో అనుకున్న. వాడికి తెలుస్తుందో లేదో అనుకున్న. వాడు ఏడాదికిందే మాతోని కట్టయిపోయిండు. వాడు వచ్చీ రావడంతోనే పొగిలి పొగిలి ఏడ్చిండు. వాడు ఏడుస్తుంటే నాకు ఎక్కడ్లేని ఏడుపొచ్చింది. వాణ్ణి అలాయ్‌బలాయ్ తీసుకోవాల్ననిపించింది. వాడు షానాసేపు ఏడ్చి సంభాలించుకొని నా పిల్లల్ని ఓదార్చిండు. వాళ్లు ఏడు స్తుంటే 'నేనున్న కదరా..' అని ఎన్ని ఓదార్పు మాటలో చెప్పుకుంట ఓదార్చిండు... ఐటెంక బైటికొచ్చి ఇగ వాడె అన్నీ తానై నా శవాన్ని నల్గొండకు తీస్కపోతానికి అన్ని ఏర్పాట్లు చేసిండు. బండి మాట్లాడి వెంట ఉండి అందరూ నల్గొండకు బయల్దేరిన్రు.. నా శవంతోపాటు, నేను కూడా..

ఇంకా షానామంది దోస్తులు, ఉద్యమ మిత్రులు వేరే బండి మాట్లాడుకొని వచ్చే కోషిష్‌ల ఉన్నరు..

నా శవం ఉన్న వ్యాన్ పోతున్నది. నా శవాన్ని చద్దర్ కప్పి పడుకోబెట్టిన్రు. అటుపక్క షాహీన్, నా పిల్లలు, ఇటుపక్క సైదులు, నా కొడుకు దోస్తు ఒకడు, నా ఆఫీసు మిత్రు డొకరు, ఉద్యమ మిత్రుడొకరు కూసున్నరు.

సైదులు మొఖానికి దస్తీ అడ్డం పెట్టుకొని ఏడుస్తు న్నడు.

వాడు నేను షానా జిగిరి దోస్తులం. చిన్నప్పట్నుంచి ఒకే కంచంల తిని ఒకే మంచంల పండుకున్నోల్లం. వాడు ఏడాది కిందే మాతోని కట్టయిండు. రెండు మూడు వారాలకోసారైన కలిసేటోల్లం. కలిసినప్పుడు దావత్ చేసుకొనేటోల్లం. వాడు ఆ మధ్య అప్పుల్ల పడ్డనని చెప్పి యాభై వేలు ఫైనాన్సుల తీసుకుండు. జర సంతకం పెట్టుర బై అంటే పెట్టిన. అవి కట్టలేక పొయిండు. దాంతోని అవి నా మెడకు సుట్టుకున్నై. నేనసలే అంతంతమాత్రం. మా షాహీన్ ఉండబట్టలేక గొడవ పెట్టుకుంది. దాంతోని మా ఇద్దరికి మధ్య చెడింది. మాట్లాడుకోవడం కూడ బంద్వైంది. దాంతో కలవక ఏడాదైంది. అదికాక హైదరాబాద్‌ల పెరిగిన ట్రాఫిక్‌తోని వాడా మూలకు, నేనీ మూలకు ఉండడంల గూడ కలవడం అంటే ఆసక్తి పొయింది. మొత్తానికి వాడు నేను సచ్చిపొయినంక కలవాల్సివచ్చింది!

ఇట్ల సైదులు గురించే కాక నా దోస్తులందరి గురించి ఆలోచించుకుంటున్న. నా చిన్ననాటి దోస్తుల కాణ్నుంచి క్లాస్‌మేట్లు, చేసిన ఆఫీసులల్ల దోస్తులు అందరు యాది కొస్తున్నరు. వాళ్లందరికి ఎట్ల తెలుస్తది?

మావోడి సెల్లు మోగుతనే ఉంది. నా సెల్లు గుడ ఆని దగ్గర్నె ఉంది. మోగినోల్లకల్లా నేను సచ్చిపోయిన్నని చెప్పలేక చెప్పలేక వాడు చెప్తనె ఉండు..

నల్గొండ చేరుకున్నం. మా గల్లీ అంతా ఎదురు చూస్తున్నది. వ్యాన్ ఆగంగనె పెడబొబ్బలు పెట్టిన్రు అందరూ.. నేను మా అమ్మీ కోసం చూస్తున్న. మా అమ్మనెవరో పట్టుకొస్తున్నరు. పడిపడి పోతున్నది అమ్మ. 'వో బేటో..! వో బేటో..!' అని సోయి తప్పిపోయినట్లయి తున్నది. నేను ఉరికిపోయి మా అమ్మను అల్లుకుపోయిన.

మా సులేమాన్ దిగి మా అమ్మను అల్లుకొని బోరున ఏడుస్తున్నడు. నా బిడ్డ నస్రీన్‌ని అల్లుకొని మా చెల్లెల్లు ఏడుస్తున్నరు. బీభత్సంగ ఉంది గల్లీ అంతా.

నా శవాన్ని దింపుతున్నరు. దింపి ఆ మందిని చీల్చు కుంట తెచ్చి మా యింటి ముందల మంచంల పండుకోబెట్టిన్రు. ఏడుపుల హోరు ఆకాశాన్నంటుతున్నది. నా మొఖం పై నుంచి దుప్పటి తీసిన్రెవరో.. మా చెల్లెళ్లు, మా అమ్మ నా శవం మీద వాలిపోయిన్రు.. మా తమ్ముడు గుండెలు బాదుకుంట ఏడుస్తున్నడు. మా నాయ్న ఏడుస్కుంట వచ్చి నా మొఖాన్ని చేతుల్లకు తీస్కొని– 'మేం పోకముందే ఎందుకురా మమ్మల్ని ఇంతబాధ పెట్టినవ్ బేటా..!' అంటుంటే ఏడుపుల హోరు మరింత ఎక్కువయ్యింది..

'మెరె బేటో.. మెరె బేటా..! నువ్వు లెవ్వంటె మేం ఎట్ల తట్టుకుంట మనుకున్నవ్‌రా.. మేమింక ఎట్ల బతకాల్రా.. మమ్మల్నింత అన్యాలం చేస్తవనుకోలే బేటే..!' అని తల కొట్టుకుంటున్నది మా అమ్మ.. మా చెల్లెల్లు భూమ్మీద పొర్లాడుకుంట ఏడుస్తున్నరు.. గల్లీ గల్లీ అంతా ఏడుపుల వాగై ప్రవహిస్తున్నది..

నేను పక్కన ఉండిపోయి– చూస్తున్న. వీళ్లందరికి నేను చేసిందేమీ లేదు. ఒకిన్ని పనికొచ్చే మాటలు చెప్పడం తప్ప. ఇంక కొందరిని వాళ్లకు అర్థంకాని, అర్థమైనా చెయ్యలేని పనులు, మాటలు చెప్పి విసిగించిన్నేమో! మొత్తానికి ఇంతమందికి ఇంతగనం ప్రేమ ఉందా తనంటే! అట్ల అని కొద్దిగ జాగ్రత్తగ ఉండి నన్ను నేను రక్షించుకోవలసుండెనా? ఏమో.. అది సాధ్యమయ్యే స్వభావమా తనది..

'నువ్వు నీ సొంత మనుషుల కన్నా పరాయి మనుషుల గురించే ఎక్కువ ఆలోచిస్తవ్' అనేది షాహీన్! ఎవరు పరాయి? ఎవరు సొంతం? ఇవాళ్టికి అందరితో తెగిపోయింది. రేపటికి మన్నులో మన్నైపోత!

మధ్యాహ్నామైపోయింది. మగ్‌రిబ్ నమాజ్‌ల కలపాలె అనుకుంటున్నరు. ఖబర్ తవ్వడానికి చెప్తున్నరు. స్నానం చేయించడానికి ఏర్పాట్లు చేస్తున్నరు. నీళ్లు వేడి చేస్తున్నరు, యాప ఆకులేసి..

అన్నింట్ల ముందుండి సైదులు పనులు చూసుకుం టుండు. వొచ్చేవోళ్లు వొస్తనే ఉన్రు.. మొత్తం ఆ వాడకట్టం తా మా చుట్టాలోల్లతోని నిండిపోయింది. మా ఇంటోళ్లంతా ఏడ్శి ఏడ్శి సొమ్మసిల్లిపోయిన్రు.

హైదరాబాద్ నుంచి మినీ బస్‌లో నా దోస్తులు, ఉద్యమ మిత్రులు ఒచ్చిన్రు. వాళ్లంత పరేషాన్ ఉన్నరు..

'చలో చలో లేటయితుంద'నుకుంట స్నానానికి లేపిన్రు. ఇంటి ఆవరణల ఒక చెక్క బల్ల ఏసి నన్ను అక్కడికి చేర్చిన్రు. చుట్టు దుప్పట్లు పట్టుకుని కొందరు నిలబడ్డరు. ఇద్దరు అపరిచితుల్లోంచి ఓ గడ్డపాయన నా పైన తెల్లగుడ్డ ఒకటి కప్పి లోపల చట్టచట్ట నా బట్టలు ఒలిషిండు. మా తమ్ముణ్ని, నా కొడుకును పిలిషిన్రు. మా తమ్ముణ్ని తల వైపుండమని, సులేమాన్‌ను కాళ్లవైపుండమని చెప్పి, సబ్బు పెట్టి నా ఒళ్లంత బాగా రుద్దమని చెప్తున్నరు. బట్ట లోపలికి బాగ నీళ్లు పోసుకుంట ఒంటిని రెండుసార్లు సబ్బు పెట్టి రుద్దిరుద్ది స్నానం చేయించిన్రు. బహుశా చిన్నప్పుడు మా అమ్మ అట్లా చేయించి ఉంటది. ఇదే ఇగ ఆఖరి స్నానం..!

స్నానం అయినంక బాగ తుడిషి మట్టసంగ తెల్లటి కఫన్‌లో చుట్టి తీసుకొచ్చి ఇంటి ముంగల బల్లేపీట మీద పండుకోబెట్టిన్రు నన్ను. మొఖం వరకు కనిపించేటట్లు విప్పి న్రు. అందరు జల్ది జల్ది చూసి పక్కకు జరగాల్నని చెప్పిన్రు.

ఆఖరికి మా అమ్మ.. మా చెల్లెళ్లు.. నా బిడ్డ.. అందరూ గోలగోలగ ఏడ్సుకుంట వచ్చి నన్ను చూస్తున్నరు.. ఆఖరి సారి.. చూసి పక్కకు జరిగి నిలబడుతున్నరు. నా చుట్టూ పెద్దగుంపై నిలబడ్డరు అందరూ. చివరికి మా అమ్మీని పిలిషిన్రు. దూద్ బఖ్‌షనా చేయడానికి. సోలిపోయి ఉన్న మా అమ్మీను ఆడవాళ్లు పట్టుకొచ్చి బల్లేపీట పక్కన నా శవం దిక్కు మలిపి ఏసి ఉన్న కుర్సీల కూసొబెట్టిన్రు. 'దూద్ బక్షో!' అన్నరెవరో.. 'దూద్ బఖ్‌షీ హూఁ..!' అని ఎంతో కష్టంగ పైకి అనగలిగింది మా అమ్మీ.

'ఛీ.. బతుకు పాడుగాను.. ఏం చెయ్యగలిగినాన్రా జన్మనిచ్చిన తల్లికి.. ఏం పట్టించుకోకపోతి. ఛత్' అనుకున్న నేను.

తర్వాత షాహీన్‌ను పిలిషిన్రు. ఆడోళ్లు పట్టుకొచ్చిన్రు. నా మీద పడి ఏడుస్తున్నది షాహీన్.. వద్దని వారిస్తున్నరు పెద్దవాళ్లు. 'మెహెర్ బక్షో! మెహెర్ బక్షో!' అని అంటున్నరెవరో..

మెహెర్ ఎంతో ఎవరో చెప్పిన్రు- 'దో తొల్లే షరాయ్.. ఏక్ తొల్ల సుర్ఖ్.. 25 హజార్ జోడె కీ రఖమ్!' షాహీన్ వాటిని ఉచ్చరించి- 'మెహెర్ బఖ్‌షీ హూఁ..!' అన్నది పూడుకుపోయి బైటికి రాని గొంతుతోని..

'ఛ.. ఏం బతుకు బతికినవ్‌రా.. కనీసం దో తొల్లే షరాయ్.. ఏక్ తొల్ల సుర్ఖ్.. 25 హజార్ జోడె కీ రఖమ్ అయ్‌నా షాహీన్‌కు తీర్చుకోలేకపాయ్‌నవ్..' అనిపించింది నాకు.

'ఇగ చలో! చలో!' అనుకుంట తొందరపెట్టిన్రు పెద్దోళ్లు.. దాంతో నా మొఖాన్ని కఫన్‌తో కప్పేసి కట్టేసిన్రు. కట్టేస్తుంటే మావోళ్ల ఏడుపులు మరింత ఎక్కువైనయ్.. శవాన్ని లేపుతుంటె మరింత హోరెత్తింది. నా బిడ్డ బోరుమంటు నా నిర్జీవ దేహాన్ని అల్లుకుపొయింది. ఆమెను ఓదార్చుకుంట పక్కకు జరిపి, నా శవాన్ని బయటికి తీసుకొచ్చి బయట అప్పటికె తెచ్చి పెట్టి ఉన్న డోలా లో పడుకోబెట్టిన్రు. డోలా పైన ఆకుపచ్చని గుడ్డ కప్పేసి చుట్టూ నాలుగు మూలలు కట్టేసి ఇక డోలా లేపిన్రు. లేపుతుంటె ఒక్కసారిగ ఏడుపులు పెడబొబ్బలైనయ్.. నా కొడుకు, నా తమ్ముడు డోలా ఎత్తకుంట అడ్డం పడుతున్నరు ఏడుస్కుంట. వాళ్లను వారించుకుంట డోలా ఎత్తిన్రు.

'లాయిలాహ ఇల్లల్లాహ్.. మహమ్మదుర్ రసూలిల్లాహ్' అనుకుంట, భుజాలు మార్చుకుంట జనాజా ఖబ్రస్తాన్ దిక్కు సాగిపోతున్నది. నేను వెంట పడి పోతున్న! పక్కన పోతున్నవాళ్లు గూడా వాహనాలు ఆపి వొచ్చి మరీ జనాజాకు భుజం ఇచ్చి మల్ల పొయ్ వాహనాలు తీసుకొని పోతున్నరు.

మజీదుకు చేరింది జనాజా..

***

మజీదుల దువా (జనాజా నమాజ్) ఐనంక మళ్ల పయనం..

ఖబ్రస్తాన్‌లకు ప్రవేశించింది జనాజా.. ఖబర్ తవ్వి ఉన్న చోటికి పోంగనే జనాజా దింపి పైన కప్పిన గుడ్డ తీసిన్రు. ఖబర్‌లకు ఒకరు దిగి అత్తర్లు, గులాబీ తైలం తదితర సుగంధ ద్రవ్యాలు చల్లిన్రు. చివరిసారి మొఖం చూపెట్టిన్రు. నేను కూడా చివరిసారి నా మొఖం చూసు కున్న. మళ్ల కనిపిస్తదో లేదో..! పరుగు పరుగున ఖబ్రస్తాన్ ఒచ్చిన నా చిన్ననాటి దోస్తు యాదయ్య ఆఖరిసారి నా మొఖం సూడ గలిగిండు. వీడెంత దూరం నుంచి వచ్చిండు నా కోసం అనిపించింది. ఎక్కణ్నో మూడొందల కిలోమీటర్ల దూరం నుంచి వచ్చిండాడు. మొత్తంగ షానా దినాలసంది కనిపించని చుట్టాలు, దోస్తులంత నేను సచ్చిపొయిన్ననంగనె ఆఖరి సూపుకు ఎక్కడెక్కడి నుంచో రావడం సూస్తె వాళ్లంత నాకన్నా ఎంతో ఎదిగి ఉన్నరనిపించింది..!

ఆఖరిసారి కళ్లొత్తుకున్నరు నా తమ్ముడు, నా కొడుకు. ఆళ్లిద్దరు, మా కక్కయ్యలు, మామలు, చిన్నాయనలు, చెల్లెళ్ల పిల్లలు అందరూ పట్టి నా శవాన్ని ఖబర్ లకు దింపిన్రు. లోపల ఉన్నాయనతో పాటు ఇంకొకాయన దిగి శవాన్ని ఎడమ పక్కకు జరిపి సోల్పుగ నాపరాళ్లు పెట్టిన్రు. పచ్చి మట్టితోని పూసిన్రు. పైకెక్కిన్రు. ఏం జెయ్యాల్నో నాకు సమజైతలేదు! ఇక అందరూ మట్టి నా సమాధిలోకి వెయ్యబట్టిన్రు.

***

ఒక్కసారిగ మట్టి వచ్చి నా మొఖం మీద పడుతున్నట్లు నిపించింది.. ధన్‌న లేషి కూసున్న! కొద్దిసేపు ఏం సమజ్ కాలె. చుట్టు చూసిన. చిత్రం! పక్కన షాహీన్ పండుకొనున్నది. హైదరాబాద్‌ల.. మా కిరాయింట్ల.. నా మంచంపై లేషి కూసొనున్న! ఓహ్.. అయితె నేను చచ్చిపోలేదా!? నన్ను నేను తడిమి చూసుకున్న. తాకుతున్న. హమ్మయ్య! బతికిపొయ్‌న. నిజంగనె చచ్చిపొయిన్ననుకున్నగదా! గుండె ఊటగ కొట్టుకుంటున్నది. సప్పుడు బైటికి వినిపిస్తున్నది..

ఒఫ్ఫో.. నిజంగనె ఈ టైములనేను చచ్చిపోతె.. నా షాహీన్‌కు– నా బిడ్డలకు– నా తల్లిదండ్రులకు– నా తోబుట్టువులకు– ఎంత కష్టం కలిగించినోన్నయిత.. ఇగ జల్ది జల్ది నాకు చేతనైనంతగ వాళ్ల కష్టాలు తీర్చాలె. సమాజానికి చెయ్యగలిగింది ఇంక షానా మిగిలే ఉంది.. ఈ లోపల ఆరోగ్యం గురించి జర జాగ్రత్త పడాలె.. ముఖ్యంగ నేనంటె అంత పానం ఇస్తున్న వాళ్లందరినీ ఒక్కసారి ఇయాల ఫోన్‌లనన్నా పలకరించాలె.. ఈ పరుగుల యుగం ఎంత పనిచేస్తున్నదీ.. మనుషుల్ని ఎంత ఎడం చేస్తున్నదీ! ఎన్నాళ్లయింది అందరికీ ఫోన్లు చేసి.. మొదలు సైదులుకి చేయాలె.. వాడితో మాట్లాడక యేడాది దాటిపొయింది.. ఛ.. ఒక్క యాభై వేలు ఎంత పనిచేసినయ్..

ఫోన్ ఆన్ చేసి మొదలు సైదులుకు కలిపిన.

*

27 మార్చి 2011 ఆదివారం వార్త

షుక్రియా...

మొదటి ముద్రణకు ముందుమాటలు రాసిచ్చిన కె.శ్రీనివాస్, అఫ్సర్, కనీజ్ ఫాతిమా.. ముఖచిత్రం రచించిన రమణ జీవి, బొమ్మలు వేసిన అక్బర్, జావేద్, అన్వర్, అనంత్, కాసుల ప్రతాపరెడ్డి, మద్దూరి నగేష్‌బాబు, పైడి తెరేష్‌బాబు, ఖాజా, సిద్ధార్థ, ఎస్.రామకృష్ణ, కృపాకర్ మాదిగ, ఎమ్ టి ఖాన్....

నా కథల పాత్రలకు జీవం పోసిన మా అమ్మీ హాజీబేగం, చెల్లెళ్ళు షరీఫా, సాలెహా, యాస్మిన్, తమ్ముడు షరీఫ్‌బాబ, తన జ్ఞాపకాలను మిగిల్చి వెళ్ళిపోయిన అబ్బా గులాం మహమ్మద్..

నా కథల్ని విని, చదివి మంచిచెడ్డలు పంచుకున్న షాజహానా, దిలావర్, రహమతుల్లా, సుంకిరెడ్డి నారాయణరెడ్డి, సంగిశెట్టి శ్రీనివాస్, జిలుకర శ్రీనివాస్, వేంపల్లి షరీఫ్, యండి యాకూబ్‌పాష, ఇనాయతుల్లా, అన్వర్, హనీఫ్, అలీ, పసునూరి రవీందర్.. వసంతలక్ష్మి, గుడిపాటి, పూడూరి రాజిరెడ్డి, ఊడ్గుల వేణు, బల్లెడ నారాయణమూర్తి, ప్రశాంత్, వేముల ఎల్లయ్య, పగడాల నాగేందర్, అరుణ పప్పు..

ఓల్గా, షఫియొద్దీన్, యేదుల గోపిరెడ్డి, వెల్దండ శ్రీధర్, నందివాడ భీమారావు, కోడూరి విజయ్‌కుమార్, షంషాద్ బేగం, వుప్పల బాలరాజు, నీహారిణి, షఫి, మహమ్మద్ అన్వర్, దున్న యాదగిరి, పిల్లలమర్రి రాములు, విల్సన్, మాగంటి సూర్యం, నందివాడ భీమారావు, హేమసుందర్, రైల్వే రవీంద్ర..

నా కథలు అచ్చేసిన ఆదివారం ఆంధ్రజ్యోతి, 'వార్త' ఆదివారం, 'చింత' సంచిక, తెలుగు కథ డాట్ కామ్, గమనం ప్రత్యేక సంచిక, చూపు కథల ప్రత్యేక సంచిక, సాక్షి ఫండే...

'హర్యాలి' దోస్తులకు, 'సింగిడి' స్నేహితులకు......,

దళిత – బీసీ సాహిత్య మిత్రులకు.......

* * *

* అఫ్సర్

అవతలి గట్టుమీది చీకటి గురించి...

There is always the other side, always.

-Jean Rhys

సాధారణ తెలుగు కథ నించి తెలంగాణ కథని విడిగా ఎట్లా నిర్వచించుకోవాలనే సాంప్రదాయ విమర్శకుల సందిగ్ధం తేలక ముందే, తెలంగాణ ముస్లిం కథకులు మరో కొత్త సవాలు మన ముందుకు తీసుకువస్తున్నారు. ఇప్పుడు ఇక తెలంగాణ కథని మాత్రమే కాకుండా, తెలంగాణ ముస్లిం కథని కూడా ఎట్లా విడిగా నిర్వచించుకోవాలో తేల్చుకోవాల్సిన అవసరం వస్తోంది. ఇది ఇప్పుడిప్పుడే తేలే సంగతి కాకపోవచ్చు. కానీ, ఈ చర్చ మొదలు కావాల్సిన అవసరం వుందని ఇటీవలి తెలంగాణ ముస్లిం కథలు వొత్తిడి తెస్తున్నాయన్నది నిజం. అయితే, తెలంగాణ కథని నిర్వచించడం కంటే, తెలంగాణ ముస్లిం కథని నిర్వచించడం కష్టతరం అన్న విషయాన్ని ముందుగా మనం గుర్తించాలి. తన లెజిటిమసీ కోసం తెలంగాణ కథకుల కంటే, తెలంగాణ ముస్లిం కథకులు ఎక్కువ సవాళ్లని ఎదుర్కోవాల్సి వుంటుందన్న సాహిత్య సామాజిక సాంస్కృతిక చేదు వాస్తవికతని కూడా మనం గుర్తించాలి.

ఈ సంపుటిలోని కథల్ని పునఃకథనం చేసి, వాటిని చేతులారా ఖననం చెయ్యడం కంటే - ఈ కథల రక్తమాంసాల్లోంచి స్కైబాబ మౌలికంగా ప్రతిపాదిస్తున్న ముస్లిం సాంస్కృతిక చర్చకి తలుపు తీసే ప్రయత్నం ఈ నాలుగు మాటలు. ముఖ్యంగా, మూడు ప్రధానమైన అంశాల చుట్టూ ఈ చర్చ జరగాల్సి వుంది. అందులో మొదటిది: మెజారిటీ సాహిత్యం అంటూ వొకటి వున్నప్పుడు అది నిర్మించి పెట్టిన మూసల్లో మైనారిటీ భావన ప్రతిఫలనాలు ఎట్లా సాహిత్యమవుతాయి? వాటి ప్రాతినిధ్యాన్ని ఎట్లా చూడాలి?; రెండోది: ఒక స్థానిక అంశంగా తెలంగాణ, అందులో ముస్లింల పాత్ర; మూడోది: కథా వస్తువు- శిల్ప పరిధుల్లో ఆ రెండు అంశాలు ఎట్లా కలిసి పనిచేస్తాయి? కథా వస్తువులోనూ, శిల్పంలోనూ స్కైబాబ ఈ కథల్లో చేస్తున్న ప్రయత్నానికి ఈ మూడు అంశాల చుట్టరికం వుంది.

వాస్తవానికి సాహిత్య సంస్కృతిలో మెజారిటీ - మైనారిటీ అన్న భావన ఎలా పనిచేస్తుందో, దాని కదలికలు ఏమిటో ఇంకా మనకి వొక పూర్తి అవగాహన

ఏర్పడలేదు. అసలు ఆ సామాజిక భావన సాహిత్యంలో నిజంగా పనిచేస్తుందా అన్న "సత్సంశయాలు" కూడా దురదృష్టవశాత్తూ కొందరిలో వున్నాయి. ఈ సత్సంశయాల మబ్బులు తొలగితే తప్ప, మెజారిటీ – మైనారిటీ అన్న భావన ఆచూకీ దొరకదు. సంవాద రూపంలో (discourse level) తెలుగు ముస్లిం రచయితలు తరవాతి దశలో మైనారిటీ అన్న "అధికారిక" భాషని వదిలించుకునే ప్రయత్నం చేసినా, సాంస్కృతిక రూపంగా మైనారిటీ అనే భావన పని చెయ్యకమానదు. సామాజికంగానే కాదు, సాంస్కృతికంగా కూడా అనేక విధాన నిర్ణయాలు ఈ చట్రంలోనే పనిచేస్తాయి కనుక. ఈ మైనారిటీ సాంస్కృతికత అనేది ఎట్లా నిర్మించబడుతుందో, ఎట్లా కొనసాగించబడుతుందో స్కైబాబ కథలకి ప్రధాన నేపథ్యం.

మిగిలిన అస్తిత్వాల కంటే ముస్లిం అస్తిత్వానికి కొంత అదనపు చరిత్ర వుంది. అంతర్జాతీయ స్థాయిలోనూ, జాతీయ స్థాయిలోనూ అది ఇస్లామిక్ అస్తిత్వ సమస్య అయితే, ప్రాంతీయ స్థాయిలో, అంటే తెలుగు రాజకీయాల పరిధిలో అది తెలంగాణ అస్తిత్వంతో, ఆ పైన తెలంగాణ ముస్లిం రాజకీయ వునికితో, కొంత గత అధికార రాజకీయాలతో ముడిపడిన అస్తిత్వ సమస్య. ఇది మూడంచెల అణచివేత కింద నలుగుతున్న అసిత్వం. ముస్లిం లకి సంబంధించిన ఏ చర్చ అయినా, ఇలాంటి మూడంచెల అణచివేత సవాళ్లని ఎదుర్కోక తప్పడం లేదు. సమకాలీన రాజకీయ చర్చల్లో, సాంస్కృతిక సంవాదాల్లో ముస్లింలు ఇప్పటికీ అన్ని విధాలా పరాయివాళ్లే. ముఖ్యంగా, తెలుగు సాహిత్య సాంస్కృతికతలో ఇంకా వాళ్ల వాటా వాళ్లకి దక్కనిచ్చే స్థితి లేనే లేదు. తెలంగాణ ముస్లిం కథకులు – ఈ పుస్తకం విషయానికి వస్తే స్కైబాబ లాంటి వొక తెలంగాణ ముస్లిం రచయిత – సంప్రదాయ తెలుగు కథావిమర్శ ప్రమాణాల బెంచ్ మార్కు దృష్ట్యా చూస్తే, తనని తాను వొక మంచి వచన రచయితగానో, కథకుడిగానో నిలబెట్టుకోవడానికి ఇప్పుడున్న పరిస్థితుల్లో నరకయాతన పడాల్సిందే. దీనికి బలమైన కారణం మొత్తంగా తెలంగాణ కథా సాహిత్యమే అనుభవిస్తున్న రెండు రకాల పీడన. సాహిత్య సాంస్కృతిక చరిత్ర, కథా శిల్పం పేరిట కనిపించని సంకెలల అధిక బరువు. ఈ రెండు రకాల బరువుల కింద నలిగిపోతూ తెలంగాణ ముస్లిం కథ ఇంకా తన సాహిత్య ఉనికికి తగ్గట్టుగా విమర్శ సాధనాలు సమకూర్చుకోవాల్సి వుంది. ఈ రెండు రకాల పీడనల్ని శక్తి మేరా వుపయోగించే ప్రధాన స్రవంతి – అలాంటిది వొకటి వుందని భ్రమింపజేసే – తెలుగు కథా సాంస్కృతికత స్కైబాబ కథలకి అంత తేలికగా రాజముద్ర వెయ్యదన్నది నిజం. బహుశా, ఇది స్కైబాబ వొక్కడి సమస్య కాదు. ఎక్కువగా తెలంగాణ కథకులకు, అంతకంటే మరీ ఎక్కువగా తెలంగాణ ముస్లిం కథకులకు వర్తించే విషయం.

ఈ నేపథ్యంలో స్కైబాబ కథా సంకలనం "అధూరె" వొక సాంస్కృతిక అస్తిత్వ

ఘోష. సొంత గొంతు కోసం గొంతు చించుకునే ప్రయత్నం. ప్రధాన స్రవంతి రాజకీయ శిబిరాల పద్మవ్యూహంలోంచి సజీవంగా/సశరీరంగా బయటపడాలన్న తీవ్ర వాంఛతో పెగలివస్తున్న కేక. ఆ కేక చరిత్రని వెతుక్కుంటూ, స్కైబాబ కథల్ని దగ్గిర పెట్టుకున్నప్పుడు, తెలంగాణ ముస్లిం కథ గురించి – కొంత దూరంగా – భవిష్యత్తులోకి ఆలోచించే ప్రయత్నం కూడా అవసరమే.

***

దృక్పథం వున్న ప్రతి రచయితా తన రచనలో కాలాన్ని పునర్నిర్మించుకుంటాడు. గతంలోకి వెళ్లే ముందు ఆ గతం తన వర్తమానంలో, తన భవిష్యత్తులో ఎట్లా రూపాంతరం చెందుతుందో తెరచి చూసుకుంటాడు. ఈ ధోరణి మైనారిటీ సాహిత్యంలో బలంగా కనిపిస్తుంది. మైనారిటీ సాహిత్యం అంటే కేవలం ముస్లిం సాహిత్యమే కాదు ప్రధాన స్రవంతి – కేంద్రిత సాహిత్యంలో వొదగని ప్రతి ధోరణి – ముఖ్యంగా స్త్రీ, దళిత, స్థానిక – సాహిత్యం కూడా. ఈ ధోరణి రచయితలు కాలాన్ని దర్శించే తీరు వాళ్ళు ఆధునికతని ఎట్లా నిర్వచించుకుంటారన్న పునాది మీద ఆధారపడి వుంటుంది. ఆధునికత చర్చలో కాలం పాత్రని తిరిగి నిర్వచిస్తూ, రచయితకి అది చరిత్రని సొంతం చేసుకునే (historical reclaimation) ప్రక్రియ అంటాడు వాల్టర్ బెంజమిన్ "Thesis on the Philosophy of History" అనే ప్రసిద్ధ వ్యాసంలో (1968).

వర్తమానంలో నిలబడి గతాన్ని, అది సృష్టించే మిధ్యా వాస్తవికతని గుచ్చి గుచ్చి ప్రశ్నిస్తాడు ఈ చారిత్రక స్పృహ వున్న రచయిత. తన కాలంలో వున్న అన్ని గత వ్యక్తీకరణల్ని / వాటి వర్తమాన వక్రీకరణల్ని విమర్శించడం ద్వారా మైనారిటీ రచయిత ఇంకో వర్తమానం నిర్మిస్తాడు. స్థానిక అస్తిత్వ పునర్నిర్మాణంలో ఇది చాలా అవసరమైన సైద్ధాంతిక సాధనం. స్థానికతని సాహిత్యంలో బలమైన భావనగా నిలబెడ్తున్న ఇప్పటి తెలంగాణ రచయితలు ముఖ్యంగా చేస్తున్న పని కూడా ఇదే. అయితే చరిత్ర మీద వున్నంత దృష్టి మనకు ఆ చరిత్రలో అంతర్భాగంగా పని చేసే ఈ కొత్త వాస్తవికత మీద కూడా వుంటే తెలంగాణ సాహిత్యం తొవ్వలే మారిపోతాయి.

చాలా మంది తెలంగాణ కథకుల మాదిరిగానే, స్కైబాబ కథా గతం, వర్తమానం కేవలం గత, వర్తమాన సమస్య కాదు, కేవలం సాహిత్య సమస్యా కాదు, ఈ సమస్య లోతుల్లోకి వెళ్లడానికి కొంత గతంలోకి వెళ్లక తప్పదు. కొన్ని అసాహిత్య / సాహిత్యేతర విషయాలూ చర్చించక తప్పదు. ఆ గతంలో తెలంగాణ కథ ఏమిటో, అందులో తెలంగాణ ముస్లిం ఎవరో కొంత వెతుక్కోవాలి.

పుట్టిన వెంటనే వలస వాద ఆధునికత చేత అపహరించబడిన శిశువు తెలుగు కథ. తెలుగు కథ పుట్టుకా పెరుగుదలా అంతా ఆ తరవాత వలస వాద పెంపుడు వారసత్వాల నించి మాత్రమే చూస్తూ వచ్చాం. ఆధునిక కథకి జన్మస్థలం కోస్తా

తీరం వెంట చూపిస్తూ, ఆ స్థానికతలోని వలసవాద, లేదా ఆంగ్ల - కేంద్రిత మూలాల్లో తెలుగు కథని చరిత్రీకరించడంలోనే ఈ వారసత్వం దారి మళ్లింది. తెల్ల వాళ్ల పాద ధూళితో పావనం అయితే కానీ, మనకి సాంస్కృతిక చరిత్రా లేదు, సాహిత్య చరిత్రా లేకపోయింది. తెలుగు కథ ఇంగ్లీషు మూలాల్లోంచి పుట్టలేదనీ, దాని అసలు మూలం మన ఆదిమ సాహిత్య చరిత్రలో వుందని ఇప్పటికీ గుర్తించలేని స్థితిలోనే వున్నాం. దానికి ప్రధాన కారణం - బ్రిటిష్ ఆంధ్రా కథ వలసవాద ఆలోచనల్లోంచి, శిల్పంలోంచి నేరుగా దిగుమతి అయిన సరుకు.

అలాంటి దిగుమతి సరుకుని ధిక్కరించడంతో మొదలయ్యింది తెలంగాణ కథా చరిత్ర. ఇటీవలి కాలంలో ముస్లిం రచయితలు తిరిగి ఆ చరిత్రలోకి ప్రయాణిస్తూ, ఆ సాంస్కృతిక వాస్తవికతని ఆవిష్కరిస్తూ వుండడంతో ఆ ధిక్కారానికి శక్తి తోడయ్యింది. ఉర్దూ అనేది రాజభాష కాదనీ, అది ప్రజల భాష అన్న గుర్తింపు కలిగించడం ద్వారా మాత్రమే ఈ సాంస్కృతిక చరిత్రకి న్యాయం జరుగుతుంది. ఈ చరిత్ర పునర్నిర్మాణం ప్రక్రియలో భాగంగానే స్కైబాబ గాని, ఇతర తెలంగాణ ముస్లిం రచయితలు గాని ఉర్దూ పదాల ద్వారా ఇప్పటి దాకా అస్పృశ్యంగా మిగిలిపోయిన ముస్లిం సాంస్కృతిక భావనలని తిరిగి వెతుక్కుంటున్నారు. తమ జీవితాల్లోని ఈ ముస్లింతనాన్ని ఆవిష్కరించే ముందు దానిని కప్పేస్తున్న / లేదా ఇతరేతర సాధనాలతో దానిని అవాస్తవీకరిస్తున్న చరిత్రని reclaim చేసుకోవాల్సిన అవసరం ముస్లిం రచయితలకు వుంది. స్కైబాబ కథల్లో ఈ అవసరం భాషతో మొదలై, సామాజిక ఉద్యమాల పునర్ నిర్వచనం దాకా కొనసాగుతుంది. తెలుగు కథల్ని ఉర్దూ పదాల మాలిన్యం నించి కాపాడాలనుకునే వృథా ప్రయత్నంలో సంస్కృత దాస్యానికయినా వెనకాడని నవీన సాంప్రదాయ వాదులకి ఈ కథలు చదివీ చదవక ముందే వొక పెద్ద సవాలే అవుతాయి. ఈ "తెలుగుర్దూ" భాష లేదంటే తురకం వినినంతనే మన conditioned చెవులకి అపచారమనిపిస్తుంది. అధికారిక భాష అనేది మన ఆలోచనల్ని ఎట్లాంటి చట్రాల్లో బంధించి పెడుతుందో, అట్లాంటి చట్రాల్ని పగలగొట్టే పనితో ఈ కథకుడి యాత్ర మొదలవుతుంది.

***

ఈ కథల సంపుటికి స్కై పెట్టుకున్న పేరు "అధూరె". అంటే, "పూర్తి కానివి" అని అర్థం. ఈ సంపుటిలో చాలా మటుకు కథలు జీవితాన్ని అంటిపెట్టుకుని వుండే వొక పూర్తిగాని తనాన్ని చెప్పుకొంటూ వెళ్తాయి. ఈ కథల్లోని కొన్ని జీవితానుభవాలు నిజంగా పూర్తయ్యాయా అన్న సందేహంలో 'ముగుస్తాయి'. ఒక ముగింపు రాహిత్యం ప్రతి కథనీ, ఆ కథలోని పాత్రల్నీ, వాటి అనుభవాల్నీ వెంటాడుతుంది. కథలన్నీ చదివాక రచయిత, ఈ కథలు చెప్పడానికి వాడిన రెండు భాషలు కూడా ఆ అనుభవాల

భాషని విప్పలేకపోయాయన్న క్షోభ మనకి మిగుల్తుంది. కథ మళ్ళీ మొదటికి - అంటే భాషకి - వచ్చినట్లు మనకి అర్థమవుతుంది. ఈ కథలు తెలుగు కథ స్థాయి నించి తెలంగాణ కథకీ, అటు తరవాత తెలంగాణ ముస్లిం కథకీ పరిణతి చెందడానికి వెనక ఈ రెండు అంశాలు - సాధారణ భాష, అనుభవ వాహిక - బలమైన పునాదులు. ఈ పునాదులు రెండూ అసంపూర్ణంగా మిగిలి వున్నాయన్న అస్తిత్వ క్షోభని శీర్షికే చెబుతుంది.

తెలంగాణ ముస్లిం అనుభవాన్ని తర్జుమా చేయగలిగే శక్తి ఈ సాధారణ భాషకి వుందా? అన్న శంకతో ఈ కథా రచయిత బయలుదేరుతాడు. ఇప్పటికే ఏర్పడి వున్న తెలుగు సాహిత్య భాష ఎంత వరకూ తెలంగాణ భాష అన్న సందేహమూ ఇందులో కలిసి వుంది. ఆ సాహిత్య భాష వైఫల్యాన్ని చెప్పాలన్న తపన శీర్షికలో వుంది. తరవాతి కథల్లో వర్ణనల్లోనూ, పాత్రల సంభాషణల్లోనూ అది కొనసాగి, పఠితని కాసేపు సందిగ్ధంలో పడవేస్తుంది. ఆ సందిగ్ధత అలవాటు పడిన కొద్దిసేపటికే ఇందులోని ముస్లిం జీవితం సందిగ్ధత రెండో దశకి తీసుకువెళ్తుంది. మొత్తంగా తెలుగు ముస్లిం సాహిత్యం ముందు వున్న పెద్ద సాంస్కృతిక సమస్య - ఈ సందిగ్ధతతో సహా తన పాఠక వర్గాన్ని ఎట్లా సృష్టించుకోవాలా అన్నది తెలుగు కథలకు ఇప్పటికే ఏర్పడివున్న పాఠక వర్గం కాక, అదనంగా కొత్త పాఠకులని అందుకోవడానికి ఈ కథలు వుపయోగపడతాయి.

కానీ, స్కైబాబ ఈ కథల్లో కొన్ని సాంస్కృతిక సంక్లిష్టతల్ని ఒక శిల్ప విధానంతో తేలికగానే నెగ్గుకొచ్చాడు. కథల్లోని ఒక వర్ణనా సారళ్యం, ఒక విధమైన under-statement వ్యూహం, సూటిగా అనుభవంలోకి తీసుకువెళ్లే నిర్మాణ సౌందర్యం, అన్నిటికీ మించి ఇంతకు ముందు ఎక్కడా చెప్పబడని తాజాతనం.... వుస్మానియా బిస్కట్‌తో ఇరానీ చాయి తాగినట్టుగా అనిపిస్తాయి. మొదటి కథ నించి చివరి కథ దాకా వెళ్లడానికి పఠితకి కొంత వ్యవధి పట్టినా సరే, ముస్లిం అనుభవంలోని సాధారణ అంశాలు, వర్తమాన అంశాలుగా నిలిచే వాటిని కథావస్తువుగా తీసుకోవడం ద్వారా, ఆ అంశాలు ఎంతో కొంత ముస్లిమేతర సమూహాలకి కూడా సమస్యలే అయి వుండడం వల్ల ఇందులోని పాత్రలు మనకి పూర్తి అపరిచితంగా మిగిలిపోయే స్థితి నించి తప్పించుకున్నాయి. అందుకే, ఈ కథల్లోని వర్తమానం పఠితకి వొక తక్షణ వాస్తవికత. పైకి, నిర్దిష్ట ముస్లిం సమస్యలుగా కనిపించేవి - ముఖ్యంగా 'మొహబ్బత్' కథలో సౌందర్య భావన, 'చోటీ బహెన్'లో బుర్ఖా, 'మజ్బూర్' కథలోని గరీబీ, 'కబూతర్' కథలో ఆడపిల్ల తల్లి వేదన - లాంటివి సాధారణ వర్తమానం అంశాలు. వాటితో మమేకం కావడానికి పఠితకి "ముస్లిం" అనుభవం గానీ, ఆ భాష గాని ఆటంకం కావు. ఇక, 'దస్తర్', 'వతన్' లాంటి కథలు నిర్దిష్టంగా ముస్లిం అనుభవాలు. ఈ

రెండు రకాల అనుభవాల మధ్య పరితని నడిపించడంలో స్కైబాబ సఫలమయ్యాడు. ఆ నడకలోనే ఈ కథల్ని తెలంగాణ ముస్లిం కథగా మలిచిన నేర్పు కూడా వుంది. ఇక 'జీవం' లాంటి కథలు కొంత ప్రయోగాత్మకత కూడా తోడై, రచయితలోని అస్తిత్వ వేదనకి సంబంధించిన స్పష్టతని చెప్తాయి.

ఈ కథల్లోని పాత్రలు మన మధ్యనే వుండే, మనకి తెలియకుండా మిగిలిపోతున్న వాళ్ళు, అనేక కారణాల వల్ల మన స్మృతిలోంచి జారిపోతున్న వాళ్లు. 'ముస్లిం' అనే వర్గీకరణ కింద నలిగిపోతున్న వాళ్లు. మతపరమైన ఉనికీ, గుర్తింపూ ముస్లింలకి మాత్రమే పరిమితం కాకపోయినా, మన పక్కన ముస్లిం వున్నాడంటే 'అమ్మో' కాస్త భయపడాలనో, జాగ్రత్తగా వుండాలనో అన్నట్టుగా అధికార రాజకీయ వ్యవస్థ వొక అసహజమైన భయాన్ని నిర్మించింది. మిగిలిన ఈ కుల, మత అస్తిత్వాల్లోనూ లేని సమస్య ముస్లిం అనే వర్గీకరణ కింద సృష్టించబడింది. 'దావా' కథలో స్కైబాబ రాజ్యం సాధారణ స్థాయిలో ఎట్లా ప్రవర్తిస్తుందో చెప్పాడు కానీ, అది ముస్లిం పట్ల ఎట్లా ప్రవర్తిస్తుందో అన్న దాకా వెళ్లలేదు. ఈ కథలో అట్లాంటి రాజకీయ కోణాలు అస్పృశ్యంగా వుండిపోయాయి. తనకి తెలియకుండానే, స్కైబాబ ఈ కథల్లో ముస్లిం సాంస్కృతికత మీద ఎక్కువ దృష్టి పెట్టినట్టుగా కనిపిస్తోంది. రోజువారీ ముస్లిం బతుకు, అందులోని 'దలిందరాగి', ముస్లిం తల్లులూ, కొడుకులూ, కూతుళ్లూ, కోడళ్లూ, మాయమైపోతున్న ముస్లిం బహిరంగ సంస్కృతి, అనివార్యమవుతున్న వలసలూ వీటన్నిటి వెనకా వొక ముస్లిం అనుదిన సాంస్కృతిక వేదన వుంది. వొక విధంగా ముస్లిం ఫెమినిస్టు కోణాన్ని స్కై బాగా ప్రతిబింబించాడు. ఈ కథల్లో మిగతా వేరే కోణాలు వున్నప్పటికీ ఆ స్త్రీ స్వరంలోని తీవ్రతలో అవి కప్పడిపోయాయి. వొక పురుష రచయిత స్త్రీ స్వరంతో అంత బలంగా మాట్లాడ్డం విశేషమే!

కానీ, మొత్తంగా ఈ కొత్త తరం ముస్లిం వేదనల పునాది ఇటీవలి మత రాజకీయాలలో వుందన్నది నా అభిప్రాయం. ఆ కోణం లోపించడం వల్ల ఈ కథలు ముస్లిం అనుభవపు అర్ధ వలయాన్ని మాత్రమే చూపించినట్టయింది. ఆ రకంగా చూస్తే ఇందులో వున్న ముస్లిం అనుభవం 'అధూరా'గా మిగిలిపోయిందనీ అనిపిస్తుంది. ఆ కోణం వైపు కూడా దృష్టి పెట్టి, ముస్లిం రాజకీయ కథలు కూడా రాసి, ఆ వలయాన్ని పూర్తి చెయ్యాల్సిన బాధ్యత స్కైబాబ వొక్కడి మీద కాదు, తెలుగు - తెలంగాణ ముస్లిం రచయితలందరి మీదా వుంది.

* * *

* కె. శ్రీనివాస్

చరిత్ర ఒక భారం, వర్తమానం ఒక గాయం

ఇప్పటి రచయితల్లో స్కైబాబ అంటే నాకు ప్రత్యేకమైన అభిమానం. అతని వ్యక్తిత్వంలోని కొన్ని అంశాలు అందుకు కారణం. ముస్లిమ్ వాదమయినా, తెలంగాణ వాదమయినా అతను దాన్ని లోపలికి తీసుకుని సంచలిస్తాడు. రచయితగా కూడా అతను కార్యకర్తగా, కార్యకర్తగా కూడా అతను రచయితలా అనిపిస్తాడు. తన విశ్వాసాలతో అతనికి సంబంధం జ్ఞానం మీద గాక, అనుభవం, ఉద్వేగాల మీదనే ఆధారపడడం నాకు అసంతృప్తి కలిగిస్తుంది. ఆ మాటకొస్తే, ఆ ఫిర్యాదు నాకు చాలామంది ఐడెంటిటీ సాహిత్యకారుల మీద ఉన్నది. అనుభవాన్ని ఆవేశాల్ని పరమ ప్రామాణికంగా తీసుకునే వైఖరి వల్ల అనేక పొరపాట్లు జరుగుతాయి. స్కైబాబ కూడా పొరపాట్లు చేశాడు. కాకపోతే, స్కై పనులు కూడా చేస్తాడు. అభిప్రాయాల తీవ్రత వల్ల, అవి వ్యక్తమయ్యే తీరు వల్ల అతను అపార్థాలను, ఒక్కోసారి వ్యతిరేకతలను మూటగట్టుకుంటాడు. కానీ, ఆ తీవ్రత వెనుక ఉన్నది సున్నితత్వమేనని అతన్ని దగ్గరగా ఎరిగినవారికి తెలుసు. ఇప్పుడు ఈ కథలు చదివినవారికీ అది తెలుస్తుంది. అస్తిత్వ సంక్షోభాన్ని మనసులోకి జీవితంలోకి తీసుకున్న స్కై తనను తానొక సమూహ జీవిగా చూసుకుంటాడు. సమష్టి ప్రయోజనమే అతనికి ప్రాధాన్యం. అందుకే అతను, మొదట అందరి రచనల సంకలనాలు వేసి ఆ తరువాత తన సొంత పుస్తకానికి పూనుకున్నాడు. కవిత్వంలో కూడా అంతే. ఎక్కడన్నా విన్నారా, కవులు తమ సొంత పుస్తకాలు కాక, సంకలనాలు వేయడం? ఇప్పుడీ కథల పుస్తకం కూడా అంతే. ముస్లిం కథల సంకలనం వేసిన తరువాతనే, ఇప్పుడీ సొంత కథల పుస్తకం వేస్తున్నాడు.

ఈ కథల పుస్తకంలో స్కైబాబ రాసిన పన్నెండు కథలున్నాయి. ఇంతవరకు రాసి, పత్రికల్లో ప్రచురించినవన్నీ ఈ సంకలనంలో లేవు. కొన్నిటిని ఎంపిక చేసి కూర్చిన పుస్తకం ఇది. ఈ కథలన్నిటిలో కథకుడి మనో ప్రపంచంలో సుడులు తిరిగే సంవేదనలే ప్రతిఫలించాయి. న్యాయాన్యాయాలో, మంచిచెడులో, పురోగామితి రోగాములో - ఏదో ఒక ద్వంద్వం వద్ద నిలబడి అతను కథ చెబుతూ పోతాడు. కథకుడిగా అతను నిలబడ్డచోటు, అతను ప్రాతినిధ్యం వహించే విలువలు, అతను

వ్యక్తీకరించే అస్తిత్వ వేదనా- అన్నీ కలిసి ఈ కథలకు విలువను సంతరింపజేస్తున్నాయి. ఇందులోని పాత్రలు, ముస్లింలు కానీ, ఇతరులు కానీ, చారిత్రక పాత్రలే. చరిత్రకు సంబంధించిన భారాన్ని మోస్తున్న పాత్రలే. ముస్లిం కథల్లో ఒక మిశ్రమ భాషను వినియోగంలోకి తేవడంలో స్కై దోహదం చాలా ఉన్నది. ఆ మిశ్రమత్వంలోనే భాషకు అందం కూడా సమకూరిందనిపిస్తుంది. అయితే, తెలుగు, ఉర్దూ పదాల తూకం సరిపోయిందా, అందులో ఏమైనా సర్దుబాట్లు చేసుకోవాలా అన్నది సాధన మీదే తేలే విషయం.

ఈ కథల్లో తెలంగాణ ముస్లిం జీవితాల వర్ణన, సాంస్కృతికమైన పూసకట్టు చిత్రణ ఉన్నాయి. అభిమానాలు, ఆప్యాయతలు, దారిద్ర్యం వాటి మీద పెట్టే ఒత్తిడులు, కలలు కనడానికి కూడా లేని దుర్భరమైన పరిస్థితులు, అడుగడుగునా పడవలసి వచ్చే రాజీలు అన్నీ ఉన్నాయి. స్నేహాల మధ్య అకస్మాత్తుగా మొలిచే కులాలు, ఎక్కడా అద్దె ఇల్లు దొరకని వెలివేతలు, పోలీస్ స్టేషన్ల ముందు పడిగాపులు పడినా కొడుకులు దక్కని మాతృమూర్తులు, కాసిన్ని డబ్బులు కళ్లపడగానే చూపు మారిపోయే మనుషులు, మనిషికీ ప్రపంచానికీ మధ్య అడ్డుతెరలుగా నిలిచిన పర్దాలు- స్కై కథల్లో కథా వస్తువులు. కరుణరసమే తప్ప ఎక్కడా ఆగ్రహం ఉండదు. దయనీయత, హీనత్వం కథలన్నిటా పరచుకుని ఉంటుంది. ఆ జీవితపు భారం కింద కథకుడి కలమే పడి నలిగిపోయినట్టు అనిపిస్తుంది. ఈ కథలన్నిటిలో కథకుడు ఎక్కడా ఆగకుండా వడివడిగా నడుచుకుంటూ వెళ్లిపోతాడు, లేదా ఏకబిగిన కథ చెప్పుకుంటూ పోతాడు. అదొక ప్రత్యేకమైన శైలియే.

స్కై కథలలోని పాత్రలెవరు? వారికి ఆ స్థితి ఎందుకు ప్రాప్తించింది? తమకు తెలియని చారిత్రక భారాన్ని మోస్తున్న ఈ మనుషులకు విముక్తి ఎప్పుడు- కథలన్నీ చదివాక పాఠకులకు ఈ సందేహం రావాలి. వస్తుంది.

***

ప్రతి సమాజమూ తనను తానొక రీతిలో నిర్వచించుకుంటుంది. ఆ నిర్వచనం ఆ సమాజపు యథాతథస్థితిలో ప్రయోజనాలున్నవారికి అనుగుణంగా ఉంటుంది. ఆ స్థితిని మార్చడంలోనే ప్రయోజనం ఉన్నవారు, సమాజం గురించి భిన్న నిర్వచనాలు చేస్తారు. సమాజపు సారాన్ని వారెట్లా దర్శిస్తారో, దాన్నుంచి సమాజ స్వభావాన్ని సూత్రీకరిస్తారు. ఆ సూత్రీకరణలను, సమాజపు అధికారిక నిర్వచనం వెక్కిరిస్తుంది, విమర్శిస్తుంది. తిరస్కరిస్తుంది. ఈ సమాజం కుల సమాజం అని కనుగొన్నవారిని కులవాదులంటుంది. కులభేదాలను వారే ప్రోత్సహిస్తున్నారంటుంది. వర్గసమాజం అని చెప్పినవారిని పట్టుకుని విచ్చిన్నవాదులంటుంది. వారి కల్పనలో తప్ప వర్గాలనేది లేవంటుంది.

మీరు వేరు, మేము వేరు - అని మహ్మదాలీ జిన్నా మొదటిసారి చెప్పినప్పుడు, భారతీయ సమాజానికి, జాతీయోద్యమానికి నాయకత్వ శ్రేణిలో ఉన్నవారు ఉలిక్కిపడ్డారు. కానీ, ఆ వేర్పాటును జిన్నా సృష్టించలేదని, కనిపిస్తున్న విభజననే ఆయన సూత్రీకరించారని గుర్తించలేకపోయారు. మీరూ మేమూ వేరు వేరు అని చెప్పకుండానే, వేరు వేరు పరిగణనలు దేశంలో ఆనాటికే స్థిరపడిపోయాయి. అందుకు ప్రధాన కారణం హిందూ మెజారిటీవాదమని చెప్పలేము. నిజానికి, దేశంలోని మతమైనారిటీయేతర ప్రజలు, తమను తాము హిందువులుగా గుర్తించుకోవడం జాతీయోద్యమం కాలం నాటికి పూర్తి అయిందని చెప్పలేము. ఆ మాటకు వస్తే, ఇప్పటికీ పూర్తి అయిందని చెప్పలేము.

బ్రిటిష్ వలస పాలకులు భారతదేశంలో తమను స్థిరపరుచుకునే క్రమంలో, తమ పాలనకు హేతుబద్ధతను నిర్మించే ప్రయత్నమూ చేశారు. భారతీయ శిష్టవర్గాలలో ఆత్మన్యూనతాభావాన్ని కలిగించి, అవి అంతర్ముఖమయ్యేట్టు చేయడం ఒకటి, జాతీయోద్యమ సాంస్కృతిక ప్రాతిపదికలలో పాశ్చాత్య వ్యతిరేకత కాక, ముస్లిం వ్యతిరేకత బలపడేట్టు చేయడం మరొకటి. భారతీయుల అతిశయాన్ని సంతృప్తి పరచడానికి వేదకాలపు ప్రాచీనతను, తొలి సామ్రాజ్యాల కాలపు వైభవాన్ని ప్రచారం చేశారు. ఎంతో గొప్పగా ఉండిన భారతీయ జీవనాన్ని మధ్యయుగాల ముస్లిమ్ పాలకులు ధ్వంసం చేశారని చరిత్రలు రాశారు. భారతీయ సాంస్కృతిక జాతీయవాదానికి పునాదులు వాటితోనే పడ్డాయి. ముస్లిమ్ రాజులను ఎదిరించినవారు, గెలిచినవారు, ఓడినవారు - అందరూ జాతీయ ప్రతీకలుగా మారిపోయారు. వలస పాలకుల ఆర్థిక, సాంస్కృతిక దోపిడి, అణచివేత నుంచి భారతీయుల జాతిభావన నిర్మితం కావలసి ఉండగా, విస్తృత ప్రజానీకాన్ని ఉద్వేగపూరిత భూమికలపై ఏకం చేయాలన్న ధోరణి మొదలైంది. 1857 ప్రథమ స్వాతంత్ర్య సమరం నుంచి బ్రిటిష్‌వారు తీసుకున్న గుణపాఠం హిందూ ముస్లింలను విడదీసే వ్యూహాన్ని రచించిందన్నది ఒక అవగాహన. ఆ వ్యూహానికి జాతీయోద్యమ కాలం నాటి ముస్లింలు నిస్సహాయంగా బలి అయ్యారా, తమ ఆమోదంతో కూడా సహకరించారా అన్నది చర్చనీయాంశం. ఒకవేళ, ముస్లింల నాయకత్వం కూడా వేర్పాటు కోసం తొందరపడి ఉంటే, దానికి కూడా భారత జాతీయోద్యమం ప్రధాన స్రవంతిలో మెజారిటీ మతవాదం అవధులు మీరిపోవడమే కారణమయి ఉండాలి.

బ్రిటిష్‌వారి పాలన భారత దేశంలో స్థిరపడుతున్న దశలో, వలసవాద అభివృద్ధిలో తమ సొంత భవితవ్యాన్ని వెదుక్కోవాలనుకునేవారికి, తమ తమ సాంస్కృతిక సమాజాలలో అనేక దురాచారాలు కనిపించాయి. ఆయా కులాలలో ఉన్న ఆచారాలను కొత్త వాతావరణంలో మదింపు వేసి, వాటిని తొలగించడానికి కొందరు

ప్రయత్నించారు. దేశంలోని భిన్న కులాల అంతస్థుల సంబంధం మీద కాక, సొంత కులాన్ని ఆధునీకరించుకోవడం మీదనే సంస్కర్తల దృష్టి. దొంతరల సామాజిక వ్యవస్థ మీద తక్కిన సమకాలీన సంస్కర్తలందరి కంటె లోతైన అవగాహన, విమర్శ ఉన్నప్పటికీ, ఫూలే కూడా ఆచరణ రంగంలో విద్యావకాశాలను అందరికీ అందించడం వంటి సంస్కార చర్యల మీదనే దృష్టి నిలిపారు. ముస్లింలలో కూడా ఆధునిక తరం 19-20 శతాబ్దాల సంధికాలంలో ప్రారంభమైంది. ఆ తరానికి చెందిన గొప్ప ఆధునికుడు, మేధావి జిన్నా. అనేక సామాజిక వర్గాలలో సంస్కరణలు తీసుకువచ్చిన మార్పులు, ఆధునికీకరణ ముస్లిం సమాజంలో కొనసాగకపోవడానికి- వారిలో చాలా తొందరలోనే భవిష్యత్తు గురించిన ఆందోళన మొదలు కావడమే. జాతీయోద్యమ కాలంలోనే మెజారిటీ మతవర్గీయులకు లభిస్తున్న ప్రాధాన్యం, అవకాశాలు ముస్లిమ్ నాయకత్వానికి అర్థమయ్యాయి. ఉమ్మడి భారతదేశంలో, ప్రజాస్వామిక భారతంలో ముస్లింలు మైనారిటీ కావడం మార్చలేని వాస్తవం. అందుకని, ముస్లింలు మెజారిటీగా ఉండే భూభాగాన్ని సృష్టించుకోవడం మార్గం. ద్విజాతి సిద్ధాంతం- పాకిస్థాన్ భావన ఆ ఆలోచన నుంచి వచ్చాయి. పాకిస్థాన్ అవతరణ అయితే జరిగింది కానీ, గణనీయమైన సంఖ్యలో ముస్లింలు భారతదేశంలోనే ఉండిపోయారు, మైనారిటీలుగా.

అంటే జాతీయోద్యమంలో అంతర్భాగంగా జరగవలసిన సంఘసంస్కారం అసంపూర్తిగా మిగిలిపోగా, స్వాతంత్ర్యానంతరం సరికొత్త బాధిత అస్తిత్వంలోకి ముస్లింలు వెళ్లిపోయారు. మైనారిటీయేతర భారతీయులను హిందువీకరించే ప్రయత్నాలు స్వాతంత్ర్యానంతరం ఉధృతమయ్యాయి. ముస్లింల భాష పరాయిదైపోయింది. వారి మత వ్యక్తీకరణలు శాంతిభద్రతల సమస్య లయ్యాయి. వెనుకబాటుతనం జాలిపడవలసిన దుస్థితిగా కాక, ప్రమాదకరమైన ఛాందసం అయింది.

బ్రిటిష్ పాలనలో లేదా నిజామ్ పాలనలో ఉన్న కాలంలో ఉన్నపాటి ఆదరువు, మనుగడ 1947/48 తరువాత అంతరిస్తూ వచ్చాయి. తన నిరంకుశత్వంలోనే అయినప్పటికీ, హైదరాబాద్‌ను ఆధునిక రాజ్యం చేద్దామనుకున్నాడు, ఏడో నిజాం. అతని తొలి సంవత్సరాలలో జరిగిన ప్రయత్నాలు హైదరాబాద్‌నే కాదు, హైదరాబాద్ రాజ్య ముస్లింలను కూడా ఆధునికత బాటలోకి తెచ్చేవి. కానీ, 1930 దశకం మధ్య నుంచి బ్రిటిష్ ఇండియా రాజకీయాలు, ముస్లింలీగ్ ప్రభావం హైదరాబాద్‌పై పెరిగింది. నిజాం చూస్తుండగానే మతవాదులు అధికార యంత్రాంగాన్ని కైవసం చేసుకున్నారు. రజాకార్ల ఘట్టం హైదరాబాదీ ముస్లింలను ఆధునికత నుంచి వెనుకడుగు వేయించగా, సైనికచర్య వారిని పూర్తిగా ఆరోవర్ణాన్ని చేసింది.

సాధారణంగా యుద్ధాలలో గెలిచినవారు ఓడినవారిమీద, వారి ప్రజల మీద ప్రతీకారం తీర్చుకుంటారు. అదొక రాచయుగాల దుర్మార్గమే అయినా, అది ఇప్పటికీ,

మారు రూపాలలో కొనసాగుతున్నది. 1857 తిరుగుబాటుకు ప్రతీకారాన్ని బ్రిటిషర్లు భారతదేశంలో ముస్లింలను ఒక వైరివర్గంగా రూపొందించడం ద్వారా తీర్చుకున్నారు. 1947లో వలసవాదులు ఖాళీ చేసి వెళ్లిపోతే ఆ విజయోత్సాహం సైతం ముస్లింలపై విజయంగా భ్రమింపజేసింది. 1948లో హైదరాబాద్‌పై సైనికచర్య అయితే, జనాభాలో ఒక వర్గాన్ని, పాలకుల మతవర్గాన్ని ద్వితీయశ్రేణి పాలితులుగా అణగార్చే కర్తవ్యాన్ని స్వీకరించి పూర్తి చేసింది. హైదరాబాద్ స్టేట్ ముస్లింల అస్తిత్వం 1948 తరువాత సమూలంగా మారిపోయింది. నిజాం కాలంలో కూడా నిరుపేద ముస్లింలు లేరా, ప్రభుత్వం అణచివేతకు గురయిన ముస్లింలు లేరా అని ప్రశ్నించవచ్చు. కానీ, అస్తిత్వ సమస్య వేరు. అది దారిద్ర్యానికి సంబంధించిన విషయం కాదు. గౌరవప్రదమైన మనుగడకు సంబంధించిన విషయం.

బాబ్రీమసీదు విధ్వంసానికి ముందూ తరువాతా జరిగిన విషయాలే ముస్లిం అస్తిత్వ వేదనకు ఒక నిర్దిష్ట రూపాన్నిచ్చాయా? స్త్రీ, దళిత, ఆదివాసీ, ప్రాంతీయ అస్తిత్వాల వంటిదేనా ముస్లిం అస్తిత్వం కూడా? ఈ ప్రశ్నలకు ఖచ్చితమైన సమాధానాలు చెప్పడం కష్టం. ముస్లింవాదం మతపరమైనది అయితే, ఇతర అస్తిత్వాల వలె సాంస్కృతికంగా, రాజకీయంగా అసెర్షన్ (విశ్వాస ప్రకటన) చేసుకోగలదా? స్త్రీలు, దళితులు, బహుజనులు- వీరందరికి చెందిన బాధిత అస్తిత్వం గురించి సాధారణస్థాయిలో ఆమోదం, సానుభూతి సమాజంలో ఉన్నాయి. కులాహంకారి, పురుషాహంకారి- తమ భావాలను బాహాటంగా ప్రకటించగలిగే సాహసం చేయలేరు. కానీ ముస్లింల విషయంలో అటువంటి స్థితి ఉన్నదా? ముస్లింలు బాధితులు అనే అవగాహనకు సాధారణ ఆమోదం ఉన్నదా? ముస్లింలను నిందించి, విమర్శించడానికి జంకే వాతావరణం మన దగ్గర ఉన్నదా?

స్త్రీ విముక్తి, దళిత ఉద్యమం, ఆదివాసీ హక్కులు వంటి వాటికి జాతీయోద్యమానికి పూర్వం నుంచి ప్రాథమికమైన వ్యక్తీకరణలు కనిపిస్తుండగా, ముస్లిం బాధిత అస్తిత్వానికి సంబంధించి (కనీసం తెలుగులో), రెండు-మూడు దశాబ్దాలుగా మాత్రమే వ్యక్తీకరణలు ఉన్నాయి. గతంలో ముస్లిమేతర రచయితలు ముస్లింల స్థితిగతుల గురించి సానుభూతితో రాసిన ఉదాహరణలున్నాయి. ముస్లిం రచయితలు ప్రధాన స్రవంతి పోకడలతో రాసి రాణించిన సందర్భాలున్నాయి. కానీ అవేవీ, అస్తిత్వ సాహిత్యపు కోవలోకి రావు.

***

బాబ్రీమసీదు విధ్వంసం ముస్లింల ప్రత్యేక అస్తిత్వాన్ని దేశీయంగా రూపొందిస్తే, ఆఫ్ఘనిస్థాన్ నుంచి రష్యా ఉపసంహరణ, మొదటి గల్ఫ్ యుద్ధం అంతర్జాతీయంగా ముస్లింలను బాధిత, పోరాట అస్తిత్వంగా తీర్చిదిద్దింది. ప్రచ్ఛన్నయుద్ధం

ముగియడమూ, ఈ అంతర్జాతీయ పరిణామాలు జరగడమూ దాదాపు ఒకే సమయంలో జరగడం యాదృచ్ఛికమేమీ కాదు. రెండు శిబిరాలుగా ఉన్న ప్రపంచం ఏకధృవంగా మారిపోవడంతో, అమెరికన్ సామ్రాజ్యవాదులు ఒక భూభాగం అంటూ లేని విశ్వవ్యాప్త తిరుగుబాటుదారులను శత్రువుగా ఎంచుకున్నారు. బ్రిటిష్ వలసవాదుల కాలం నుంచీ, భౌగోళిక జాతీయతతో నిమిత్తం లేని పాన్-ఇస్లామిజం ముస్లిం సమాజాన్ని ప్రభావితం చేస్తూనే ఉన్నది. వర్తమానంలో ముస్లిం పోరాటవాదం కూడా ఎల్లలు లేని లక్ష్యాలను, ఆచరణను పెట్టుకోవడం, ముస్లింలు పెద్దసంఖ్యలో నివసించే దేశాలన్నిటి పైనా ప్రభావం వేస్తున్నది. ముస్లింలను బూచిగా చూపించి, స్థిరపడిపోయిన కాల్పనిక చరిత్రలను ఆసరాగా చేసుకుని, భారత్‌లోని మైనారిటీయేతర ప్రజానీకాన్ని ఏకం చేయడానికి మతతత్వవాదులు చేసే ప్రయత్నాలు ఉధృతమయ్యాయి. భారత ప్రధాన స్రవంతి సమాజమూ, సామ్రాజ్యవాదుల ప్రభావంలో ఉండే సమాజమూ ముస్లింల విషయంలో ఒకేరకంగా వ్యవహరించడం- ముస్లిం అస్తిత్వాన్ని ప్రమాదకరమైన సంక్లిష్టతలోకి నెట్టింది. తమ ఉనికిని, ప్రత్యేకతలను నిలబెట్టుకోవడానికి, తమ సాంస్కృతిక జీవితంలోని కాలం చెల్లిన విధానాలనే మరింత ఆలింగనం చేసుకోవడం అంతర్జాతీయ ముస్లిం సమాజంలో కనిపిస్తుంది. భారత్ విషయానికి వస్తే, ముస్లింల సమాజంలో మరింత ఏకాకితనం బయటినుంచి లోపలినుంచి కూడా ఆవరిస్తోంది. వారితో లోపలినుంచి సంభాషించి, కొత్త తోవలలోకి తీసుకువచ్చే ప్రయత్నాలు జరగాలి. జాతీయోద్యమకాలంలో ప్రారంభమై, స్వాతంత్ర్యంతో నిలిచిపోయిన సంస్కరణ ప్రక్రియను విశ్వసనీయంగా, మిత్రత్వంతో నిర్వహించగలిగే నాయకత్వం కావాలి.

***

స్కైబాబ కథల్లో ముస్లిం సమాజంలోని అంతర్గత, బాహ్య ఏకాకితనం గురించిన చిత్రణ ఉన్నది. తమ సమాజాన్ని అణగార్చుతున్న సామాజిక పరిణామాల గురించిన ఎరుక ఉన్నది. తమ ముందరికాళ్లకు బంధాలు వేస్తున్న అంతర్గత జడత్వం గురించిన స్పృహ ఉన్నది. ముస్లింలు ఈ దేశంలో ఎవరితో కలసి సమీకరణం చెందాలో, ఎవరికి వ్యతిరేకంగా పోరాడాలో స్కైకు అవగాహన ఉన్నది. సమీకరణం చెందవలసినవాళ్లలో సమభావనను ప్రేమించేవాళ్లందరూ ఉన్నారు. పోరాడ వలసినవారిలో ఇంటా బయటా బంధనాలు విధించేవారందరూ ఉన్నారు.

* * *

* కనీజ్ ఫాతిమా

'అధూరె' జిందగీలకు ప్రతీకలు

స్కైబాబ కథల సంకలనం 'అధూరె' ముఖ్యంగా గ్రామీణ, పట్టణ నేపథ్యంలో ముస్లింల దైనందిన జీవితంలోని అనేక కోణాలను మన ముందు ఆవిష్కరిస్తుంది. ఈ సంకలనంలోని అన్ని కథలు ఏదో ఒక మేరకు అసంపూర్ణాలు. అందువల్ల 'అధూరె' అనే పేరు ఈ సంకలనానికి తగినది. అయితే, పాఠకుడే ఈ కథలను పరిపూర్ణం చేయాలి. ఒక హక్కుల ఉద్యమ కార్యకర్తగా, ముస్లింగా ఈ కథలను చదివినప్పుడు ముస్లిం రాజకీయాల నేపథ్యం కళ్ల ముందు కనబడుతుంది.

ముస్లింల జీవితాలను అర్థం చేసుకోవటం ముస్లిమేతరులకు అంత సులువు కాదు. మరోవైపు గ్రామీణ ముస్లింలు అధికంగా ముస్లిమేతర సోదరుల వల్ల ప్రభావితమై వున్నారు. ఈ కథల్లో ఈ వాస్తవం వ్యక్తమవుతోంది. ప్రేమ, పెళ్లి, వరకట్నం, పర్దా/ బుర్ఖా, ఆచారాలు, ఆర్థిక స్థితిగతులు, విద్య, ఉద్యోగం, వలస, జాతీయత, కులం, అక్రమ నిర్బంధం, హింస, వేధింపులు వంటి అనేక అంశాలు ఈ కథల్లో ప్రతిఫలించాయి. అదేవిధంగా సామాజిక అంశాలు. అయితే వీటిని మత కోణం నుంచి కాక 'సరిగా' అర్థం చేసుకోవాల్సిన కోణాలు అనేకం ఉన్నాయి. ముస్లింలు శతాబ్దాలుగా సామాజిక, ఆర్థిక, రాజకీయంగా అనేక పరిణామాలకు లోనైన తీరును చారిత్రక దృష్టి నుండి పరిశీలించాలి.

ఈ దేశాన్ని శతాబ్దాలపాటు పాలించిన ముస్లింలు ప్రతిసారి సామ్రాజ్య విస్తరణ కోసం ప్రయత్నించారు. కాని వారి పాలన నిజమైన అర్థంలో ఇస్లామీయమైనది కాదు. చరిత్రను అగ్రకుల హిందూత్వ భావజాల పాలకులు నాశనం చేశారు. ముస్లింలకు వ్యతిరేకంగా చరిత్రను రాయించి ఉపయోగించుకున్నారు. చరిత్రను నాశనం చేయటమే కాదు బడి పిల్లల మనసుల్లో తప్పుడు చరిత్రను, పాఠ్యాంశాల పేరుతో ముస్లిం వ్యతిరేకతను నాటుతున్నారు. బ్రిటిషువాళ్లు వ్యాపారం పేరుతో వచ్చి మనల్ని ఆక్రమించుకొన్న తర్వాత మన దేశంలోని ప్రజలు అనేక ఆచార వ్యవహారాలున్న కులాలుగా విడిపోయి జీవిస్తున్న సంగతిని గుర్తించారు. నెమ్మదిగా

వాళ్లు విభజించు పాలించు అనే సూత్రాన్ని అమలు చేశారు. అదే చివరికి ఇండియా, పాకిస్తాన్‌గా ఈ దేశ విభజనకు దారితీసింది. వాస్తవానికి ఈ విభజన విధానం బ్రాహ్మణీయ హిందూత్వవాదుల విధానం. ఆ విధానాన్ని తెల్లవాళ్లు ఒక అవకాశంగా తీసుకున్నారు.

దేశ విభజనకు మౌంట్‌బాటెన్ ప్రతిపాదిస్తే మహ్మద్ అలీ జిన్నా వ్యతిరేకించినప్పటికీ బలవంతంగా అతన్ని అంగీకరింపజేశారు. నిజానికి దేశ విభజన ప్రతిపాదనను సిద్ధం చేసింది రాజగోపాలాచారి. 1943లోనే దేశ విభజన ప్రతిపాదన చేసి గాంధీ ఆమోదం కూడా పొందాడు. ఆధునిక భారత నిర్మాతగా చెలామణి అవుతున్న నెహ్రూ, 'ఉక్కుమనిషి'గా ప్రసిద్ధిగాంచిన వల్లభబాయి పటేల్ ఇద్దరూ మౌంట్‌బాటెన్‌తో సంప్రదింపులు జరిపి దేశ విభజనకు అంగీకరించారు. ఆ తర్వాత మౌంట్‌బాటెన్ గాంధీని దేశవిభజన విషయమై చర్చించేందుకు ఆహ్వానించాడు. మౌలానా అబుల్ కలాం ఆజాద్‌తో దేశ విభజనను అంగీకరించే ప్రసక్తే లేదని గాంధీ అన్నాడు. తాను ఏ నిర్ణయం తీసుకున్నా దానికి ఆజాద్ అంగీకారం ఉండాలనే హామీతో గాంధీ చర్చలకు వెళ్లాడు. ఆజాద్‌ను కార్యాలయం గది బయటే ఉంచి లోనికి వెళ్లిన గాంధీ ఏమి సమాలోచన చేశాడో తెలియదు గానీ బయటికి వచ్చిన తర్వాత దేశ విభజన ఖాయమని తేల్చిచెప్పాడు. ఆజాద్ ఊహించిన దానికి భిన్నంగా జరిగింది. అయినప్పటికీ ఆజాద్ గాంధీ అడుగులకు మడుగులొత్తుతూ విభజనకు అంగీకరించారు.

హిందూత్వ శక్తులు ఈ దేశాన్ని చేజిక్కించుకొనేందుకు జరిగిన విభజన వల్ల అనేక దుష్పరిణామాలు సంభవించాయి. పాకిస్తాన్‌కు వలస వెళ్లడానికి నిరాకరించిన మేధావులు విభజన విషయంలో మౌనం వహించారు. ఈ దేశానికి కాంగ్రెస్ పార్టీ జాతీయ అధ్యక్షుడిగా, తొలి విద్యాశాఖామాత్యునిగా బాధ్యతలు నిర్వర్తించిన మౌలానా అబుల్ కలాం ఆజాద్ తన సొంత ప్రజలను కాపాడేందుకు పెద్దగా చేసిందేమీ లేదు. ముస్లింల సామూహిక ఊచకోతను ఆపలేకపోయాడు. వల్లభబాయి పటేల్ దుందుడుకు చర్యలను ఆజాద్‌తో పాటు గాంధీ కూడా ఆపలేకపోయాడు. తన ఆత్మకథ 'ఇండియా విన్స్ ఫ్రీడం' గ్రంథంలోని చివరి అధ్యాయాన్ని తన మరణానంతరమే ప్రచురించాలని ఆజాద్ రాసుకున్నాడు. జామా మసీదు వేదిక మీది నుండి ముస్లింలు పాకిస్తాన్‌కు వెళ్లరాదని కోరిన ఈ గొప్ప నాయకుడు, ముస్లింల రక్తంతో ఈ దేశం సంపద్వంతమైందని ప్రకటించిన ఈ నేతే ముస్లింలను కాపాడేందుకు ఏమీ చేయలేకపోతే గ్రామీణ ముస్లింల పరిస్థితి మరింత దారుణంగా ఉండదా!?

విభజన తర్వాత అత్యధిక ముస్లింలు పాకిస్తాన్‌కు వెళ్లేందుకు నిరాకరించారు. ఈ దేశ మూలవాసీ వారసులుగా భావించుకున్న ప్రజలు ఇక్కడే ఆగిపోయారు.

పాకిస్తాన్‌లో వున్న ముస్లిం జనాభా కంటే మన దేశంలోని ముస్లిం జనసంఖ్యే ఎక్కువ. విభజన తర్వాత ముస్లింల మీద అణచివేత ఎక్కువైంది. దేశ విభజనకూ, ముస్లింల అణచివేతకూ మతపరమైన కారణాల కన్నా రాజకీయ కారణాలే క్రియాశీల పాత్ర పోషించాయి. మొదటిది, అత్యధిక ముస్లింలు ఎస్సీ, ఎస్టీ, బీసీ వర్గాల నుండి ముస్లింలుగా మారినవారు. బ్రాహ్మణీయ సామాజిక వ్యవస్థకు వ్యతిరేకంగా పోరాడిన కులాలే ముస్లింలుగా మారారు. ఈ ధర్మ పరివర్తన వల్ల సామాజిక అణచివేత నుండి విముక్తి పొందటమే కాదు అగ్రకులాలతో సమంగా అన్ని హక్కులు పొందారు. దీన్ని బ్రాహ్మణీయ కుల వ్యవస్థలోని అగ్రకులాలు సహించలేకపోయాయి. రెండోది, ముస్లింలు వలస పాలనలో రాజకీయంగా ప్రత్యేక నియోజకవర్గాలు కలిగి వున్నారు. అందువల్ల వలస పాలనలోని చట్ట సభల్లో అగ్రకులాల ప్రమేయం లేకుండా ముస్లింలు ప్రవేశించారు. ముస్లింలు తమ అదుపులో ఉంటే తప్ప బ్రాహ్మణీయ అగ్రకులాల ఆధిపత్యం సాగదు. కాబట్టి ప్రత్యేక నియోజకవర్గాలను ముస్లింలు వొదులుకోవాలని కాంగ్రెస్ పార్టీ పట్టుపడుతూ వచ్చింది. అధికార బదలాయింపులో హిందువులకు, ముస్లింలకు, అణగారిన వర్గాలకు వాటా ఉంటుందని లార్డ్ వావెల్ చేసిన అధికారిక ప్రకటనతో ముస్లిం వ్యతిరేకత తీవ్రమైంది. బ్రాహ్మణీయ అగ్రకులాలతో పాటుగా ముస్లింలు కూడా ఈ దేశానికి పాలకులనే వాస్తవాన్ని జీర్ణించుకోలేకపోయారు. దేశ విభజన వల్లనే అగ్రకులాలకు సంపూర్ణ అధికారం సిద్ధిస్తుందని గ్రహించిన కాంగ్రెస్ పార్టీ నేతలు అదే పని చేశారు. ఫలితంగా ముస్లింలు రాజ్యాంగ సభలో గొంతు విప్పే పరిస్థితి లేదు. అప్పటి దాకా ముస్లింలకు వున్న ప్రత్యేక నియోజకవర్గాలు, విద్యా, ఉద్యోగ రంగాలలో ప్రాతినిధ్యం రద్దు చేస్తూ రాజ్యాంగ సభలో తీర్మానం చేస్తే ప్రతిఘటించే ముస్లిం ప్రతిపక్షం లేకుండా పోయింది. చివరికి బాబాసాహెబ్ అంబేద్కర్ ముస్లింల పక్షాన ప్రత్యేక నియోజకవర్గాల కోసం వాదిస్తే ఆయన్ని గాంధీ దాసుడైన మౌలానా ఆజాద్ వ్యతిరేకించారు. ముస్లింలకు వున్న అన్ని రక్షణలనూ తొలిగించిన తర్వాత వారిని అణచివేసే విధానాలను అగ్రకుల హిందూత్వ శక్తులు ప్రణాళికబద్ధంగా అమలు చేశాయి. దేశ విభజన తర్వాత ముస్లింల రాజకీయ అణచివేత తీవ్రమైందని ప్రముఖ పండితుడు క్రిష్టోఫర్ జాఫర్‌లోట్ చేసిన వ్యాఖ్య సమంజసమే. దేశ రాజకీయాల్లో ప్రముఖ పాత్ర పోషిస్తున్న మన రాష్ట్రంలోని ప్రధాన రాజకీయ పార్టీల నుండి ఒక్క ముస్లిం ఎం.పి. కూడా లేదు. ఈ పరిస్థితి అనేక రాష్ట్రాల్లో కొనసాగుతోంది. చివరికి ముస్లిం జనాభా అత్యధికంగా ఉండే నియోజకవర్గాల్లో కూడా హిందూత్వ శక్తులు గెలిచే పరిస్థితి ఏర్పడిందీ అంటే దానికి వలస పాలనలో వున్న ప్రత్యేక నియోజకవర్గాలు అనే హక్కును తొలిగించడమే కారణం. దీనికి ఉదాహరణ రాంపూర్ నియోజకవర్గం.

ఇక్కడ 90 శాతం ముస్లింలుంటారు. కాని, అన్ని పార్టీలు ముస్లిం అభ్యర్థులను నిలబెడుతాయి. బిజెపి మాత్రం ముస్లిమేతర అభ్యర్థిని నిలబెడుతుంది. ముస్లిం అభ్యర్థుల మధ్య ఓట్లు చీలి చివరికి బిజెపి అభ్యర్థి గెలుస్తున్నాడు. ఇది ఉమ్మడి నియోజకవర్గాల విధానం వల్ల జరుగుతున్న నష్టం. ఈ విధానమే ముస్లింల బానిసత్వానికి కారణం.

బ్రాహ్మణీయ భావజాలంతో ప్రభావితమైన అగ్రకులాలు ముస్లింలను సాంఘిక వేర్పాటుకు, ఒంటరితనానికీ గురిచేశాయి. ఈ సాంఘిక వెలివేతను తప్పించుకొనేందుకు ముస్లింలు వాళ్ల గుర్తింపును దాచుకొనే ప్రయత్నం చేశారు. ఇది వాళ్ల సంపన్నమైన సంస్కృతిపై దాడి తప్ప మరోటి కాదు. క్రమంగా ఉద్యోగ నియామకాల్లో ముస్లింల సంఖ్య తగ్గిపోయింది. ఉర్దూ భాషను అధికార భాష హోదా నుండి తొలిగించిన కారణం వల్ల విద్యా, ఉద్యోగాలలో ముస్లింల సంఖ్య గణనీయంగా తగ్గింది. హిందీ నేర్చుకోవాల్సిన పరిస్థితి వచ్చింది. ఉర్దూ ఒక భారతీయ భాష. కాని ఉర్దూను ముస్లింల మత భాషగా వక్రీకరించి దాన్ని సమాజం నుండి లేకుండా చేసే కుట్రలు హిందూత్వవాదులు చేస్తున్నారు. భాషను కోల్పోవడంతో ఉద్యోగ అవకాశాలు సన్నగిల్లి ముస్లింల ఆర్థిక పరిస్థితి దిగజారిపోయింది. భూ సంస్కరణ చట్టంతో ముస్లింలకు భూమి రాకపోగా వున్న భూములు కూడా కోల్పోయారు. ముస్లింల భూములు ఆక్రమించేందుకే చాలాచోట్ల దాడులు, అల్లర్లు జరిగాయంటే నమ్మశక్యం కాదు. దుర్భరమైన దారిద్ర్యం వల్ల అనేకమంది ముస్లింలు గల్ఫ్ దేశాలకు వలస పోతున్నారు. ఇలా ముస్లింలు ఎంతగా ఆర్థిక వెలివేతకు గురయ్యారో అర్థం చేసుకోవచ్చు.

మత ప్రాతిపదికన ముస్లింలను ఒంటరి చేయటం మరింతగా విస్తరించి పవిత్ర స్థలాల మీద నిరంతరం దాడులు చేసే వరకూ వెళ్లింది. బాబ్రీమజీదు విధ్వంసం, గుజరాత్ మారణహోమం దీనికి అత్యంత పెద్ద ఉదాహరణలు. ఈ దాడుల తర్వాత గుర్తింపు తీవ్రమైన సమస్యగా పరిణమించింది. గుర్తింపును దాచుకొనే దశ నుండి అసెర్ట్ చేసుకొనే దశకు చేరింది. ఆ గుర్తింపును దఖలు పర్చే సాంస్కృతిక చిహ్నాలను బహిరంగంగా సొంతం చేసుకోవటం ప్రారంభమైంది.

మధ్యాసియా దేశాలను తీవ్రవాదం బూచితో అమెరికా, దాని అనుచర దేశాలు ఆక్రమించుకున్నాయి. చివరికి ఆయా దేశాలలో ప్రజాస్వామ్యం పేరుతో ఆ దేశ నేతలను హతమార్చారు. ప్రపంచమంతా హక్కుల ఉల్లంఘనకు పాల్పడుతున్న అమెరికా హక్కుల పరిరక్షణ పేరుతో మధ్య ఆసియా దేశాలలో దురాక్రమణకు పాల్పడుతోంది. ఇస్లామిక్ దేశాలే లక్ష్యంగా సాగుతున్న దాడులకు మన దేశ అగ్రకుల పాలకులు వంత పాడుతున్నారు. తీవ్రవాదం పేరుతో అటు అమెరికా, ఇటు భారత ప్రభుత్వం చేస్తున్న హింసకు అంతు లేకుండాపోతోంది. ఎంతోమంది అమాయక ముస్లిం యువకులను

అక్రమ నిర్బంధానికి, చిత్రవధకూ, హింసకూ, వేధింపులకూ గురిచేస్తున్నారు. వాస్తవానికి హిందూత్వ బ్రాహ్మణీయ అగ్రకుల తీవ్రవాదులు చేసిన విధ్వంసాలకూ, పేలుళ్లకూ ముస్లింలను బాధ్యులను చేశారు. ఎన్నో బూటకపు ఎన్‌కౌంటర్లలో అమాయకులను పొట్టన పెట్టుకున్నారు. మానవ హక్కులు, పౌర హక్కుల ఉల్లంఘనకు పాల్పడుతున్న పాలకులను ప్రతిఘటించే నిర్మాణాత్మక శక్తులు నిర్వీర్యం కావటం విచారకరం. ముస్లింల నుంచి అలాంటి శక్తులు ఎదిగిరావాలి.

అల్లర్లు మతపరమైనవనే విశ్వాసం బలంగా ఉంది. కాని అవి రాజకీయమైనవి. ఇప్పటివరకు జరిగిన అల్లర్లన్నీ ముస్లింలను లక్ష్యంగా చేసుకొని సాగినవే. హిందూత్వ బ్రాహ్మణీయ అగ్రకుల దాడులు క్రిస్టియన్లను కూడా లక్ష్యంగా చేసుకొంటున్నాయి. మత హింసను నిరోధించే బిల్లును పార్లమెంటులో ప్రవేశపెట్టాలనే ఉద్యమం కొనసాగుతున్న సమయంలో స్కైబాబ ఈ కథల సంకలనం వెలువరిస్తున్నారు. స్కైబాబ కథలు చదివి వాటిని అనుభూతి చెందాను. సాహిత్య క్షేత్రంలో ముస్లింల జీవితాలను చిత్రిస్తున్న కథకుడు ఆయన. ఆయన సమాజ వాస్తవాన్ని చిత్రించటంలో ప్రదర్శించే శిల్ప నైపుణ్యం చాలా గొప్పది. సంఘ సంస్కరణ దృష్టి వున్న స్కైబాబలో హక్కుల కోణం కూడా ఉంది. దాన్ని విమర్శకులు సరిగా గుర్తించలేదేమో!

* కనీజ్ ఫాతిమా 'సివిల్ లిబర్టీస్ మానిటరింగ్ కమిటీ' సహాయ కార్యదర్శి
'ముస్లిం ఫోరం ఫర్ తెలంగాణ' కో-కన్వీనర్

* * *